युद्धाच्या अनेक कारणांपैकी एक असलेल्या कारणावर केलेले भाष्य... हे पुस्तक म्हणजे अत्यावश्यक खरेदीच...!

– क्रिकस रिव्ह्यू

हे पुस्तक वाचताना वाचकांना प्रथम अस्वस्थ करते ...आणि प्रेरणाही देते.

– पब्लिशर्स वीकली

प्रामाणिक, अपरिपक्व आणि तरीही सामर्थ्यशील...

– स्कूल लायब्ररी जनरल

कथा सांगताना करुणा आणि अलिप्तपणा यांचे अनोखे मिश्रण केले आहे, त्यामुळे ते वाचकांना धक्का देते व खिळवूनही ठेवते... चांगले... खरोखरच उत्कृष्ट... शिफारस करण्यायोग्य...

– सीएम मॅगझिन

मोठ्या मुलांसाठी शिफारस केलेले हे पुस्तक; प्रौढांनाही खाली ठेववत नाही, हेही तितकेच खरे आहे.

– फोरवर्ड मॅगझिन

संकटावर मात करण्यासाठी मानवासाठी असलेला एक करार...

– रिसोंस लिंव

आतडे पिळवटून टाकणाऱ्या वेदनांनाही ओठांवर न येऊ देणारी कथा....

– क्विल ॲन्ड क्वॉयर

मारिआतू कामाराची दुर्दम्य इच्छाशक्ती तरुणांना निश्चितच प्रेरणा देणारी आहे.

– व्होया

कोणत्याही अभिनिवेशाशिवाय वा कृत्रिमतेशिवाय मांडलेली प्रामाणिक आणि सत्य कथा!

– अफ्रिका एक्सेस रिव्ह्यू

आपल्या स्नेहीजनांना पुस्तके भेट द्या

वेदनेची फुले

अमानुष युद्धाने लादलेले मातृत्व आणि अपंगत्व यांच्याशी दिलेल्या दुर्दम्य लढ्याची सत्यकथा

मूळ लेखिका
मारिआतू कामारा
सुझन मॅक्लेलँड

अनुवाद
सुनंदा अमरापूरकर

मेहता पब्लिशिंग हाऊस

Please contact us at **Mehta Publishing House,** 1941, Madiwale Colony, Sadashiv Peth, Pune 411030.

✆ +91 020-24476924 / 24460313

Email : info@mehtapublishinghouse.com
production@mehtapublishinghouse.com
sales@mehtapublishinghouse.com

Website : www.mehtapublishinghouse.com

- *या पुस्तकातील लेखकाची मते, घटना, वर्णने ही त्या लेखकाची असून त्याच्याशी प्रकाशक सहमत असतीलच असे नाही.*

THE BITE OF THE MANGO by **MARIATU KAMARA**
With SUSAN McCLELLAND

Originally Published in North America by : Annick Press Ltd.

Translated into Marathi Language by Sunanda Amrapurkar

वेदनेची फुले / अनुवादित सत्यकथा

अनुवाद : सुनंदा अमरापूरकर
ए/२०१- 'पंचधारा', ऑफ यारी रोड,
वर्सोवा, अंधेरी (प), मुंबई-४०००६१

मराठी अनुवादाचे व प्रकाशनाचे हक्क मेहता पब्लिशिंग हाऊस, पुणे

प्रकाशक : सुनील अनिल मेहता, मेहता पब्लिशिंग हाऊस,
१९४१, सदाशिव पेठ, माडीवाले कॉलनी, पुणे - ४११०३०.

मुद्रक : स्पेक्ट्रम ऑफसेट, डी-२/४, सत्यम इस्टेट,
सीडीएसएसच्या मागे, एरंडवणे, पुणे - ४११००४.

मुखपृष्ठ : मेहता पब्लिशिंग हाऊस

प्रथमावृत्ती : जानेवारी, २०१५

किंमत : ₹ २००/-

ISBN 978-81-8498-632-7

या प्रवासात सुरुवातीपासून शेवटपर्यंत माझ्याबरोबर होते,
त्या सर्वांना...

– मारिआतू कामारा

ज्यांनी मला शिकवलं की, 'कधीही खोटं बोलायचं नाही आणि जे खरं वाटतं; ते न घाबरता सांगायचं.' त्या माझ्या आजोबांना.... मी त्यांना माझे 'देवदूत' समजते.

– सुझन मॅक्लेलँड

प्रस्तावना

माझ्या संस्कृतीमध्ये गोष्ट सांगण्यामागे दोन-तीन उद्देश असतात. एक तर कशाचा तरी बोध करून देणं, तुटलेले भावबंध जोडून घेणं किंवा मग गोष्ट सांगणारा आणि ऐकणारा यांच्यात परिवर्तन घडवणं. मारिआतूच्या गोष्टीतून हे तीनही उद्देश साध्य झालेले दिसतात. कमालीच्या कठीण परिस्थितीतून गेल्यानंतर चटकन पुन्हा पूर्वस्थितीला येण्याच्या मानवी मनाच्या सामर्थ्याची आठवण करून देणाऱ्या अशा एखाद्या कहाणीची मी फार दिवस वाट पाहत होतो.

'द बाइट ऑफ द मँगो' मधला टोकाचा सच्चेपणा अंगावर काटा आणतो. इतक्या खऱ्या कहाण्या क्वचित वाचायला मिळतात. विसाव्या शतकातल्या एका अमानुष अशा युद्धानं एका बारा वर्षांच्या कोवळ्या पोरीला जिवंतपणी कसं मरण भोगायला लावलं, त्याचा हा वृत्तान्त! या युद्धानं तिचं बालपण तर हिरावलंच पण तिच्या दोन्ही हातांचाही घास घेतला. तशाही स्थितीत तग धरून तिनं जीवन कसं पूर्वस्थितीला आणलं, ते ही कहाणी आपल्याला सांगते. तिला दोन्ही हातांशिवाय जगायला शिकावं लागलं. अतीव दु:खानं जेव्हा स्वत:च्या डोळ्यांतून अश्रू वाहू लागतात आणि ते पुसायलासुद्धा आपण असमर्थ ठरतो, त्या वेळेला कसं वाटत असेल? खाली बसलं, तर टेकायला हात असल्याशिवाय उठायचं कसं? काय वाटतं अशा वेळेला...?

मारिआतू आपल्याला अशा सगळ्या अनुभवांविषयी सांगते. आणखीही बरंच सांगत जाते. तिचं निरागस बालपण कसं हरवून गेलं, तिच्या वाट्याला फसवणूक कशी आली आणि अखेर या अतिशय बिकट, रक्त गोठवून टाकणाऱ्या प्रसंगातून ती कशी सावरली. सिएरा लिओन देशातल्या ग्रामीण लोकांचा घट्ट विणलेला एकसंध समाज होता, तेथे विनयशील संस्कृती होती, एकमेकांबद्दल जिव्हाळा होता याचं ती वर्णन करते. आणि पूर्ण अभ्यासाअंती अशा निष्कर्षाला येते की, या युद्धामुळे त्या समाजात जणू वणवा पेटला. सगळीकडे संशय आणि अविश्वासाचा नंगानाच सुरू झाला. शेजारी शेजाऱ्याविरुद्ध उठला, मुलं मुलांशी सूड घेतल्यासारखं

वागू लागली आणि तरणी पोरं प्रत्यक्ष जन्मदात्यांविरुद्ध दंड थोपटून उभी राहू लागली.

नेमक्या वेळी साध्या शब्दांत सांगितलेली ही कहाणी वाचताना, ती सांगणारी किती निष्पाप आहे, हे तर कळतंच. परंतु, युद्धाच्या वेड्या धुमश्चक्रीत निरागस बालकांचा किती प्रकारे अनन्वित छळ झाला त्याची खोलवर घायाळ करणारी कहाणी वाचणाऱ्याला अस्वस्थ करून सोडते....

''युद्धाच्या काळात जे काही घडलं, ते सांगायला सुरुवात करणं फार कठीण आहे. पण एकदा सुरुवात झाली की, सगळं सांगून टाकावंच लागतं....''

एप्रिल, २००७ मध्ये आम्ही भेटलो, तेव्हा मारिआतू सांगत होती. मला असं वाटतं की, तिच्या जीवनातल्या प्रत्येक बाबतीत तिनं हेच धोरण ठेवलेलं असावं.

तिच्या चेहऱ्यावरचं तेज आणि आनंद पाहताना असं वाटत नाही की, स्वत:ला आवडणाऱ्या सगळ्या वस्तूंना आणि व्यक्तींना 'टाटा' करत तिने कधीतरी या जगाचा अकाली निरोप घ्यायचा प्रयत्न केला असेल म्हणून. या विलक्षण तरुणीला भेटल्यावर 'युद्धपीडित' या शब्दाबद्दलची आपली संकल्पनाच बदलून जाते.

माध्यमं नेहमीच आपल्यासमोर आणत असतात की, युद्धात सापडलेल्या निरपराध मुला-माणसांना कसे आघात, हालअपेष्टा सोसाव्या लागल्या; पण तशाही परिस्थितीवर मात करून, त्यातून सावरून, पुन्हा माणुसकीनं वागण्याची त्यांच्यात असलेली ताकद आणि हिंमत दाखवायला मात्र हे प्रसिद्धिमाध्यमवाले विसरतात.

मारिआतूची कहाणी हा विसरला जाणारा माणुसकीचा संदर्भ आपल्यापुढे मांडते. युद्धपरिस्थितीचा बळी ठरणं म्हणजे काय आणि त्यातून वाचल्यानंतर पूर्ण आयुष्याचा पट नव्यानं मांडून उमेदीनं जगायला सुरुवात करणं म्हणजे काय, या दोन्ही गोष्टी आपल्याला मारिआतूच्या कहाणीवरून एकाच वेळी समजून येतात.

या पुस्तकाच्या निमित्तानं जग मारिआतूला भेटेल, ही माझ्या दृष्टीनं अतिशय समाधानाची गोष्ट!

– ईस्माईल बे

न्यू यॉर्क, जून, २००८

मारिआतू कामारा आणि पत्रकार सुझन मॅक्लेलँड यांच्या घनिष्ठ स्नेहसंबंधाचं फलित म्हणजे 'द बाइट ऑफ द मँगो'. यांच्या वारंवार होणाऱ्या भेटींमध्ये मारिआतूने स्वत: अनुभवलेल्या भयानक क्षणांचं आणि यशस्वी प्रसंगांचंही साद्यंत वर्णन तिला ऐकवलं आणि सुझनने लिहिली तिची थरारक कहाणी 'द बाइट ऑफ द मँगो.'

अफ्रिका आणि सिएरा लिऑन

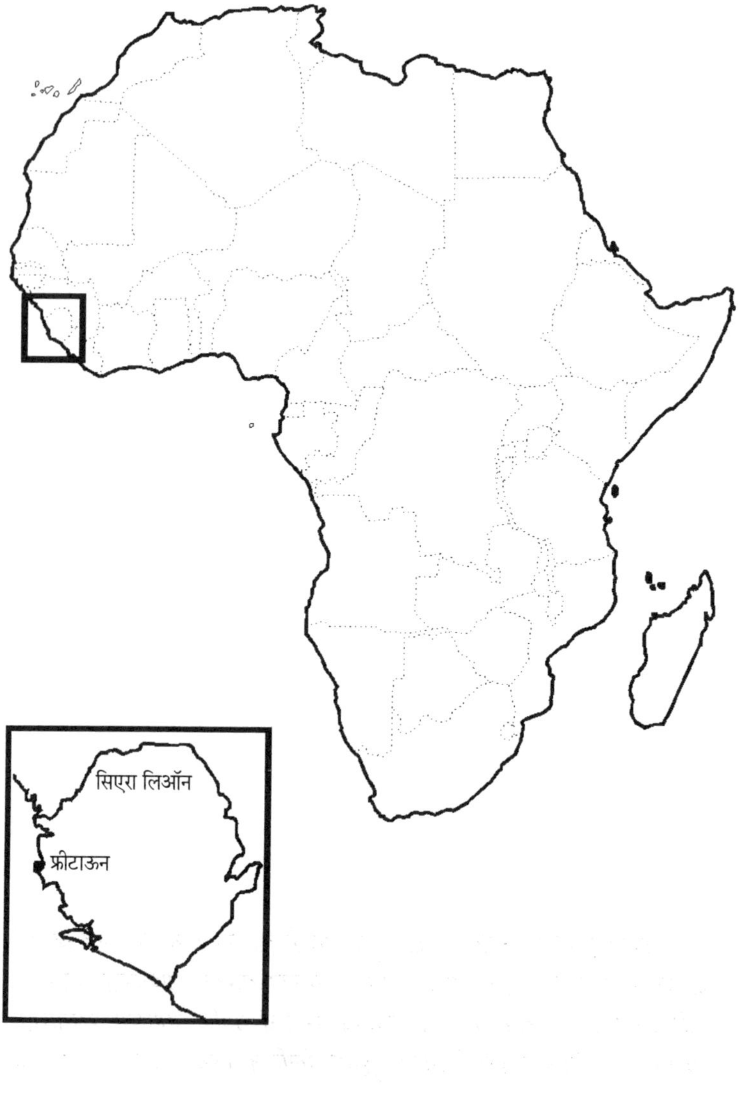

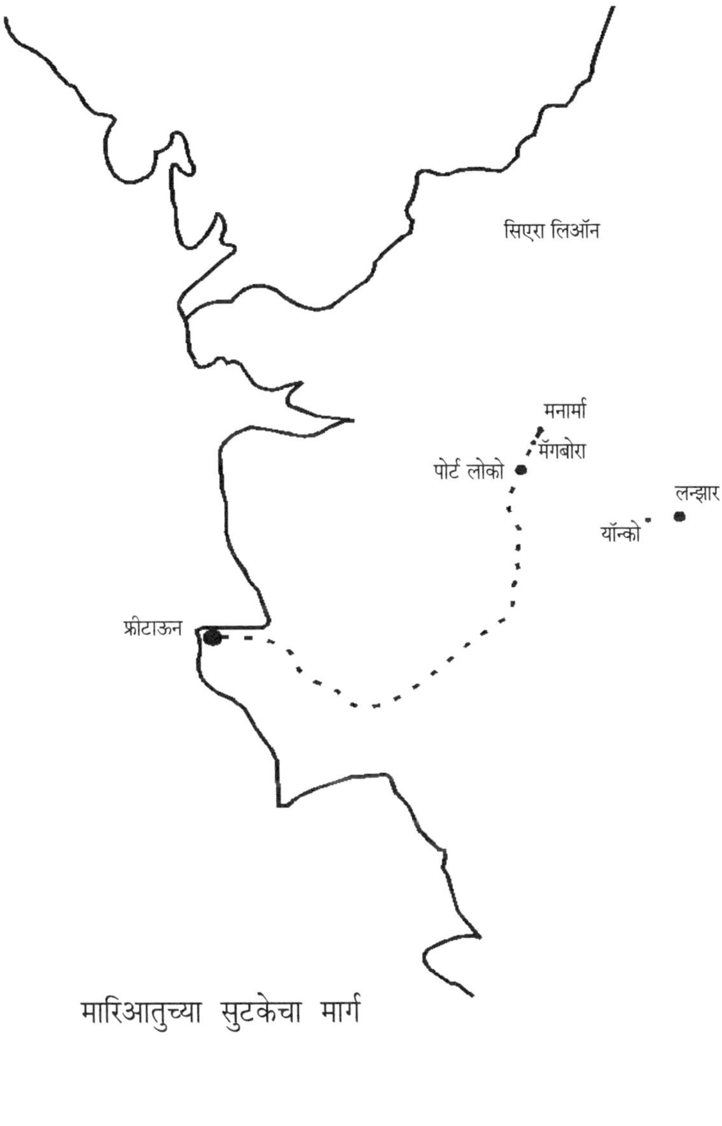

मारिआतुच्या सुटकेचा मार्ग

एक

माझं नाव मारिआतू आणि ही आहे माझ्या जगण्याची गोष्ट. गोष्टीची सुरुवात माझ्या अकराव्या वर्षी झाली. त्या वेळी मी सिएरा लिओनमधल्या एका लहानशा खेड्यात राहत होते. घरात माझी आत्या, आजोबा आणि भावंडं होती.

तान्ही असल्यापासून मी माझ्या वडिलांची बहीण मारी आणि तिचा नवरा अली यांच्याकडेच राहत होते. मी त्यांना मोठ्या प्रेमानं 'या' (आई) आणि 'पा' (बाबा) म्हणत असे. माझ्या देशात असं सर्रास चालत असे. आम्हां खेड्यातल्या मुलांना त्यात काही वेगळं वाटत नसे, कारण बऱ्याच जणांना जन्मदात्या आई-वडिलांपेक्षा; दुसरेच नातलग लहानाचं मोठं करीत.

आमच्या गावाचं नाव 'मग्बोरौ.' हे छोटंसं खेडं होतं. सिएरा लिओनमध्ये अशी छोटी छोटीच गावं होती. साधारण दोनशे लोकवस्तीचं आमचं गाव. गावात एकूण आठ घरं होती. मातीच्या भिंती आणि लाकडाचं नाहीतर पत्र्याचं छप्पर. एकेका घरात बरीच कुटुंबं राहायची. मोठी माणसं लहान खोल्यांमध्ये झोपायची आणि सगळी लहान मुलं एकत्र पुढच्या मोठ्या बैठकीच्या खोलीत झोपत असत. त्याला म्हणायचं 'पार्लर'. सगळे जण एकमेकांशी मोकळेपणानं गप्पागोष्टी करायचो, एकमेकांना मदतही करत होतो.

सगळ्या बायका मिळून स्वयंपाक करायच्या. पुरुषमंडळीसुद्धा सगळे मिळून घराची दुरुस्ती वगैरे करत, छपराची शाकारणी करीत असत आणि आम्ही सगळी मुलं एकत्रच हुंदडायचो.

आमच्या गावाचं एकही मूल शाळेत जात नव्हतं. मग्बोरौमधल्या सगळ्या कुटुंबांसारखंच आमचं कुटुंबही फार गरीब होतं. मारी म्हणायची, "आमच्याबरोबर तू शेतात येत जा. आम्हाला तिकडे मदतीची गरज असते."

कधी-कधी श्रीमंत कुटुंबातली आणि मोठ्या गावातली मुलं शाळेत जाताना किंवा येताना मग्बोरौमधून जात. त्यातली काही जणं फ्रीटाउनच्या बोर्डिंग स्कूलमध्ये होती. फ्रीटाउन हे सिएरा लिओन देशाच्या राजधानीचं शहर. बोर्डिंग स्कूलमध्ये जाणाऱ्या मुलांकडे पाहिलं की, मला स्वत:बद्दल वाईट वाटायचं. मला तर अजून मोठं शहर दिसतं कसं, तेही माहिती नव्हतं. ते पाहायला मिळावं असं फार वाटायचं.

साधारण वयाच्या सातव्या व्रर्षापासूनच पाण्यानं भरलेला मोठा प्लॅस्टिकचा ड्रम किंवा मक्याच्या कणसांची टोपली मी डोक्यावर वाहून नेत असे. तेवढी ताकद माझ्या अंगात होतीही. रोज सकाळी गावाबाहेरच्या शेतात मी पेरणी नाहीतर कापणीचं (मोसमाप्रमाणे) काम करत असे. गावात कुणा एकट्याच्या मालकीची जमीन नव्हती. सगळे जण शेतात काम करून उत्पन्न वाटून घेत. दर चार वर्षांनी किंवा ठराविक काळानंतर अदलूनबदलून पिकं घेतली जात. कस्सावा (कस्सावा बटाट्यासारखा असतो.), भुईमूग, तांदूळ, काळीमिरी, रताळी वगैरे.

मारी आणि अली यांच्या घरात राहणारे आम्ही सर्व जण काही एकमेकांचे जवळचे, रक्ताचे नातेवाईक नव्हतो; पण आम्ही एकमेकांना काका, आत्या, भाऊ, बहिणी मानायचो आणि खूप सलोख्यानं राहायचो. मला जेव्हा मारीनं छोटं बाळ असताना घरात आणलं, तेव्हा मोहम्मद आणि इब्राहीम हे दोघे भाऊ अगोदरपासूनच तिथे राहत होते.

मोहम्मद साधारण सतरा वर्षांचा होता. मला नक्की सांगता यायचं नाही कारण खेड्यातले लोक काही तेव्हा वाढदिवस साजरे करत नव्हते; त्यामुळे बहुतेकांचं नक्की वय ठाऊक नसायचं. मोहम्मद छान गुबगुबीत होता. सौम्य चेहरा आणि प्रेमळ डोळे. तो नेहमी सगळ्यांना हसवायचा. अगदी प्रेतयात्रेतसुद्धा.

गावातल्या कुणाचं निधन झालं की, सगळे जण तीन दिवस घरात राहून दुखवटा पाळीत. कुणीही त्या काळात काम करत नसे. आम्ही सगळे जण गोलाकार बसून राहत असू आणि मोठी माणसं रडत असत. अशा वेळी मोहम्मद गोलाच्यामध्ये उभा राहून असं काही बोलायचा की, सगळे रडणं विसरून हसू लागत. वातावरण हलकं होऊन जात असे.

''तुम्ही सगळे जर का असेच रडत राहिलात ना, तर आवाज ऐकून, वर गेलेले सगळे उलट्या पायांनी चालत येतील आणि तुम्हालाच उचलून घेऊन जातील,'' तो म्हणायचा.

रडणारी माणसं अवाक् होऊन त्याच्याकडे पाहायला लागायची. मग तो हळुवार आवाजात समजावल्यासारखं सांगायचा, ''हो ना! खरंच सांगतोय मी! अरे बाबा, त्यांची वेळ आली म्हणून ते गेले वर. पण त्यांच्यामागे तुम्ही असं रडत दिवस घालवलेले त्यांना कसं आवडेल? त्यांना नाही का वाईट वाटणार?''

मोहम्मद खरोखर फार चांगल्या स्वभावाचा होता. जेव्हा जेवण कमी पडायचं, तेव्हा त्याच्या वाट्याचं अन्न तो मला किंवा दुसऱ्या एखाद्या लहान मुलाला देऊन म्हणायचा, ''हे तू खा. तू अजून लहान आहेस. तुला मोठं व्हायचंय.''

इब्राहीमसुद्धा मोहम्मदसारखाच होता. त्याच्यापेक्षा एकाच वर्षानं मोठा होता. उंच आणि शिडशिडीत. जरा दादागिरी करायचा. शेतात काम करताना तो नेहमी आम्हा मुलांना काय करायचं, कसं करायचं ते सांगत असे. त्याचं ऐकलं नाही की,

आरडाओरडा करायचा. नाहीतर कुदळ, फावडं समोर जे दिसेल त्या अवजाराला लाथेनं उडवायचा. कधीकधी त्याला अशा वेळी एकदम फिट यायची. तो आचके द्यायला लागायचा, डोळे फिरवायचा आणि त्याच्या तोंडाला फेस यायचा.

बऱ्याच वर्षांनंतर, म्हणजे मी जेव्हा उत्तर अमेरिकेत राहायला गेले, तेव्हा मला कळलं की, त्याला हा जो त्रास होत असे, त्याला 'अपस्मार' (epilepsy) म्हणतात.

आमच्या मग्बोरौ गावाचं वातावरण एकदम जिवंत असायचं. बकऱ्या, कोंबडीची पिल्लं इकडं-तिकडं धावत असायची. कधी ती पायाखालीपण यायची. दुपारी माझी सगळी भावंडं आणि मित्रमैत्रिणींबरोबर मी लपंडाव खेळायची. त्यात माझी एक खास मैत्रीण असायची. तिचं नावसुद्धा मारिआतू होतं. ती ज्या क्षणी मला भेटली, तेव्हापासूनच आमची एकदम गट्टी जमून गेली. दोघींचं नाव एकच होतं या गोष्टीची आम्हाला इतकी मजा वाटायची की आम्ही खूप खूप हसायचो. इतरही गोष्टींवरून सारख्या हसत राहायचो.

आम्ही शेतात काम करण्याएवढ्या वयाच्या झालो, तेव्हा पहिल्या वर्षी आपापल्या घरच्यांकडे हट्टच धरला की, आम्ही शेजारी-शेजारी बी पेरणार, म्हणजे आम्हाला सतत एकमेकींबरोबर राहायला मिळेल. रात्रीपण आम्ही बरोबरच असायचो. ड्रम वाजवून गाणाऱ्या लोकांच्यात जाऊन नाच करत असू. आठवड्यातून किमान एकदा तरी गावात नाचगाण्याचा कार्यक्रम व्हायचा. त्या वेळी तो पाहायला अख्खा गाव गोळा होत असे.

अशा कार्यक्रमात मी नेहमी सैतानाचं काम करत असे. लाल काळ्या रंगाचा भडक पोशाख घालून. थोडा वेळ नाचून झालं की, लोकांच्यात शिरून त्यांना घाबरवायचं, पकडायला जायचं. सैतान असंच करतो ना!

माझे आई-वडील दुसऱ्या खेडेगावात राहत होते. त्या गावाचं नाव योन्क्रो. मी काही नेहमी त्यांना भेटायला जात नसे; पण दहा वर्षांची असताना एकदा गेले होते. असंच एके दिवशी, संध्याकाळची जेवणं झाल्यावर आम्ही घराबाहेर मोकळ्या अंगणात बसलो होतो. वरती स्वच्छ आभाळात चंद्र आणि चांदण्या चमकत होत्या. आपले लांबलचक पाय एकमेकांवर घासून रातकिडे, आमच्या आजूबाजूची दाट झुडपं किर्र आवाजानं भरून टाकत होते. संध्याकाळी शिजवलेल्या भाताचा, चिकनचा आणि मिरीच्या पानांच्या भाजीचा वास आसमंतात अजून रेंगाळत होता. माझ्या वडिलांच्या मनात काय आलं कुणास ठाऊक? त्यांनी पूर्वीच्या हकिकती सांगायला सुरुवात केली. मी त्यांच्या मोठ्या बहिणीकडे म्हणजे मारीकडे राहायला गेले, त्याच्या आधीच्या त्या घटना होत्या.

तंबाखू भरलेल्या एका लांब पाइपचे झुरके घेत वडील सांगत होते, "तू जन्माला आलीस, तो फार शुभ दिवस होता. तुझा जन्म हॉस्पिटलमध्ये झाला."

मला माहिती होतं, आमच्या गावाच्या दृष्टीनं ही फार विशेष घटना होती, कारण बहुतेक स्त्रिया घरीच बाळंत होत असत.

"तुझी आई खूप जास्त सिगरेटी ओढायची. तुझ्या जन्माच्या कळा सुरू झाल्या तेव्हापर्यंत सिगरेटी ओढतच होती. मग एकदम तिला जोराचा रक्तस्राव सुरू झाला. तू जन्माला आल्याबरोबर डोळे गरगरा फिरवू लागलीस. ताबडतोब तिथल्या नर्सनी तुला कसलं तरी औषध दिलं, तेव्हा कुठं तुझी नजर स्थिर झाली. त्या वेळी जर तू हॉस्पिटलमध्ये नसतीस तर आंधळीच झाली असतीस."

हे ऐकून मी शहारले! बापरे! दिसलं नसतं, तर कसं झालं असतं माझं जीवन?

वडील पुढे सांगू लागले, "त्या दिवशी खूप पाऊस होता आणि थंडीही होती. हीच भाग्यवंताची खूण असते ना!"

ते मोठ्याने हसले.

"तुला सांगून ठेवतो, लग्नाच्या दिवशी पाऊस आला किंवा पाऊस पडत असताना मूल जन्माला आलं, तर ते फार भाग्याचं लक्षण समजलं जातं."

माझे वडील 'बुशचं* मटण' विकून त्यावर चरितार्थ चालवीत असत. शेजारच्या शहरात सणासुदीच्या वेळी भरणाऱ्या बाजारात बसून ते हे मटण विकत. त्यासाठी जंगलात जाऊन बुश प्राण्यांची शिकार करावी लागे; पण ते बहुधा पटाईत शिकारी नसावेत, कारण मारीकडून मला समजलं होतं की, त्यांना जास्त पैसे मिळत नव्हते. शिवाय सारखं-सारखं तुरुंगात जावं लागे त्यामुळेसुद्धा ते कायम अडचणीत असायचे.

गावाच्या मध्यभागी एक लाकडाचा मोठा पिंजरा होता. त्यातच कैद्यांना ठेवत असत. त्यामुळे रस्त्याने जाणारा-येणारा प्रत्येक जण त्यांच्याकडे पाहत असे.

सिएरा लिओनमध्ये अशी पद्धत आहे की, मुलींनी सगळा वेळ इतर बायका किंवा मुलींबरोबरच घालवावा. वडील, काका, आजोबा यांच्याबरोबर बोलायची फारशी वेळ येत नाही. त्यामुळे अशा प्रकारे वडिलांबरोबर बोलत बसायला मला खूप आवडत होतं आणि मी, त्यांचं बोलणं लक्ष देऊन ऐकत होते. मी मारी आणि अली यांच्याकडे कशी राहायला गेले, याबद्दल ते सांगत होते.

सिएरा लिओनमध्ये बऱ्याच पुरुषांना दोन बायका असतात. तशी माझ्या वडिलांनीही दोन लग्नं केली. त्यातल्या थोरलीचं नाव सांपा. आणि धाकटी अमीनातू म्हणजे माझी आई. सांपाला दोन मुलगे झाले, पण एक वर्षाच्या आतच दोघांनीही जगाचा निरोप घेतला. तिला जेव्हा तिसऱ्यांदा दिवस गेले, 'तेव्हा तिचं हे तिसरं मूल

** आफ्रिकेत 'बुश' नावाचा मोठ्या डोळ्यांचा, खारीसारखा दिसणारा सस्तन निशाचर प्राणी आढळतो. हा हाताने किडे, पाली पकडून खातो. याची शिकार धनुष्यबाणाने केली जाते. अशी शिकार करणाऱ्या विशिष्ट भटक्या जमातीला 'बुशमन' म्हणतात.*

मारी सांभाळायला नेईल काय?' असं वडिलांनी तिला विचारलं. त्यांना वाटत होतं की, म्हणजे तरी सांपाचं मूल जगेल. त्याप्रमाणे सान्टिगीला (माझा सावत्र भाऊ) मारीनं स्वत:कडे नेलं. सान्टिगी माझ्यापेक्षा तीन वर्षांनी मोठा होता.

इकडे अमीनातूला म्हणजे माझ्या आईला दिवस गेले आणि माझ्या थोरल्या बहिणीचा जन्म झाला. सांपाला काही हे आवडलं नाही. ती फार मत्सरी होती. नवऱ्याचं सगळं लक्ष स्वत:कडेच असावं, असं तिला वाटत असे. जेव्हा माझ्या बहिणीचा जन्म झाला, तेव्हा वडिलांशी गोड-गोड बोलून तिनं सान्टिगीला मारीकडून परत घेऊन यायला लावलं.

माझी आई स्वभावानं फार चांगली होती. तिला दुसऱ्यांदा दिवस गेले, तेव्हा माझे वडील आणि मारी दोघांनाही बरं वाटावं, म्हणून तिनं मारीला सांगितलं, ''हे बघ मारी, आता मला जे मूल होईल, ते तू घेऊन टाक. मुलगा आहे की मुलगी, ते मला माहिती नाही पण ते तुझं असेल; कायमचं. मी परत मागणार नाही. तुझं म्हणूनच तू त्याला मोठं कर.''

अशा तऱ्हेनं आईचं दूध तुटल्यावर लगेचच मी मारीकडे राहायला गेले. मी तीन वर्षांची झाले तेव्हा काहीतरी कारण काढून सांपाने पुन्हा सान्टिगीला मारीकडे राहायला पाठवून दिलं. कारण काय झालं, ते वडिलांना आठवत नव्हतं.

मारीकडे माझी आणि सावत्र भावाची छान गट्टी जमली. आम्ही चटईवर शेजारी-शेजारी झोपायचो, एकाच ताटात जेवायचो, नदीवर अंघोळीला गेलो की, एकमेकांच्या पाठी घासून द्यायचो आणि चोवीस तास एकमेकांच्या खोड्या काढत राहायचो; पण तीन वर्षांनंतर सांपानं पुन्हा त्याला स्वत:जवळ राहायला न्यायचं ठरवलं. त्याला जायचंच नव्हतं. मलापण त्याला सोडायचं नव्हतं; पण मारीला आणि मला, त्याला त्याच्या आईकडे नेऊन सोडावंच लागलं.

एव्हाना माझी आई आणि सांपा या दोघींमध्ये सवतीमत्सर विकोपाला गेलेला होता. त्यांच्यात सतत भांडणं-मारामाऱ्या व्हायच्या. त्या दोघी इतक्या तारस्वरात ओरडायच्या, इतक्या भरभर बोलायच्या की, कशावरून भांडताहेत तेच समजत नसे. एवढंच नाही, एकमेकींच्या झिंज्या उपटायच्या, पचापच अंगावर थुंकायच्या, लाथा घालायच्या. असला प्रकार सुरू झाला की, मी आणि सान्टिगी घाबरून मागे-मागे सरपटत थेट भिंतीला पाठी लावून बसायचो. मोठ्या-मोठ्या डोळ्यांनी टक लावून बघत राहायचो आणि मग येणारं हसू बाहेर फुटू नये म्हणून तोंडावर हात दाबायचो. खरोखर दोन मोठ्या-मोठ्या बायका (आमच्या आया) एकमेकींच्या उरावर बसतायत, डोळे गरागर फिरवतायत, त्यांच्या छात्या अस्ताव्यस्त झालेल्या, कपडे कमरेच्या वर सरकलेले... फारच विचित्र आणि विनोदी दृश्य असायचं ते.

माझ्या आईची आणि सांपाची भांडणं पाहिली की, मला मारीच्या घरी ठेवलं

आहे, याचा मला खूप आनंद व्हायचा; पण सान्टिगीलासुद्धा तिथेच राहायला मिळावं असं वाटत असे.

त्याला आईकडे पोहोचवून मारी आणि मी माग्बोरौला परतलो. थोड्याच दिवसांनंतर कुणीतरी सान्टिगीच्या आजारपणाची बातमी आणली. म्हणजे त्याचं पोट एखाद्या गरोदर बाईसारखं फुगलंय. हातापायाच्या नुसत्या काड्या झाल्या आहेत. तो इतका अशक्त झालाय की, त्याला अंथरुणावरून उठतापण येत नाही. गावातल्या वैदूबाईनं सगळी औषधं दिली. कसलाच गुण आला नाही. त्या वेळी त्याला हॉस्पिटलमध्ये ठेवण्याइतके पैसेही वडिलांजवळ नव्हते आणि एका मध्यरात्री सान्टिगी वारला.

त्याच्या मृत्यूनंतर माझ्याबाबतीत एक विचित्र गोष्ट घडली. एक दिवस मी रस्त्यानं चालले होते, तर मला सान्टिगीचा आवाज स्पष्ट ऐकू आला. वाटलं, तो मला हाका मारतो आहे. वळून पाहते, तर कुणीच नव्हतं. पुढच्या एक वर्षभर असं घडत राहिलं. मला नेहमी वाटायचं, सान्टिगीचा आत्मा आपली सोबत तर करत नसेल ना?

त्या रात्री जेव्हा माझ्या वडिलांनी, मला माझ्या तान्हेपणीच्या गोष्टी सांगितल्या होत्या, तेव्हा ते सांगता-सांगता मध्येच थांबले होते. गावाच्या मध्यवर्ती ठिकाणाहून मोठमोठ्यानं ड्रम वाजवून गाण्याचे आवाज येऊ लागले होते. त्या दिवशी त्यांच्या गावच्या लोकांनी एकत्र येण्याचा दिवस होता. सर्वांनी एकत्र यायचं, गप्पागोष्टी करायच्या, गाणी म्हणायची, नाचायचं असा आठवड्यातला ठरावीक दिवस असे. मग्बोरौमध्येही आम्ही असंच करत होतो.

मी हलक्या आवाजात म्हटलं, "थँक्यू पा!"

त्यांनी मान हलवली आणि उठून झोपडीत गेले. सगळ्यांबरोबर नाचायला निघून गेले.

आदमसी ही मारीची सगळ्यात धाकटी मुलगी. ती अगदी तान्ही होती, तेव्हा माझ्या आजीकडे राहायला गेली होती आणि दहा वर्षांची झाल्यावर परत आली. मी तेव्हा सात वर्षांची होते. तेव्हा कुठे मला थोडं-थोडं कळायला लागलं की, सांपा आणि माझी आई एकमेकींचा मत्सर का करत होत्या, ते. मारी जेव्हा आदमसीला थोडं जास्त खायला द्यायची, नवे कपडे शिवायची तेव्हा मला राग यायचा. मी मोठ्यानं ओरडून मारीला म्हणायची, "ती तुझी स्वत:ची मुलगी आहे, म्हणून तू तिचेच लाड करतेस."

माझी आत्या शांतपणे म्हणायची, "तसं नाहीये बाळा." पण माझी कुरकुर चालूच राहायची. मग मात्र तिची सहनशक्ती संपायची आणि ती टामालांग्बा बाहेर काढायची. टामालांग्बा म्हणजे एक लवचीक वेलीचा बनवलेला चाबूक. त्यानं माझ्या टेरीवर दोन-चार फटके मारत एकीकडे मला ताकीद द्यायची, "खबरदार असलं काही बोलशील तर. ते मुळीच खरं नाही. मी असा कोणताच भेदभाव करत नाही. कळलं तुला?"

मी आदमसीवर जळायची; तरीपण बहीण असणं मला आवडायचं आणि मी

तिच्याशी कुचकटपणे वागले, तरी आदमसी माझ्याशी चांगलंच वागायची. कधी-कधी तिच्यातलं जेवण मला द्यायची. मी खेळताना फाडलेले कपडे शिवून द्यायची.

मी जेव्हा माझ्या आई-वडिलांकडे गेले होते, त्याच वर्षी मला असं कळलं की, अलीच्या एका मित्रानं मला लग्नाची मागणी घातली होती. त्याचं नाव सालेऊ. तो आमच्या गावात राहत नव्हता; पण त्याचे काही नातलग राहत होते. तो त्यांच्याकडे नेहमी यायचा. एक दिवस मी सगळ्या मुलांबरोबर खेळत होते, तेव्हा तो सरळ माझ्याजवळ आला. इतका जवळ उभा होता की, त्याचे गरम श्वास माझ्या गालाला जाणवत होते.

"हे बघ, ऐकून ठेव. तू मोठी झाल्यावर मी तुझा नवरा होणार आहे," त्यानं सांगून टाकलं.

मी घाबरलेच. तो गेल्याबरोबर धावत जाऊन आदमसीला गाठलं. "आदमसी, ह्या बुड्ढ्याला काय हवंय गं माझ्याकडून?"

ती हसत-हसत म्हणाली, "अगं, त्याला तुझी पप्पी घ्यायची असेल."

"शी: ऽऽऽ! वैतागच आहे नुसता!"

आदमसी माझ्या फिरक्या घेत सुटली. ती म्हणाली, "हे तर काहीच नाही. एखादे दिवशी तुझं लग्न त्या अबोऊबरोबरपण लावून देतील!"

अबोऊ म्हणजे आमच्या गावातला चेष्टेचा विषय होता. या माणसाची बायको मेली होती. दिवसभर झोपडीच्या पडवीत बसून तो नुसता जमीन न्याहाळत बसलेला असे. त्याच्या उल्लेखाबरोबर आम्ही दोघीही खिदळायला लागलो.

मग आम्ही दोघींनी एक खेळच सुरू केला. गावातल्या सगळ्या पुरुषांची नावं आठवून-आठवून तरुण पोरींबरोबर त्यांच्या जोड्या जमवत बसलो. मी आदमसीची जोडी गावच्या प्रमुखा(चेअरमन)बरोबर जमवली. ते म्हणजे आमच्या मग्बोरौचे महापौरच होते म्हणा ना! उंच, सडपातळ देहयष्टीचे, पोक्त... त्यांचा मोठा कुटुंबकबिला होता.

त्या दिवशी सालेऊनं मला हटकल्यानंतर थोड्या दिवसांनी तो आणि त्याचे आई-वडील, अली आणि मारी यांच्याशी बोलणी करण्यासाठी आमच्या घरी आले. खरं म्हणजे रात्र झाली होती आणि सकाळी शेतात कामाला जाण्याकरता आम्हाला लवकर उठायचंही होतं. तरीसुद्धा ते लोक आल्यावर आदमसीला आणि मला खेळायला घराबाहेर पाठवलं; पण आम्ही वस्ताद! सरळ बाहेर गेलो आणि खिडकीखाली दबा धरून बसलो. बगळ्यासारख्या माना उंच-उंच करून ऐकायचा प्रयत्न करत होतो; पण आतलं बोलणं इतकं हळू आवाजात चाललं होतं की, एक शब्द कानावर पडला असेल, तर शपथ!

दुसऱ्या दिवशी सकाळी आम्ही शेतात रताळी लावत होतो, तेव्हा मला बाजूला

नेऊन मारीनं कोरड्या आवाजात सांगितलं की, ते लोक मला सालेऊकरता लग्नाची मागणी घालायला आले होते आणि काही वर्षांनंतर मी सालेऊची दुसरी बायको होणार, असं ठरलं आहे.

"मला नाही सालेऊशी लग्न करायचं," मी म्हटलं, हातातलं काम थांबवून माझ्याकडे कठोरपणे पाहत मारीनं सांगितलं, "हे बघ मारिआतू, तो माझ्या नवऱ्याचा मित्र आहे. तुला जर तोपर्यंत दुसरा कुणी सापडला नाहीतर तुला त्याच्याशीच लग्न करावं लागेल."

याच्या बरंच आधीपासून माझ्या मनात एकाबद्दल मृदू भावना उमललेल्या होत्या. त्याचं नाव मुसा. माझ्याहून एक-दोनच वर्षांनी मोठा... गोड छोकरा होता. शेजारच्या गावात राहायचा. अगदी लहानपणापासून आम्ही एकमेकांना ओळखत होतो. लावणी, कापणी, मळणी अशा कामांसाठी आई-वडिलांबरोबर यायचा. आमचं शेत एकत्रच होतं. आठवड्याच्या नाचगाण्याच्या कार्यक्रमाच्या वेळीसुद्धा त्याच्या कुटुंबाबरोबर तो यायचा.

एका दुपारी खणण्याच्या कामातून थोडी विश्रांती घेऊन आम्ही दोघं झाडाच्या सावलीत बसलो. शेजारी बसून गप्पा मारल्या. इतर मुलामुलींविषयी बोललो. नदीत उतरून एकमेकांच्या अंगावर यथेच्छ पाणी उडवलं आणि नंतर काठावर बसून पाण्यात पाय सोडून पुन्हा भरपूर गप्पा मारल्या. मग आमचा हा रोजचाच कार्यक्रम झाला. काम लवकर संपवायचं, झाडाखाली सावलीत बसून गप्पा मारायच्या, मग नदीत पोहायचं आणि त्यानंतर थंड पाण्यात पाय सोडून पुन्हा बोलत बसायचं.

मला मुसाबरोबर वेळ घालवायला आवडायचं. त्याच्याबरोबर असताना सर्वांगाला कसं उबदार वाटायचं!

एके दिवशी माझा हात हातात घेऊन मुसा म्हणाला, "मारिआतू, आपण मोठे झालो की, लग्न करू या. मग आपल्याला मुलं होतील. तुला किती मुलं आवडतील? भरपूर ना?"

नंतर मी जेव्हा हे मारीला सांगितलं, तेव्हा ती फटकारल्यासारखं बोलली, "त्या मुसाचा बाप आहे पैसेवाला. तो काय तुझ्यासारख्या दरिद्री मुलीशी लग्न लावणार आहे त्याचं? शक्यच नाही!"

हे ऐकल्यावर माझ्या पोटात एकदम ढवळल्यासारखं झालं. मला पुढे जे बोलायचे होते, ते शब्द मी गिळून घेतले. कारण आमच्या सिएरा लिओनमध्ये वडील माणसांना उलट उत्तरं देण्याची किंवा त्यांच्यापुढे बोलण्याची मुलांची टाप नव्हती. तो उद्धटपणा समजला जाई. त्या रात्री झोपायला गेले, तेव्हा उशीत डोकं खुपसून मी खूप-खूप रडले; पण अजिबात आवाज फुटू दिला नाही. कारण मला आदमसीलादेखील मी रडतेय ते कळू द्यायचं नव्हतं.

दुसऱ्या दिवशी शेतावर मुसा दिसला, तेव्हा रात्रीचं सगळं विसरून मी त्याच्याकडे पाहून हसले. माझ्या मनात आलं,

'त्याचे वडील जेव्हा आम्हाला असं ऐकमेकांवर खूश झालेलं पाहतील, तेव्हा ते नक्कीच आमच्या लग्नाला परवानगी देतील.' मला आठवण झाली माझ्या वडिलांच्या शब्दांची. त्यांनी सांगितलं ना, मी खूप नशीबवान आहे म्हणून? मला वाटलं याही बाबतीत मी नशीबवान ठरेन.

पण नंतर बंडखोरांनी आमच्यावर हल्ला केला, आमचं सर्वस्व लुटलं आणि सगळंच उलटंपालटं होऊन गेलं!

मी अकरा वर्षांची होते, त्या उन्हाळ्यात या सगळ्या विध्वंसाची सुरुवात झाली. युद्धाचे वारे सिएरा लिओनच्या वेशीपर्यंत पोहोचले होते. आमच्या चेअरमनना अशी खबर मिळाली की, हिंसक बंडखोर देशाच्या पूर्व भागाकडून गावं उद्ध्वस्त करीत, लोकांना जिवे मारत मग्बोरौच्या दिशेनं येऊ लागले आहेत. हे बंडखोर देशाच्या सर्व भागातून एकत्र झाले होते. त्यात निरनिराळ्या जमातीचे तरुण होते. काही आमच्या 'टेम्ने' टोळीतलेही होते. मला हे कळत नव्हतं की, गरीब लोकांना ठार मारून किंवा त्यांची खेडी लुटून त्यांना काय मिळणार होतं? आमच्या वाट्याचं अन्न ते कशासाठी लुबाडून नेत होते? आणि आमची घरं का काबीज करत होते? पण ते तसं करत होते एवढं खरं!

बंडखोरांना सरकार उलथून टाकायचं होतं, कारण त्यांच्या मते सरकार भ्रष्ट होतं आणि लोकांना मदत करीत नव्हतं.

'बंडखोर येत आहेत' अशी खबर आली रे आली की, आमचे चेअरमन सगळ्या गावकऱ्यांना जंगलात पिटाळीत. पहिल्यांदा जेव्हा असं झालं, तेव्हा घाबरून, बरोबर काहीही न घेता आम्ही सगळे घरं सोडून जंगलात लपायला गेलो. अनेक दिवस तिथेच लपत-छपत काढले. शेवटी अशी वेळ आली की, भुकेनं सगळे जण कासावीस झाले. पोटातून विव्हळल्यासारखे आवाज येत होते. नंतर गावात सुरक्षित परतल्यावर मारी आणि अली यांनी एक योजना ठरवली. तांदुळाच्या रिकाम्या पोत्यांमध्ये वाळवलेल्या भाज्या आणि कसावा भरून ठेवले. काही पोत्यांत आमचे कपडे आणि पांघरुणं भरून ठेवली. त्यानंतर 'बंडखोर येत आहेत' असं चेअरमनने जाहीर केलं की, आम्ही सगळे एकेक पोतं डोक्यावर घेऊन रांगेनं अलीच्या मागून जंगलात जाऊ लागलो.

काही दिवसांनंतर जंगलात जाऊन लपण्याचीदेखील आम्हाला सवय झाली. जंगलातल्या मोकळ्या जागेत आम्ही आपापल्या चटया पसरून राहायला सुरुवात करायचो. कधी-कधी महिनाभरसुद्धा राहावं लागायचं.

खरं म्हणजे मला सुरुवातीला जंगलात अजिबात भीती वाटत नव्हती. आम्ही

मुलं आमचे नेहमीचे खेळ तिथंही खेळत होतो. आम्ही गाणी म्हणत असू, एकमेकांना मोठ्यानं हाका मारत असू, रात्री शेकोटीभोवती बसून गोष्टी सांगत असू किंवा युद्धाबद्दलच्या ऐकलेल्या बातम्यांची चर्चा करत असू. चटयांवर उताणं झोपून आकाशातल्या चंद्र-ताऱ्यांकडे पाहत असू. मला आठवायचं की, अगदी लहान असताना वडील आम्हाला सांगायचे, ''कधीही चांदण्या मोजू नका. जर मोजता-मोजता तुमच्या स्वत:च्या चांदणीवर आलात, तर तुम्ही मरून जाल.'' म्हणजे काय, ते मला नीट समजलंसुद्धा नव्हतं, मात्र मला मरायचं नव्हतं, हे नक्की!

पुढे-पुढे, बंडखोरांबद्दलच्या बातम्या फारच वाढल्या. तेव्हा मग आम्हाला जंगलात आवाज न करता राहावं लागे. आम्ही तिथे स्वयंपाक करणंही थांबवलं. विस्तवाच्या धुरावरून बंडखोरांना कळेल, या भीतीनं. कधी-कधी तर आख्खा दिवस आम्ही सर्व जण फक्त कच्चे कसावा खाऊन राहत असू. कच्चा कसावा अतिशय टणक, बेचव आणि कोरडा असतो. आम्ही एकमेकांशी कुजबुजतच बोलायचो. जंगलात कसलाही आवाज झाला (वाळकी फांदी गळून पडल्याचा, वगैरे.) तरी माझ्या पाठीतून भीतीची थंड लहर शिरशिरत जायची.

काही वेळेला मोठ्या माणसांची बोलणी आम्ही चोरून ऐकायचो. तेव्हा समजलं की, बंडखोर लोकांना मारून टाकतात आणि काहींचे हालहाल करतात म्हणे! त्यानंतर जंगलात असेपर्यंत माझी बोलतीच बंद झाली. आम्ही लपून बसत असू, तेव्हा इब्राहीम सतत माझ्याबरोबर राहून माझी काळजी घ्यायचा. त्या वेळी मात्र मला त्याच्या दादागिरीचा राग येत नव्हता. उलट आधार वाटत असे.

त्यापुढच्या वर्षीच्या उन्हाळ्यात बंडखोर आल्याची बातमी कळली, तेव्हा चेअरमनने हुकूम काढला की, सर्व गावकऱ्यांनी मग्बोरौ सोडून शेजारच्या मानार्मा खेड्यात राहायला जावं.

आम्ही चेअरमनच्या सूचना ऐकण्यासाठी एकत्र जमलो. चेअरमन म्हणाले, ''मानार्मामध्ये पुष्कळ लोक राहतात. आपण इथे किंवा जंगलात राहण्यापेक्षा तिथे जास्त सुरक्षित राहू.''

दर वेळी गाव खाली करून जात होतो, तसंच याही वेळेला आम्ही मानार्माला जायला निघालो.

''वातावरण सुरक्षित झाल्याबरोबर आपण आपल्या गावी परत येऊन राहू,'' चेअरमननं सांगितलं.

पण या वेळी तसं घडायचं नव्हतं!

दोन

पामतेल म्हणजे पामच्या झाडापासून बनवलेलं वनस्पती तेल. भडक केशरी रंगाचं हे तेल, आम्ही सिएरा लिओनमध्ये बहुतेक सगळ्या पदार्थांत वापरतो.

मी सात-आठ वर्षांची असताना आजीनं मला सांगितलं होतं, "ज्या दिवशी आपल्याला स्वप्नात पामतेल दिसेल, त्या दिवशी नक्कीच रक्त सांडलेलं पाहावं लागतं."

लहानाची मोठी होत असताना मला नेहमी स्वप्नात पामतेल दिसायचं आणि त्या दिवशी हमखास खेळताना गुडघा तरी फुटायचा नाहीतर कुठेतरी कापलं जायचं; पण मानार्माला गेल्यावर, त्या रात्री, मला पामतेलाचं फारच वाईट स्वप्न दिसलं. मी अशी मैदानात एका मोठ्या खड्ड्यात उभी होते. खड्ड्यात पामतेल भरलेलं होतं. म्हणजे मी गुडघ्यापर्यंत पामतेलातच उभी होते. खड्ड्याच्या शेजारीच आम्ही पाण्याचा मोठा ड्रम भरून ठेवलेला होता, आणि तो ड्रम ज्या लाकडी तिवईवर ठेवला होता, त्या तिवईनं अचानक पेट घेतला. ड्रममधल्या पाण्याला उकळ्या फुटू लागल्या. पाण्याच्या वाफा निरभ्र निळ्या आभाळाकडे जात होत्या. त्या जळत्या तिवईचे पाय वाकडे झाले आणि उकळत्या पाण्याचा ड्रम कलंडला, तो माझ्या डोक्यावरच. आणि पाहते तर काय? त्यात पाणी नव्हतंच मुळी. होतं नुसतं उकळतं लाल-लाल पामतेल. ड्रमच्या धक्क्यानं मी खाली पडले आणि डोक्यापासून पावलांपर्यंत माझं शरीर पामतेलानं माखलं गेलं.

जोरानं किंचाळी फोडत मी जागी झाले. पाहते तर मी आदमसीशेजारी चटईवर झोपले होते. त्या मोठ्या खोलीत आम्ही एकूण पंधरा माणसं झोपलो होतो. झोपडी ज्यांच्या मालकीची होती ते कुटुंब, अली, आदमसी, मी, मोहम्मद आणि इब्राहीम.

अगदी पहाटेची वेळ होती. पलीकडच्या खिडकीतून सूर्य नुकताच वर येताना दिसत होता. माझ्या किंचाळण्यामुळे अलीला जाग आली. त्यानं माझ्याकडे इतक्या जळजळीत नजरेनं पाहिलं की, मी थरथर कापायलाच लागले. मी ओरडले म्हणून आता तो मला रागावणार हे मला कळून चुकलं. आम्हाला अगोदरच सांगून ठेवलेलं होतं की, बंडखोर जवळ येऊ लागले की, गोळीबाराचे आवाज ऐकू येऊ लागतील. त्याकरिता झोपडीत संपूर्ण शांतता ठेवायची. आता अली मला नक्की मारणार अशी मला भीती वाटू लागली.

कारण मी खूपच जोरात किंचाळले होते.

अली हा उंच धिप्पाड माणूस होता. आम्ही मुलं त्याच्या सांगण्याप्रमाणे वागलो नाही की, आपण किती ताकदवान आहोत हे दाखवायला त्याला आवडायचं. मग तो एक टामालांगबा घेऊन आम्हांला जाम फोडून काढायचा.

मारी त्याच्या शेजारी गाढ झोपलेली होती. अली अंकलची धारदार करडी नजर थेट माझ्या अंगात घुसली. मला वाटलं आता तो मला मारणार. इतक्यात खोलीत झोपलेल्यांपैकी कुणीतरी चुळबुळलं. सापासारखा फुसफुसत अली म्हणाला, ''ए ऽऽऽ गप राहा की! थोबाड मीट. नाहीतर तुझ्याबरोबर आमचेही मुडदे पडतील इथं!''

मी सुटकेचा नि:श्वास टाकला आणि कपाळावर डवरून आलेला घाम टिपला. खोलीत आतापासूनच उकडायला लागलं होतं. मी उठून माझी चटई गुंडाळून ठेवली. माझे सुती कपडे नीट केले आणि कोण-कोण जागं झालंय ते पाहायला बाहेर गेले.

मला पडलेल्या वाईट स्वप्नाबद्दल मी कुणालाच काही सांगितलं नाही. निदान ताबडतोब तरी नाहीच सांगितलं. त्या दिवशी मी अशीच इकडेतिकडे भटकत होते. एका बाईच्या मागे-मागे नदीवर गेले. ती माझ्या ओळखीची नव्हती. मी नदीच्या पाण्यानं चेहरा धुतला, केसांवर पाणी फिरवलं, झाडाची काडी तोडून घेतली आणि दात घासून चुळा भरल्या. मग त्या बाईला कपडे धुवायला मदत केली. धुणं झाल्यावर पाण्याचा जग डोक्यावर घेऊन घराकडे येत होते. तर तिकडून अली अंकल आला. म्हटलं, चला व्हा मार खायला तयार. पण तो माझ्याजवळ येऊन म्हणाला, ''मारिआतू, तुला मग्बोरौला जाऊन थोडं धान्य घेऊन यावं लागेल.''

मला नीट कळलं नाही म्हणून मी भीत-भीत बावळटासारखं विचारलं, ''काय... काय? काय आणायचंय?''

''हे बघ, आदमसी, इब्राहीम आणि मोहम्मद यांच्याबरोबर तू मग्बोरौला जायचंस आणि कोठारातून थोडंसं धान्य काढून घेऊन यायचं. काय?''

हे ऐकून मला धक्काच बसला! मी थबकून जागच्या जागी स्तब्ध उभी राहिले. माझ्या डोक्यावरच्या जगमधलं हिंदकळणारं पाणी माझ्या चेहऱ्यावर आणि पाठीवर पडलं.

'कसला निर्दय माणूस आहे हा! ज्या खेड्यांवर कोणत्याही क्षणी बंडखोर हल्ला करू शकतात, तिकडे आम्हा मुलांना पाठवणार हा?' मी मनात म्हणाले.

''इतर काही लोकपण असणार आहेत तुमच्याबरोबर. ते इथलेच आहेत, मानार्माचे. त्यांच्या सोबतीनं जा म्हणजे काही होणार नाही तुम्हाला.''

मला एकदम मी स्वप्नात बघितलेलं दृश्य आठवलं. त्याबरोबर सिएरा लिओनमध्ये मुलांनी जे कधीच करू नये असं सांगतात, ते मी केलं. सरळसरळ अली अंकलच्या नजरेला नजर दिली आणि नंतर मी जे केलं, त्यामुळे तर मला नक्की आणि तिथल्या तिथे मार पडला असता. मी उलट उत्तर देत म्हटलं, ''नाही. मला नाही जायचं.'' एवढं धैर्य माझ्यात कुठून आलं कोण जाणे! त्यानंतर 'माझी तब्येत ठीक नाही.' अशी थापही मला लगेच सुचली.

''असं का? मघाशी तर तू नदीवर कपडे धूत होतीस. मी पाहिलं तुला आणि आत्तासुद्धा पाणी डोक्यावर वाहून नेतीयस. काय धाड भरलीय तुला? ते काही चालायचं नाही. मुकाट्यानं सगळी भावंडं मिळून मग्बोरौला जा आणि धान्य घेऊन या'' अलीनं हुकूम सोडला.

पण मी माझा हट्ट चालूच ठेवला. ''आज मी कुठेही जाणार नाही.'' डोक्यापासून पायापर्यंत थरथर कापत मी माझ्या स्वप्नाबद्दल त्याला सांगून, आजीनं काय सांगितलं होतं, तेही सांगून म्हटलं, ''आज नक्कीच काहीतरी वाईट घडणार आहे. तुम्हाला माझं सांगणं खोटं वाटत असेल, तर मी जाईन; पण कदाचित आपण पुन्हा कधीच एकमेकांना पाहू शकणार नाही.'

मला वाटलं तो आता माझ्यावर ओरडणार; पण नाही. ''च्ऽ च्! काही नसतं गं तसलं! जा तुम्ही. मी सांगतो, काहीही वेडंवाकडं घडणार नाही.''

मी पाण्याचा जग घरी नेऊन मारीजवळ ठेवला. तीसुद्धा मला जाण्याचाच आग्रह करू लागली. ते ऐकून मला रडू आलं. मी रडायला लागले, तशी मारी माझी समजूत घालत म्हणाली, ''तसं काळजीचं काही कारण नाही गं! अजूनपर्यंत कधीतरी बंडखोर आलेत का? मला तर वाटायला लागलंय असे कुणी बंडखोर वगैरे प्रत्यक्षात नसतीलच. नुसत्या अफवा आहेत झालं! तुम्ही आपले अलीचं ऐका, आणि मग्बोरौला जा.''

आदमसी, इब्राहीम आणि मोहम्मद यांच्याबरोबर मानार्मा सोडून मग्बोरौकडे निघाले, तरी मी रडतच होते. माझ्या मनात सारखं ते दुःस्वप्नच येत होतं. ते पामतेल, पेट घेतलेली तिवई, उकळत्या तेलाचा कलंडलेला ड्रम... आणि कानात लहानपणी ऐकलेले आजीचे शब्द... 'ज्या दिवशी आपल्याला स्वप्नात पामतेल दिसतं त्या दिवशी नक्कीच रक्त सांडलेलं पाहावं लागतं....'

आम्ही मग्बोरौकडे निघालो. पोहोचलो मात्र नाही. मानार्माहून मग्बोरौकडे जाणारी वाट दुसऱ्या एका खेड्यातून जात होती. त्या खेड्यात शिरल्याबरोबर आम्हाला गोळीबाराचे आवाज ऐकू आले; पण रस्त्यानं चाललेली एक बाई म्हणाली, ''घाबरू नका. काळजीचं काही कारण नाही. आमच्या गावातलेच लोक बंदूक चालवायचा सराव करतायत. बंडखोरांकरता रात्रं-दिवस पहारा करणारे गावकरी

आहेत ते.'' पण असं सांगताना ती स्वत:च घाबरलेली दिसत होती. सावधपणे मोठ्या-मोठ्या डोळ्यांनी चहूकडे बघत होती. आमच्याशी बोलली तेसुद्धा; हलक्या आवाजात, कुणाला ऐकू जाणार नाही, अशी काळजी घेतच.

आम्ही दहा लोक मानार्माकडून मग्बोरौला जायला निघालो होतो. आमच्याबरोबरच्या मोठ्या माणसांनी ठरवलं की, आपण गोळीबार थांबेपर्यंत इथे थांबू, आणि नंतर पुढे जाऊ या. नक्कीच काहीतरी भयंकर घडणार होतं. मनातून याची खातरी वाटत असल्यामुळे मी काहीच बोलू शकत नव्हते. वाचा गेल्यासारखी गप्प होते. मोहम्मदशेजारी उभी राहून बघत होते. खेड्यातली एक बाई तिथे स्वयंपाक करीत होती. तिनं कसावा उकडून 'फूफू' नावाचा पदार्थ केला आणि आम्हांलाही स्वत:बरोबर खाण्यासाठी बोलावलं; पण मी केवळ एक-दोन घासच खाऊ शकले. मला फार-फार भीती वाटत होती.

काही वेळानं गोळीबाराचे आवाज थांबले. तसं आमच्यासोबत चाललेल्या मोठ्या माणसांनी सांगितलं की, पुढे धोका आहे. त्यामुळे मी आणि आदमसीनं मानार्माला परत जावं. आम्ही मुलींनी धोका पत्करणं योग्य नाही.

तेव्हा गावोगावी जाऊन मासे, तेल, मीठ-मिरची, कांदे अशा वस्तू विकणारा एक माणूस माझ्याजवळ आला. त्यानं स्वत:जवळचा पामतेलाचा पिवळा प्लॅस्टिकचा डबा मानार्माला नेण्यासाठी माझ्याकडे दिला. तो डोक्यावर घेऊन मी आदमसीबरोबर मानार्माकडे परत निघाले. प्रत्येक पावलागणिक माझ्या मनातली भीती वाढत होती. कसाबसा जीव मुठीत धरून भरभर चालत अखेर आम्ही मानार्माच्या हद्दीपाशी पोहोचलो. तिथे आल्यावर थोडा वेळ विसावा घ्यावा म्हणून सॉकरबॉल मैदानाजवळच्या एका आंब्याच्या झाडाखाली थांबलो. आजूबाजूला चिटपाखरूसुद्धा दिसत नव्हतं आणि कुणाचा कसलाही आवाज येत नव्हता. हे थोडं विचित्रच होतं; पण बंडखोर येत आहेत अशी पुसटशी अफवा जरी ऐकू आली तरी मग्बोरौचे चेअरमन, लोकांना घराबाहेर पडायला मनाई करीत. तसंच असेल, अशी मी मनाची समजूत करून घेतली.

इतक्यात, आमच्यासमोर 'ते' अवतरले. पलीकडच्या घरातून बाहेर पडत होते. ते सैनिकांसारखेच दिसत होते. कमरेच्या वरचं शरीर उघडं, खाकी पँट आणि पिळदार शरीराभोवती बंदुकीच्या काडतुसांचा कातडी पट्टा वेढलेला. आदमसीनं एकदम पळायला सुरुवात केली. त्यासरशी कुठून कोण जाणे एक माणूस आला आणि त्यानं एका झेपेत, तिला कंबरेला धरून बकरीसारखं पकडलं आणि फरफटत मागे आणून माझ्याशेजारी धुळीत टाकलं. त्यानं डोक्याला लाल रुमाल (bandana) बांधला होता आणि त्याच्या खांद्यावर बऱ्याच बंदुकी अडकवलेल्या होत्या.

मी जागच्याजागीच थिजले! 'अरे बाप रे! इतके दिवस ऐकलेलं सगळं आज खरं ठरणार की काय?'

त्याच माणसानं डोक्यावरचा तेलाचा डबा खाली ठेवायला फर्मावलं आणि मग मात्र त्या भीषण शांततेचा अर्थ कळला. तो उभा होता त्याच्या मागचं दृश्य मला दिसू लागलं. बंडखोरांनी गाव ताब्यात घेतलं होतं. सगळ्या घरांमध्ये घुसून त्यांनी लूटमार चालवली होती. बऱ्याच चीजवस्तूंचा रस्त्याच्या मधोमध मोठा ढीग जमवला होता.

आता त्याच्या जोडीला आणखी एक जण आला आणि आम्हांला दोघींना ढकलत एका घराशेजारी नेऊन उभं केलं. मग दोघींना जमिनीवर शेजारी-शेजारी बसायला फर्मावलं. नंतर त्यांनी आमचे हात पाठीमागे घेऊन एका खरखरीत काटेरी दोरीनं करकचून आवळले आणि मग दुष्टपणे दात विचकत हसत त्यातल्या एकानं विचारलं, ''माहीत आहे का आम्ही कोण आहोत?''

''नाही.'' मी म्हणाले, ''तुम्ही या गावाची राखण करणारे सैनिक आहात का?''

खरं म्हणजे मला माहिती होतं की, ते सैनिक नाहीत. मी चुकीचं उत्तर दिलं होतं. ते ऐकल्यावर तो माझ्यावर एकदम खेकसत म्हणाला, ''काऽऽय? इथे सैनिक आहेत? कुठे आहेत ते? आम्ही बंडखोर आहोत. आम्हांला सैनिकांना पकडायचं आहे. कुठे आहेत ते? सांगा आम्हांला!''

एव्हाना बरेचसे बंडखोर आमच्यापाशी येऊ लागले. प्रत्येक जण आमच्याजवळ यायचा, चेहऱ्याला चेहरा भिडवून बघायचा आणि विकटपणे हसत निघून जायचा. त्यातले बहुतेक जण एकमेकांशी हसत 'क्रिओ' भाषेत बोलत होते. ही सिएरा लिओनमध्ये सर्रास बोलली जाणारी भाषा होती. ती भाषा मला समजायची, पण बोलता येत नव्हती.

ज्यानं आमचे हात बांधले तो बंडखोर माझ्याशी आमच्या भाषेत म्हणजे टेम्नेमध्ये बोलून चौकशी करू लागला, ''तुझं वय काय? तुमचं गाव कोणतं?''

मी या प्रश्नांची उत्तरं देऊ लागले, इतक्यात मला तो पाम-तेल, मासे वगैरे विकणारा माणूस दिसला. मी 'आ' वासून पाहतच राहिले. अरेच्चा! हा मानार्माला कसा काय चाललाय? हा तर सगळ्यांसोबत मग्बोरौला गेला होता.

टेन्मेमधून बोलणाऱ्या बंडखोरानं आदमसीला आणि मला दरडावून सांगितलं. ''बघत राहा काय चाललं आहे ते. खबरदार डोळे मिटून घ्याल तर!''

आम्ही पाहत होतो. तो विक्रता रस्त्यावरून पळत चालला असताना नेमका एका बंडखोराच्या पुढ्यात आला. आणि ताबडतोब पोटात गोळी लागून खाली कोसळला.

गोळी मारणारा बंडखोर वयानं साधारण माझ्याएवढाच दिसत होता. म्हणजे

आमच्या गावचे चेअरमन सांगायचे ते खरंच होतं, तर! त्यांनी सांगितलं होतं, "काही बंडखोर म्हणजे तर मुलंच आहेत." समोरचं दृश्य पाहून मला रडायला येऊ लागलं. मी कधीच कुणाचा मृत्यू पाहिला नव्हता. इथे तर बंडखोरानं माझ्यासमोर त्या माणसाला गोळी मारून ठार केलं होतं; पण तो बंडखोर मला रडूसुद्धा देईना. म्हणाला, "रडायला लागलीस, ना तर तुलापण मारून टाकीन. कुकुल्या बाळासारखं करू नकोस. मोठ्या मुलीसारखी वागलीस, तर तुला मारणार नाही. मी मोठ्या मुलींना जिवंत ठेवत असतो." असं म्हणून बंडखोर हसला.

आदमसी त्याला विनवू लागली. "आम्हांला सोड" म्हणून सांगू लागली. आदमसी तशी बोलकीच होती; पण अशा परिस्थितीतही ती बडबड करू शकते, हे पाहून मला धक्काच बसला.

"एऽऽ गप बसून पाहत राहा!" बंडखोर जमिनीवर पचकन थुंकला आणि त्यानं खाडकन तिच्या थोबाडीत मारली. तिचं बोलणं बंद झालं.

"आम्ही तुम्हांला सोडलं की, इथं काय-काय पाहिलं, ते सगळं इतरांना सांगायचं, समजलं ना? रडायचं नाही, चुपचाप बघत राहायचं."

त्यानंतरचं सगळं फारच वेगानं घडत गेलं. अतिशय वेगानं. आम्हांला बांधून ठेवलं होतं, त्याच्या बाजूच्या घरातून आवाज ऐकू येत होते. त्या घराच्या खिडक्या आणि दारं मोठमोठ्या लाकडी फळ्या लावून बंद केली होती. एका बंडखोरानं सांगितलं की, आतमध्ये वीसेक लोकांना कोंडलं होतं. त्यात एक आवाज खूप तारस्वरात ऐकू येत होता. तो माझी मैत्रीण 'मारिआतू' हिचा होता. ती किंचाळत होती, मदतीसाठी आरडाओरडा करत होती. तिलाही इतरांबरोबर कोंडलं होतं.

त्यानंतर माझ्या नजरेला एक भयानक दृश्य दिसलं. दोन बंडखोर, इब्राहीम आणि मोहम्मद यांना धक्के मारत आमच्याकडे आणत होते. त्यांनी भराभर चालावं म्हणून त्यांच्या पाठीत दणादण गुद्दे लगावत होते. ते माझे दोन भाऊ आमच्याजवळ येताच, दोघांनी त्यांच्या गचांड्या धरून त्यांना मातीत लोळवलं. मग बंदुकीच्या नळयांनी ढोसत दोघांना पाठीला पाठ लावून बसवलं आणि आवळून बांधून टाकलं.

आता त्यांना जबरदस्तीनं, दुपारच्या तळपत्या सूर्याकडे पाहायला बंडखोर भाग पाडू लागले.

"तुम्हीच गावाचे राखणदार सैनिक आहात ना?" बंडखोर मोठ्यानं ओरडत विचारू लागला. "काय रे, ××× तुम्हीच ते सैनिक ना? काय विचारतो मी? तुम्ही सैनिक आहात का?"

तो परत-परत ओरडून विचारत होता.

मोहम्मद आणि इब्राहीम माना हलवून नकार देत होते; पण बंडखोर ऐकायला तयार नव्हता.

दोघंही शेवटी रडायला लागले. इब्राहीमची पँट ओली झाली. मी पाहत होते, ओला डाग वाढतच चालला होता. इतक्यात बंडखोरांनी सुरा काढून, हवेत फिरवायला सुरुवात केली. मधेच तो त्यांच्या उघड्या पाठीवर, डोक्यांवर सुरा हलकेच फिरवत होता. मी घाबरून नजर दुसरीकडे वळवली. माझे डोळे कुठेतरी स्थिर व्हायला बघत होते. पहिल्यांदा ते स्थिरावले त्या झोपडीच्या पिछाडीला. तीन लहान वयाचे बंडखोर (त्यांचंही वय माझ्याइतकंच असेल.) हातात जळते पलिते नाचवत आले आणि त्यांनी झोपडीचं गवती छप्पर पेटवून दिलं. आग भडकायला लागली, तशी झोपडीत कोंडलेली सर्व माणसं किंचाळू लागली.

एका खिडकीला लावलेली लाकडी फळी दूर करून एक बाई बाहेर बघू लागली. कसंबसं तिनं डोकं बाहेर काढलं. तिच्या पाठीवर तान्हं पोर बांधलं होतं. त्याला काळं कुरळं जावळ होतं. आपल्या गोलगोल मोठ्या-मोठ्या डोळ्यांनी ते सगळीकडे टुकूटुकू पाहत होतं. ते पाहताच हातातला पालिता फेकून एका बंडखोरानं पाठीवर लटकणारा कोयता घेतला आणि झेप घेऊन असा काही प्रहार केला की, एकाच घावात बाईचं मुंडकं उडून दूर पडलं. तिचं शिरावेगळं धड मागच्यामागे झोपडीत कोसळलं. पाठीवर बांधलेलं मूल त्याच्याखाली चेंगरून टाहो फोडून रडू लागलं.

बाईचं मुंडकं घरंगळत नेमकं माझ्यापाशी येऊन थांबलं. मी हंबरडा फोडून रडू लागले. दुःखातिरेकानं माझं शरीर आचके देऊ लागलं.

''तुलाही तिला भेटायला जायचंय का?'' माझ्यावर पहारा करणारा बंडखोर दरडावला. खरंतर माझ्या एका मनाची तशीच इच्छा होती.

काही वेळानंतर किंचाळ्यांचे आवाज क्षीण होत-होत विरून गेले. एका क्षणी सारं शांत झालं. जळणाऱ्या झोपडीचा धूर मुकाट्यानं वर जाऊन आभाळात मिसळत राहिला. आता जंगलात लपून बसलेले बंडखोर झुंडीनं बाहेर आले आणि गाव ताब्यात घेणाऱ्यांना येऊन मिळाले. अबब! किती बंडखोर होते! माझ्या पुढे, मागे, शेजारी, पलीकडे, जिकडेतिकडे बंडखोरच दिसू लागले. मला तर सगळे मोजताही येत नव्हते. तरीपण माझ्या अंदाजानं ते शंभर तरी नक्कीच असतील.

नंतर आलेली सगळी लहान मुलंच होती. वयानं मोठे बंडखोर लहानांना हुकूम सोडत होते. लहान मुलं थांबून ऐकत आणि मग उरलेल्या घरांच्या लुटालुटीचं, नासधूस करण्याचं काम सुरू करीत.

रस्त्याच्या मधोमध सामानाचा प्रचंड मोठा ढीग करण्यात आला होता.

प्रत्येक क्षणाला त्यात बांबूच्या चटया, टोपल्या, रग, लाकडी खुर्ची, टेबलं, कपडे यांची भर घातली जात होती. ज्या तीन मुलांनी, मारिआतूसहित अनेक लोकांना आत कोंडून झोपडी पेटवली, त्यांनीच त्या सामानाच्या ढिगाला जळत्या पलित्यांनी आग लावून, प्रचंड मोठी शेकोटी पेटवली.

आगीच्या लाल उजेडात मला दिसलं – दोन लहान बंडखोर एका माणसाला ढकलत, मुख्य बंडखोरांकडे आणत होते. पहिल्यांदा मी ओळखलं नाही, पण तो मला लग्नाची मागणी घालणारा सालेऊच होता. त्याचा चेहरा रक्तबंबाळ झाला होता. शर्ट फाटलेला, हात मागे बांधलेले होते. त्यानं मला पाहिलं, तेव्हा मी नकळत आवंढा गिळला.

मुख्य बंडखोर काहीतरी ओरडून बोलला. त्याबरोबर त्या दोघा लहान बंडखोरांनी सालेऊला त्याच्या पुढ्यात नेऊन उभं केलं. एकानं मला टेम्नेमध्ये ओरडून विचारलं,

"तू या माणसाला ओळखतेस का?"

"हं... हं... होय." मी चाचरत उत्तर दिलं. माझी नजर सालेऊवर खिळली होती.

"छान!" बंडखोर हसला.

"तर मग हे तुझ्यासाठी हां! नीट बघ!"

तो बंडखोर थोडा मागे सरकला आणि त्यानं सालेऊला गोळ्या घातल्या. एक डोक्यात, दुसरी पोटात.

दोन लहान बंडखोर सालेऊचं शरीर फरफटत घेऊन चालले होते. तोच एका कर्णकटू आवाजानं मी दचकले! ते गाणंच होतं. वाद्यवृंदही फारच मोठ्यानं वाजत होता; पण ते आमचं नेहमीचं आफ्रिकन संगीत नव्हतं. मला गाण्याचे शब्द कळत नव्हते आणि तालाचा ठेका तर फारच विचित्र होता. त्यांच्यातले काही बंडखोर गाण्याच्या तालावर नाचू लागले. त्यात मुलीसुद्धा होत्या. असतील माझ्याच वयाच्या. सिगरेटसारखं काहीतरी ओढत होत्या. एकीनं झुरका घेतला की, ती दुसरीला द्यायची. मग तिसरीला. असं चाललं होतं. माझ्या भोवताली धूरच धूर भरला; पण तो वास माझ्या ओळखीचा नव्हता. त्या मुली पामवाइन (माडी)चे ग्लास भरून बंडखोरांना आणून देत होत्या. बंडखोर ती पाण्यासारखी ढसाढसा पिऊन संपवत होते.

पेय प्यायल्यावर आणि ते सिगरेटसारखं दिसणारं काहीतरी लांबडं ओढता-ओढता बंडखोरांचे डोळे तांबारून लालभडक दिसू लागले आणि मग उगीचच डोळे वटारून ते गरागरा वर-खाली फिरवू लागले. दोघा-तिघांनी एकेका पोरीला कमरेत हात घालून जवळ ओढलं आणि त्यांचे मुके घेत चालते झाले.

त्यापूर्वी मी कधीही स्त्री बंडखोरांबद्दल ऐकलेलं नव्हतं; पण त्या वेळी प्रत्यक्षच बघितलं. त्यांनी मुलांसारख्याच कॉम्बॅट पँट्स घालून डोक्याला लाल रुमाल बांधले होते. काही जणींनी तर मुलांसारख्या खांद्याला बंदुका अडकवून सर्वांगाभोवती काडतुसांचे कातडी पट्टे गुंडाळले होते.

काही वेळानं माझ्या शेजारी पहाऱ्याला बसलेला बंडखोर ओरडला, ''एऽऽ पोरी ऽऽ ओळखतीस का यांना?'' चार-पाच बंडखोर एका पुरुषाला आणि एका बाईला ढकलत, धक्के मारत माझ्या दिशेनं आणत होते. मी त्यांना ओळखलं. ते दोघे मग्बोरौचेच होते. बाई गरोदर होती. दिवस भरत आलेले आणि तो तिचा नवरा होता.

बाईचे पाय चिखलात बरबटलेले होते. स्वत:ला कशीबशी फरफटत ओढत होती. चेहरा सुकलेला, काळवंडलेला, डोळ्यांभोवती काळी वर्तुळं. उघड-उघड ती थकलेली दिसत होती. मधेच वाकत होती. केव्हाही कोसळली असती... भलं मोठं पोट धरून उभी राहिली. बंडखोरांनी दोन्ही बाजूंनी तिला टेकू देऊन उभं ठेवलं.

''अरे, अरे, दया करा! नका करू रे असं!! तुमच्या पाया पडतो. माझ्याजवळ जे काही आहे, ते सगळं तुम्ही घ्या. मला घेऊन चला. तुम्ही सांगाल त्याचा मुडदा पाडतो. वाटेल ते करायला मी तयार आहे. फक्त तिला जगू द्या. माझ्या बायकोला मारू नका.''

बाईचा नवरा टाहो फोडून बंडखोरांची करुणा भाकत होता; पण पोरसवदा बंडखोरांनी त्याच्याकडे लक्षच दिलं नाही. ''एऽऽ गप! आता आम्हांला जास्त माणसं नकोयत. समजलं ना? हा आमचा शेवटचा मुक्काम. आता उद्या थेट पोर्ट लोको! तोपर्यंत जो सापडेल त्याचा खातमा!'' मुख्य बंडखोर ओरडला.

त्याबरोबर एकानं आपल्या बंदुकीची नळी त्या माणसाच्या पाठीला लावली. दुसऱ्या दोघांनी जबरदस्तीनं त्याला जमिनीवर गुडघे टेकून बसवलं. बायकोकडे तोंड करून.

आणि तिथे त्या क्षणी, आम्हा सर्वांसमक्ष, त्यांनी त्या नऊ महिन्यांच्या गर्भवतीला आणि तिच्या पोटातल्या बाळाला ठार केलं. तिच्या नवऱ्याला समोर बसवून.

नंतर ते कृत्य करणाऱ्यातल्या एका निर्लज्जानं मला विचारलं, ''काय गं, आवडला का आत्ता पाहिलेला सीन?''

एकदा मारीनं आम्हांला तिनं ऐकलेली अफवा सांगितली होती. ''हे बंडखोर माणसांना मारतात आणि ते पाहणाऱ्यांकडून 'मला पाहताना मजा वाटली, आनंद झाला' असं वदवून घेतात. तसं म्हटलं नाही, तर त्यालाही मारून टाकतात म्हणे. म्हणून मी तुम्हांला सांगते की, असलं काही आपल्यासमोर घडलं ना, तर सरळ

मला आवडलं म्हणून सांगून द्यायचं. खरोखर किती का वाईट वाटत असेना.''

म्हणून मी त्याला उत्तर दिलं, ''होऽ, आवडला.''

''छान! आता आम्ही तुला जिवंत ठेवू बरं का!'' बंडखोर थुंकल्यासारखं बरळला.

आमच्यावर पहारा करणाऱ्यानं खसकन आदमसीच्या वेण्या ओढत तिला उभं केलं आणि धाडकन दुसऱ्याच्या अंगावर ढकललं. त्यानं तिला गरागरा फिरवून खाली पाडलं आणि वेण्या धरूनच फरफटत नेऊ लागला. मी पाहत होते. समोर पेटलेल्या प्रचंड होळीला वळसा घालून त्यानं पलीकडच्या रिकाम्या घरात तिला फरफटत नेलं.

'बाय, बाय आदमसी!'

माझं मन आक्रंदून म्हणत राहिलं.

तीन

त्याअगोदर मी प्रार्थना केलेली होती. कधी-कधी तर आमच्या पवित्र कुराणात सांगितल्याप्रमाणे दिवसातून पाच वेळादेखील मी प्रार्थना करत असे. मग्बोरौमधली मशीद म्हणजे लाल मातीत बांधलेलं घर होतं. रात्रीच्या वेळी रॉकेलच्या चिमण्या किंवा लहान मेणबत्त्यांचाच काय तो मिणमिणता उजेड असायचा. आमचा गावचा एक इमाम होता. तो प्रार्थना सांगायचा आणि प्रवचन द्यायचा.

स्वत:च्या सुखासाठी, मोठी झाल्यावर चांगला नवरा मिळण्यासाठी किंवा पीक चांगलं यावं, यासाठी नेहमी प्रार्थना करत जावी, असं मला मारीनं शिकवलेलं होतं; पण खरं सांगायचं, तर मला छानसा नवीन ड्रेस मिळू दे, याचसाठी मी दर वेळी प्रार्थना करत असे. दर वर्षी आमचा उपवासाचा महिना, रमादान, संपतेवेळी ईद असे. त्या वेळेला मारी आम्हा सगळ्या भावंडांना पोर्ट लोको शहरात जाऊन नवे कपडे विकत आणून देई. पोर्ट लोको आमच्या गावापासून चालत अर्ध्या दिवसाच्या अंतरावर होतं. मला तो नवा डॉकेट आणि लप्पा मिळाला की, खूप-खूप आनंद व्हायचा. (डॉकेट आणि लप्पा हा सुती कापडाचा शिवलेला खास आफ्रिकन पोशाख असतो.) मला प्रत्येक ईदला असा नवा पोशाख नक्की मिळत असे. त्यामुळे प्रार्थना केल्याचा उपयोग होतो, हे मला चांगलंच ठाऊक होतं.

त्या बंडखोरांबरोबर आदमसी पलीकडच्या घरात अदृश्य झाली, त्यानंतर मी डोळे मिटले आणि प्रार्थना करू लागले; पण या वेळी ती नव्या कपड्यांसाठी नव्हती. 'अल्ला, मला लवकर मरण येऊ दे. हे सगळं लवकर संपून जाऊ दे. माझ्या कुटुंबातल्या ज्या-ज्या लोकांना बंडखोरांनी पकडलं असेल, त्या सगळ्यांनादेखील ताबडतोब मरण येऊ दे. बंडखोरांकडून हाल हाल करून, शरीराचे लचके तोडून आम्हांला मृत्यू येऊ नये.'

मी खूप मन लावून प्रार्थना केली. पुन्हा-पुन्हा प्रार्थना करत राहिले. शेवटी माझ्या डोक्यात घणाचे घाव पडल्यासारखं वाटायला लागलं. डोळे उघडून पाहते, तर बंडखोर तरुणांचा एक गट माझ्याकडेच रोखून बघत उभा होता. जर त्यांचे डोळे तसले तांबारलेले नसते, पाठीवर बंदुका आणि हातात सुरे

नसते, तर लपंडावाच्या खेळात डोळे झाकून दहा... वीस... तीस... चाळीस... असं शंभरापर्यंत मोजून डोळे उघडल्यावर गावातले माझे सवंगडी समोर हसत उभे राहिल्यासारखंच वाटलं असतं मला.

पाहता-पाहता मला चक्कर आली. डोळ्यांपुढचं दिसेना, काही ऐकू येईना आणि एका क्षणी सगळं शून्यात गेलं. मी बेशुद्ध झाले.

मी शुद्धीवर आले तेव्हा पहिल्यांदा कानात घुसलं आणि डोक्यात ठणकत राहिलं ते कानठळ्या बसवणारं त्यांचं संगीत. सगळे लहान-मोठे पुरुष त्यावर नाचत होते. काही जण ओरडून-ओरडून गाणंही गात होते. मला दोन्हीतलं काहीच समजत नव्हतं. या सगळ्याच्या वरताण आवाज काढून बंडखोर मुलं एकमेकांशी ओरडून विशिष्ट शब्द बोलत होती. त्याचा अर्थ मला फार नंतर, मी उत्तर अमेरिकेत गेल्यावर समजला. ते शब्द होते. 'रॅम्बो, रेड आय, किलर.'

मला माझे डोळे उघडण्यासाठी जोर लावावा लागला. डोळ्यातलं पाणी, धूळ, कचरा सगळं मिळून ते घट्ट चिकटून बसले होते. सुरुवातीला मला फक्त लाल आणि पिवळ्या रंगाच्या सावल्याच दिसल्या. भर दुपारी उन्हात बसावं, तसं माझं शरीर तापलं होतं. थोडी अधिक भानावर आले, तेव्हा मला जाणवलं की, आपण गावकऱ्यांच्या चीजवस्तूंच्या शेकोटीसमोर बसलो आहोत. ती आग चांगलीच धडाडून पेटली होती. पलीकडचं गाव आता दिसतच नव्हतं. दिसत होत्या, आगीसमोर वेडंवाकडं नाचणाऱ्या माणसांच्या आकृत्या.

मी जिथे पडले होते, तिथेच धुळीत पडून होते. पाठीमागे बांधलेले माझे हात आता सोडले होते, पण इतके तास दोरीनं करकचून आवळल्यामुळे ते बधिर झाले होते. तशाच बधिर हातांनी आजूबाजूची लाल माती गोळा करून मी केसात घातली. चेहऱ्याला फासली. उघड्या हातापायांना चोळून घेतली. 'आपण गचाळ दिसलो तर बंडखोर आपल्याशी वाईट-साईट करणार नाहीत.' मी स्वत:लाच सांगत होते.

"एऽऽ, हिला नदीवर नेऊन धुऊन आणा रे!" टेम्ने बोलणारा बंडखोर मोठ्यानं ओरडला. तो मला दिसत नव्हता; पण माझ्या मागे बसला होता. पहिल्यापासून तो तिथेच होता. चार पोरसवदा बंडखोरांना त्यानं भुंकल्यासारखा हुकूम सोडलेला होता.

"थांबा, थांबा!" बंडखोरांनी मला उभं केलं, तेव्हा मी त्याला विनवलं. "मला फार लघवी लागलीय हो. मला फक्त लघवी करून येऊ द्या. मग तुम्ही मला मारून टाका. प्लीऽज."

"अरे! आम्ही तुला मारणार नाही," तो जरासं हसून म्हणाला, "तुला

आमच्याबरोबर घेऊन जाणार. तू छान दिसतेस. आमच्यासाठी बरंच काही करू शकशील.''

''पण, तुम्ही आणखी कुणाला पकडणार नव्हता ना? तुम्हीच म्हणालात.''

''हं! मी खोटं बोललो.''

कसं काय, कोण जाणे, पण मला पहिल्यापासूनच वाटत होतं की, याला मला बरोबर घेऊन जायची इच्छा असावी. त्यांच्याबरोबर जंगलात राहून नंतर इतर शहरांची लूट करायला मला नेणार असतील. मी जेव्हा बंडखोर मुलींना रांधताना पाहिलं, तेव्हा मला क्षणभर चित्र दिसलं की, मी बंडखोरांना खाण्यासाठी कसावा परतते आहे.

''ठीक आहे.'' मी उत्तरले. ''मी येईन तुझ्याबरोबर; पण आधी मला लघवीला जाऊन येऊ दे.''

माझ्या डोक्यात काहीतरी सबब काढून पळून जायचं होतं, त्यामुळे मी तयार झाले.

''एऽऽ लक्ष ठेवा रे तिच्यावर. पळायला देऊ नका. ही बारकी फार बेरकी आहे. मला आवडलीय. आपली पोरगी आहे, समजलं?''

बोलता-बोलता त्यानं माझ्या गालांवरून हात फिरवत गचकन डोळा घातला आणि हसत चालता झाला. मी उभी शहारले!

त्या पोरांनी मला एकटीला जाऊ दिलं. मला आश्चर्य वाटलं. आनंदही झाला आणि कृतज्ञता वाटली. तो एकांत! मी जमिनीवर लोळण घेतली आणि ओंजळीत चेहरा लपवला. काय करावं कळेना. जंगलात पळून जावं का? पण त्यासाठी सॉकरबॉलचं मैदान पार करावं लागणार. त्या गरोदर बाईला मारल्यानंतरचे बंडखोर पोरांचे स्वत:वरच खूश झालेले खुनशी चेहरे मला आठवले. माझ्यावर नेमबाजीची प्रॅक्टिस करताना बाहेर उभ्या असलेल्या बंडखोर पोरांचे चेहरेही तसेच उजळतील याबद्दल मला तिळमात्र शंका नव्हती.

'त्यापेक्षा जाऊ या आपण त्यांच्याबरोबर.' मी घाईनं निर्णय घेतला. पण मला त्या मुलींसारखं व्हायची इच्छा नव्हती. त्या विचारानं माझं अंग थरथर कापू लागलं. घशात आवंढा आला. डोळ्यांत आलेलं पाणी निग्रहानं परत पाठवून मी ताठ उभी राहिले. स्वत:च्या गालांवर चापट्या मारत स्वत:ला भानावर आणलं.

'स्वत:ला सावर, सावध हो. तू नक्कीच त्यांच्यावर मात करशील. जा त्यांच्याबरोबर. ते तुला आवडलेत असं दाखव. प्रेमानं वागून विश्वास मिळव त्यांचा. तू कधीच सोडून जाणार नाहीस असं त्यांना वाटलं पाहिजे आणि एखादे दिवशी संधी मिळताच पळून जा.'

आदमसी, इब्राहीम, मोहम्मद, मारी, अली सगळे-सगळे माझ्या नजरेसमोर आले. क्षणार्धात त्यांच्या आठवणींनी मन भरून गेलं. सगळे जण हसत होते. मी त्या सर्वांचा मनोमन निरोप घेतला.

"अल्ला, कृपा करून मला मदत कर. मला सुटकेचा मार्ग दाखव." मी प्रार्थना केली.

एव्हाना बाहेर उभी असलेली बंडखोर पोरं ओरडू लागली होती. "एऽऽ, काय करते आहेस, इतका वेळ आत एकटीच? आँ? चल बाहेर ये लवकर. एकानं ओरडून टेम्ने भाषेत विचारलं.

मी उत्तर देण्याच्या फंदात पडले नाही. सरळ बाहेर पडले आणि 'त्या' माणसाकडे चालू लागले. पोरं माझ्या मागोमाग येऊ लागली.

'तो' बंडखोर दुसऱ्या एका माणसाबरोबर बोलत उभा होता. या माणसाला मी अगोदर पाहिलेलं नव्हतं. त्याचा रंग बराचसा कमी सावळा, जवळजवळ गोराच होता. ते दोघं क्रिओ भाषेत बोलत होते. जोरजोरात हातवारे करत होते, माना हलवून तावातावानं बोलत होते. चेहरे रागानं तांबडेलाल झाले होते. मी दिसल्याबरोबर माझ्याकडे हात दाखवत ते बोलू लागले. मला वाटलं, ते माझ्यावर संतापलेले दिसताहेत.

म्हणून मी सरळ जाऊन मला कैद करणाऱ्यांपुढे गुडघे टेकले. मान खाली घालून वाट पाहत बसले. मला 'त्या' बंडखोराला दाखवायचं होतं की, मी त्याच्याशी आज्ञाधारकपणे वागेन.

गोरा माणूस निघून गेल्यावर किंचित हसून तो म्हणाला, "ठीक आहे, चिमुरडेऽ, जा पळ! नाहीतरी, आम्ही थोडेच तुला ठेवून घेणार आहोत!"

मी ऐकलेले शब्द तेच होते, हे मला खरं वाटेना. मी आपली तशीच खाली मान घालून बसून राहिले.

मग तोच हात हलवीत मोठ्यानं म्हणाला, "तू जाऊ शकतेस. जा, जा, जा इथून!"

मी सावकाश उठून सॉकर मैदानाकडे तोंड करून पुढे पाऊल टाकणार... इतक्यात तो ओरडला, "थांब!" मी जागीच थबकले. निश्चल उभी राहिले. लगेच दोघा बंडखोरांनी खांद्यावरच्या बंदुका घेऊन माझ्या दिशेनं रोखल्या.

मी मला मारण्याच्या आज्ञेची वाट पाहू लागले. हुकूम देण्याऐवजी तो माझ्यासमोर येऊन उभा राहिला.

"जाण्यापूर्वी तुला तुझी शिक्षा निवडावी लागेल."

"क... कसली शिक्षा?" मी चाचरत विचारलं. अनावर झालेले अश्रू डोळ्यांतून निघून गालावरून वाहू लागले होते.

"तुझा कोणता हात आधी कापायचा? डावा की उजवा?"

गळ्यात आलेला आवंढा फोडून किंकाळी बाहेर पडली. "नाही, नाही." मी ओरडले, आणि मैदानाच्या दिशेनं धूम ठोकली. पण व्यर्थ! एकाच झेपेत त्यानं मला धरलं. कमरेभोवती हात लपेटून जवळ ओढलं आणि मग त्या बंदुकधारी पोरांपुढे फेकून दिलं.

त्यातल्या तिघांनी मला दंड धरून उभं केलं. आता मी किंचाळत होते, लाथा मारत होते, त्यांना मारायला बघत होते. ती मुलं माझ्याएवढीच असतील; पण मी फार थकलेली होते. अंगात शक्ती उरलेली नव्हती. ते माझ्यापुढे भारी ठरले. त्यांनी मला घराच्या मागे नेऊन एका मोठ्या शिळेपुढे उभं केलं.

आजूबाजूला बंदुकीच्या गोळ्या झाडल्याचे आवाज येत होते. ते बहुतेक खेड्यातल्या सर्वांना मारून टाकत असावेत.

'या अल्ला! एखादी गोळी येऊन ताबडतोब माझ्या हृदयात घुसू दे. म्हणजे मला मरून तरी जाता येईल.' मी मनोमन प्रार्थना सुरू केली. आता कुठल्याही प्रकारचा विरोध न करता मी शरणागती पत्करल्यासारखी, नशीब त्या बंडखोरांच्या हवाली करून शांत उभी होते.

शिळेजवळ एक उघडा पुरुष मरून पडलेला होता. त्याच्या भोवताली पुष्कळ लहान मोठे दगड दिसत होते. त्याला ओळखलं तेव्हा धक्काच बसला. तो त्या गरोदर बाईचा नवरा होता. गावोगावी हिंडून तो माल विकत असे. माझ्या डोक्यावर ज्यानं पामतेलाचा डबा दिला होता, त्या माणसासारखा धंदा होता याचा. बंडखोरांनी मारली ती त्याची दुसरी बायको. तिला होणारं मूल हे ह्याचं पहिलंच मूल असणार होतं. त्यालाही बंडखोरांनी संपवलं. आत्ता तर त्याचा चेहरा म्हणजे नुसता रक्तामांसाचा चिखलगोळाच दिसत होता. त्याचा मेंदू डोकं फोडून बाहेर पडला होता. त्याचे भागसुद्धा मला स्पष्ट दिसत होते.

बंडखोरांनी दगडांनी ठेचून त्याचा जीव घेतला. ते पाहिल्यावर मी गदगदून बंडखोरांना विनवू लागले. "प्लीज, प्लीज मला असं करू नका रे! मी तुमच्याच वयाची आहे. तुम्ही टेम्ने भाषेत बोलताय म्हणजे इथल्या जवळच्याच गावातले असणार. अरे, एका गावात राहत असतो, तर आपण एकमेकांचे बहीणभाऊच झालो असतो ना? मग तुम्ही माझे मित्र नाही का होऊ शकत? प्लीऽज!"

"नाही. आम्ही तुझे मित्र नाही." बोलता-बोलता त्यानं हातात कोयता घेतला. "आणि भाऊ तर नाहीच नाही. कळलं तुला?"

"अरे! मला तुम्ही सगळे खूप आवडलात रे!" मी लाडीगोडी लावायला सुरुवात केली. वाटलं चांगलं म्हटल्यावर कदाचित पाझर फुटेल त्यांना. "खरंच आवडलात तुम्ही मला. तरीसुद्धा तुम्ही मारणार मला?"

"तू मत व्यक्त करावंस असं आम्हांला वाटत नाही." असं म्हणून एकानं माझा उजवा हात धरून शिळेच्या सपाट भागावर ताणून धरला.

माझ्या विनवण्या चालूच होत्या, "तुम्ही माझे हात तोडणार असलात, तर प्लीज मला जिवंत ठेवू नका. मारून टाका. जीव घ्या माझा. प्लीऽऽज. मी पाया पडते तुमच्या!" मी चक्क भीक मागत होते.

"नाही. आम्ही तुला मारणार नाही. तू अशा तोडलेल्या हातांनी प्रेसिडेंटकडे जायचं आणि त्याला दाखवायचं, आम्ही काय केलं ते सांगायचं. आता मी तुला मत देऊ शकणार नाही. त्याला म्हणावं दे मला नवे हात आणून." एका पोरानं शांतपणे एका दमात सांगितलं.

माझं अवघं शरीर चळचळ कापत होतं. स्थिर होईना. तेव्हा दोघांनी मला दोन्हीकडून धरून ठेवलं. मी डोळे घट्ट मिटून घेतले होते, पण कोयता वरून खाली येताना ते आपोआप उघडले आणि मी सगळं पाहिलं. उजव्या हाताला दोनदा घाव घालावे लागले.

कोयत्याच्या पहिल्या घावानं हाडं तुटली नाहीत. नुसतं मांस लोंबकळू लागलं. मग त्यानं जरा वरच्या बाजूला दुसरा घाव घातला. आता मात्र खडकावरून उडून हात खाली पडला. काही क्षण त्यात जीव होता. आम्ही नदीतून मासा पकडल्यावर, त्याचं डोकं ठेचून मारण्यापूर्वी जसा तडफडतो ना, तसा तो हात तडफडला.

त्या मुलानं माझा डावा हात शिळेवर ठेवला तेव्हा माझ्या अंगातलं त्राण संपलं होतं. डाव्या हाताला तीन घाव घालावे लागले. तरीसुद्धा थोडं मांस तसंच दंडाला लोंबत राहिलं.

मला वेदना जाणवत नव्हत्या. खूप वेळ करकचून हात बांधून ठेवल्यामुळे ते बधिर झाले असावेत. बंडखोरांनी कोयत्याचं रक्त पुसलं आणि ते निघून गेले.

आणि माझ्या पायातलं उरलंसुरलं अवसान गळालं. मी धाडकन जमिनीवर कोसळले. पापण्या मिटता-मिटता मला दिसलं – बंडखोर पोरं एकमेकांना टाळ्या देऊन मोठमोठ्यानं हसत होती.

अंधारात खोल-खोल बुडत जाताना मी स्वतःला, विचारत राहिले, 'प्रेसिडेंट म्हणजे काय असतं?'

चार

किती वेळमध्ये गेला मला माहिती नाही; पण मी डोळे उघडले, तेव्हा डोकं सिमेंटसारखं कडक झालं होतं. डोळे उघडतानाच मला खोकला आला. अभावितपणे उजवा दंड उचलला गेला. हात तोंडावर ठेवण्यासाठी. मला एकदम रक्त दिसलं, गरम, चिकटपणा जाणवला. पोटातून भीतीचा मोठ्ठा गोळा उठला आणि माझ्या लक्षात आलं, 'मला हात नाहीत.'

पोटातली कळ मस्तकापर्यंत पोहोचली. हात नसलेल्या, थोट्या रक्ताळलेल्या दंडांनी अभावितपणे पोटाला आवळून धरण्याचा प्रयत्न केला.

"काय झालंय मला?" मी मोठ्यानं विचारलं.

उत्तर द्यायला तिथे कुणीही नव्हतं.

टेकायला हात नाहीत. उठून उभं कसं राहायचं? फारच कठीण होतं ते. मग मी पालथी पडून आधी गुडघ्यावर उभी राहिले आणि मग पायावर उभी राहिले. चालायला सुरुवात करावी, तर दिशा समजेना, कुठून जायचं? गोल चक्कर मारली. आता कुठे डोकं थोडं-थोडं काम करायला लागलं. पलीकडे त्या मोठ्या शेकोटीचा फटाके फोडल्यासारखा आवाज येत होता. झाडातून येणाऱ्या ज्वाळांच्या उजेडात मला माझा रस्ता दिसला.

अजूनही जमेल तसं पोट आवळून धरत मी पावलामागे पाऊल टाकायला सुरुवात केली. मला इथून दूर जायचं होतं. या खेड्यापासून दूर निघून जायचं होतं; पण माझी खातरी होती की, 'ते' माझ्या मागावर असतीलच. एखादा बंडखोर पोरगा आंब्याच्या झाडामागे दबा धरून बसला असेल. मी दिसले की गोळी घालण्यासाठी. सॉकरच्या मैदानातून जाताना आणि त्या पलीकडच्या झाडीत शिरताना मी मनातून सारखी बंदुकीच्या गोळीच्या आवाजाची वाट बघत होते.

पण गोळी आलीच नाही. हळूहळू माझ्या चालण्याचं पळण्यात रूपांतर झालं. लवकरच ते कर्कश्श संगीत, अक्राळविक्राळ आगीच्या ज्वाळा, बंडखोरांचा आरडाओरडा आणि विजयी आरोळ्या या सगळ्यांचे आवाज ऐकू येईनासे झाले. रातकिड्यांच्या मंद परिचित आवाजानं जंगलात माझं स्वागत केलं.

मी फारच गळून गेले होते, पण अगदी दाट जंगलात जाईपर्यंत थांबलेच

नाही. काही वेळानं मला एक तळं दिसलं. पूर्ण चंद्राच्या प्रकाशानं न्हाऊन निघालेलं. मी तळ्याच्या काठावर जाऊन गुडघ्यांवर बसले. दंड पोटाशी आवळून सरळ खाली वाकले आणि पाण्याला तोंड लावलं. खूप वेळ मनसोक्त पाणी पिऊन घेतलं. थंड पाण्यानं ताजंतवानं वाटायला लागलं.

जरा वेळानं नीट बसून मी स्वत:कडे पाहिलं. माझं डॉकेट आणि लप्पा फाटला होता. धुळीनं आणि रक्तानं बरबटला होता. दोन्ही दंड पुढे घेऊन मी जखमा बघितल्या. माझ्या हातांच्या जागी आता फक्त रक्ताचा वाळलेला जाड थर दिसत होता. त्या क्षणी एकदम मला वेदनेची जाणीव झाली. माझ्या दोन्ही दंडांतून तीव्र कळा येत होत्या आणि तशीच कळ पोटातही येत होती. मी आजारी होते. आयुष्यात इतकं आजारपण मला कधीच आलं नव्हतं. मी डोळे मिटून घेतले. जखमांकडे बघावं लागू नये म्हणून आणि मग अंदाज घेत हळूच तुटलेल्या हाताची थोटकं पाण्यात बुडवली. वाटलं होतं, पाण्यानं आग शमेल. वेदना कमी होतील; पण झालं उलटंच. जखमांमधून तीव्र कळा सुरू झाल्या. इतक्या की, मला सहन करणं शक्यच होईना. चक्कर आली आणि मी तिथेच गवतावर पडले.

"नाही, धीर सोडायचा नाही." गवतावर पडल्या-पडल्या मी पुन्हा-पुन्हा स्वत:ला बजावत होते. मिटू पाहणाऱ्या पापण्यांना जबरदस्तीनं ताणताणून डोळे उघडे ठेवले आणि मोठ्या प्रयत्नानं दीर्घ श्वास घेऊ लागले.

आता माझ्या मनात घरच्यांचे विचार येऊ लागले. माझे आई-बाबा जिवंत असतील? बंडखोर त्यांच्यापर्यंत पोहोचले की नाही? काय झालं असेल त्यांचं? माझ्यासारखं?

आणि शेवटी मी स्वत:बद्दल विचार करू लागले. आता पुढे काय? माझ्या डोक्यात एक वाक्य उमटलं. कुणीतरी ठामपणे सांगत होतं, 'तू जगणार आहेस.'

मनाच्या भिंतीवर शब्द धडकत राहिले... 'तू जगणार आहेस', 'जिवंत राहायचं आहे' 'तू जगणार आहेस.'

हळूहळू माझा श्वासोच्छ्वास नियमित झाला. डोकं गरगरायचं थांबलं. तशी मी उठून बसले. सभोवार पाहू लागले. सगळीकडे धुतलेल्या कपड्यांच्या बादल्या, अर्धवट धुतलेले कपडे विखुरलेले दिसले. मनात विचार आला, 'तळ्यावर धुवायला आणलेले कपडे असे टाकून गावकरी कधीच जात नाहीत. भुताटकी झाली की काय? कदाचित बंडखोरांच्या गोळीबाराचे आवाज ऐकून घाबरून पळून गेले असतील.'

मी सावकाश उठले आणि त्यातल्या एका कपड्याच्या टोपलीजवळ गेले.

उजवा पाय त्यात घालून कपडे उचकून पाहिलं. धुऊन झालेल्या कपड्यांचे ओले पिळे होते. चांदण्यांच्या उजेडात त्यातला एक निळा लप्पा शोधून काढला. लप्पा म्हणजे परकरासारखा, गुंडाळून घेण्याचा कपडा असतो. तो मी शरीराभोवती गुंडाळायचा प्रयत्न करून पाहिला, पण हाताशिवाय गुंडाळणार कसं? माझ्या दंडांच्यामधून तो गळून जमिनीवर पडला.

दुसऱ्या वेळी पाठ ताठ करून मी तो पायाच्या बोटांनी उचलला. प्रयत्न करून, तो कसाबसा दोन्ही खांद्यांवरून पांघरला. आता माझे जखमी दंड कपड्याच्या आत झाकले गेले. पुन्हा एकदा रस्ता शोधू लागले आणि पायवाट सापडताच झाडीतून जमेल तसं धावायला सुरुवात केली.

सिएरा लिओनमध्ये गावागावात असं पायवाटांचं जाळंच तयार झालेलं असतं. गावकरी घरापासून शेतात जायला, नदीवर धुणं घेऊन जायला त्याचा वापर करत असतात. मला जी वाट सापडली होती, ती मानामार्पासून दूर जाणारी होती पण ती नक्की कुठे जात होती, ते मला माहिती नव्हतं.

थोड्या वेळानंतर धावणं थांबवून मी चालणं सुरू केलं आणि एकीकडे आरोळ्या द्यायला सुरुवात केली. ''या मारीऽऽ, पा अलीऽऽ, मी आलेय. मारिआतू!'' मला अशी आशा वाटत होती की, माझी आत्या, आतोबा बंडखोरांच्या हातात न सापडता या जंगलातल्या नारळाच्या, अवोकाडोच्या आणि आंब्याच्या झाडांमध्ये लपून-छपून राहत असतील.

''कुणी आहे का? प्लीज, माझ्या मदतीला या!'' मी बेंबीच्या देठापासून ओरडत होते; पण माझ्या हाकेला प्रतिसाद देत होते, रातकिडे आणि झाडावरची घुबडं. मात्र मी जवळ येताच त्यांचाही आवाज बंद होई.

चालता-चालता, त्या पायवाटेनं मला एका शेतातल्या रिकाम्या घरापर्यंत आणलं.

त्या शेतात, एक दोन मोसमात पेरणी केल्याचं दिसत नव्हतं. खूप उंच-उंच तण वाढलं होतं. ते गवत आणि रानवेली उत्तररात्रीच्या मंद वाऱ्यावर झुलत होत्या.

चला! शेत सापडलं ही चांगली गोष्ट झाली. याचा अर्थ गाव जवळच होतं. मला लवकरच मदत मिळू शकत होती. या सुटकेच्या भावनेपाठोपाठ मनात भीती शिरली – पण माझ्याअगोदरच बंडखोर या गावात घुसले असतील तर?

मी थांबून काही खोल श्वास घेतले. मनाचा हिय्या केला आणि झोपडीत पाऊल टाकलं. गवती छपराच्या भोकांमधून चंद्रप्रकाश झिरपत होता. आत कुणी नव्हतं. समोरच भिंतीशी मोठा लाकडी बाक दिसला. मी माझं अंग त्या लाकडावर झोकून दिलं. डोळे बंद करताना सारखं घोकत राहिले, ''मी जिवंत

आहे. मला जिवंत राहायचं आहे. मी जगणार आहे. जगणार आहे. मला मरायचं नाही, जगायचं आहे.''

मला झोप लागली का मी गुंगीत होते, सांगता यायचं नाही, पण फुस्सस्स... आवाज आला आणि खडबडून जाग आली. झटक्यात मान उचलून पाहिलं तर... बाप रे! माझ्याशेजारी काळाकभिन्न कोब्रा! लांबलचक शरीराचं वेटोळं घातलेलं बाकाच्या खाली आणि मोठ्ठा काळा फणा आणि लवलवती लाल जीभ, अगदी माझ्या कानाला खेटून!

मी आवाज न करता बाकावर खाली सरकत उतरले आणि त्याला पाठ न दाखवता हलके-हलके दरवाज्याकडे जाऊ लागले. तशी त्यानं काढलेला फणा पुनश्चः आपल्या वेटोळ्यात लपवला. मी गोंधळले. 'म्हणजे? त्याला मला चावायचं नव्हतं? का?'

मी त्यालाच विचारलं, ''का रे बाबा? तुला माझी दया आली का? म्हणून फणा मारला नाहीस?''

नागानं माझ्या नजरेला नजर दिली. भीती आणि कुतूहलानं डोळे विस्फारून बघत मी जागच्या जागी खिळून उभी होते. क्षणभरानं त्यानं नजर दुसरीकडे वळवली.

मी झोपडीच्या दारातून बाहेर पडले आणि पायवाटेवरून धावत सुटले. थोड्या वेळानं पळणं थांबवून चालायला लागले. मारी आणि अली यांना मोठ्यानं हाका मारायला सुरुवात केली. तोच माझी नजर दुसऱ्या एका नागावर पडली. माझ्या वाटेत आडवा पसरला होता.

मी दगडी पुतळ्यासारखी ठप्प आणि गप्प झाले. लहान असताना आजीनं सांगितलं होतं की, प्रत्येक माणसावर एक मृतात्मा नजर ठेवून असतो. काही नशीबवान, गुणी लोकांना तर असे दोन-तीन मृतात्मे लाभतात. हे मृतात्मे त्या व्यक्तीचे मेलेले नातलगच असतात – आजोबा, आजी, वडील वगैरे आणि कधी-कधी हे मृतात्मे एखाद्या पाखराच्या किंवा सरपटणाऱ्या प्राण्याच्या रूपानं येऊन तुमचं रक्षण करतात.

आज मला एका रात्रीत दोन काळे नाग दिसले होते. त्याचा अर्थ नक्कीच असा काहीतरी असला पाहिजे.

''एऽऽ काय करतोस तू असं? बाजूला हो ना!'' मी नागावर ओरडले. मी फार वैतागले होते. मला त्या वाटेवरून भराभर चालत निघून जायचं होतं आणि हा नागोबा आपला माझी वाट अडवून पसरलेला!

''हे पाहा, तू माझा रक्षणकर्ता आत्मा असलास, तर माझ्या वाटेतून दूर हो, मला पुढे जाऊ दे.''

पण नागोबा आपले ढिम्म! तसूभरही हलायला तयार नव्हता. शेवटी मी निश्चय केला आणि झाडीच्या अंधारात उडी घेतली. मोठमोठ्या वृक्षांच्या घनदाट सावलीत चंद्राचे किरण पोहोचत नव्हते. त्यामुळे मी ठेचकाळत होते, रानवेलींच्या गुंत्यात अडकत होते; पण किती वेळा अडखळले तरी पुन्हा पायांवर उभी राहत होते. असं करता-करता अर्धगोलाकार वळण घेऊन मी पुन्हा त्याच पायवाटेवर आले, सापाच्या पुष्कळच पुढे.

सूर्य उगवायची वेळ झाली. थोड्याच वेळात तो दिसला. लांब-लांब सावल्या पडू लागल्या. मी चालणं चालूच ठेवलं होतं. मनात आशा होती की, बंडखोर येण्याआधी आपण एखाद्या खेडेगावात जाऊन पोहोचू. मात्र कसलाही आवाज झाला की मी दचकायची. एखाद्या घुबडानं लहानसा घूत्कार टाकला किंवा खार सुर्रकन इकडून तिकडे गेली, तरी मला वाटायचं, इथे बंडखोर तर लपून बसले नसतील? आपल्याला पुन्हा पकडतील. सांगतील, 'जा तुला सोडून देतो.' आणि आपण पळायला लागलो की, मागून गोळी घालतील, मारून टाकतील, वर खदाखदा हसत सुटतील.

पण पुन्हा मीच मला धीर द्यायची. ''नाही-नाही. आता काळे नाग मागे राहिले. बंडखोरपण निघून गेले. आता नाही कुणाचा त्रास व्हायचा.'' माझं मन स्वत:ला दिलासा देत होतं.

शेवटी मला खुली जागा दिसली. एक छोटा तलाव होता. पाण्यावर हलक्या लाटा उमटत होत्या. माझा चालण्याचा वेग आपोआप वाढला. मला खूप तहान लागली होती आणि भूकही. म्हटलं, 'चला आता तलावातलं पाणी पोटभर पिऊ. झाडावर काही फळं दिसली तरी काढून खायचा प्रयत्न करू.' गुंडाळून घेतलेला कपडा सोडून जरा जखमांकडेही पाहायचा विचार होता; पण तलावाजवळ पोहोचले, तसे झाडीतून दोन कुत्रे बाहेर आले. एक काळा होता, दुसरा करडा-पांढरा. दोघे सरळ माझ्यावरच चालून आले. काळा कुत्रा जोरजोरात भुंकायला लागला. कुत्र्याचं इतक्या मोठ्या आवाजातलं भुंकणं मला नवीनच होतं. त्याच्या तोंडातून लाळ गळत होती. सारखा माझ्या अंगावर झेप घ्यायला लागला.

तशी प्रत्येक खेडेगावात खूप कुत्री असायची; पण 'हा मी पाळलेला कुत्रा आहे' असा त्यांच्यावर कुणी हक्क सांगत नसत. सर्व जण त्यांना खायला घालायचे आणि गावातली सगळी लहान मुलं कुत्र्यांच्या पिलांशी खेळत असू. कुत्र्यांना घरात यायला परवानगी नसे. जर घरात शिरायला लागला, तर बायका लगेच त्याला बाहेर हाकलीत; पण कुत्री आमच्याबरोबर शेतावर येत आणि आम्ही पोरं खेळायला लागलो की, आमच्यामध्ये कुत्रीपण मधेमध्ये घोटाळत राहायची. मग्बोरौमधला 'टायगर' नावाचा कुत्रा माझा एकदम लाडका होता.

पिवळसर तपकिरी रंगाचा. मस्त दिसायचा. सारखा माझे पाय चाटून नुसतं 'सळो की पळो' करून सोडायचा मला.

पण कुत्रे असं जंगलात एकटे राहत नाहीत. म्हणजे इथून जवळच मनुष्यवस्ती असली पाहिजे; पण त्या भयानक काळ्या कुत्र्याबरोबर वाट चालण्याची हिंमत होईना आणि परत मागेही मला जायचं नव्हतं, कारण उलट दिशेनं मी पुन्हा बंडखोरांकडे गेले असते. मग अतिशय हळूहळू मी जंगलात शिरले आणि दाट झाडांमध्ये लपून चालायला लागले.

लहानाचं मोठं होत असताना, आम्ही हरप्रकारच्या गोष्टी ऐकलेल्या होत्या. मुलं कशी जंगलात एकटी जातात, हरवतात आणि मग त्यांची घरच्या माणसांशी कधीच भेट होत नाही. 'जंगलातली दांडगी रानडुकरं त्यांना खाऊन टाकतात' असं अली नेहमी आम्हांला सांगत असे. मला त्याचे शब्द आठवू लागले. वाटायला लागलं, 'एवढ्या सगळ्या दिव्यातून मी जगले-वाचले, ती केवळ एखाद्या रानडुकरानं खाण्यासाठी?'

पण मला जंगलातून फार तंगडतोड करावी लागली नाही. दुसरी पायवाट दिसली. ती धरल्यावर थोड्याच वेळात मी एका चौरस्त्यावर पोहोचले आणि मला एक माणूस दिसला. बंडखोरांच्या तावडीतून सुटून आल्यानंतर मला भेटलेला तो पहिला गावकरी. उंच, सडपातळसा... समोरच्या वाटेवरून येत होता.

मी मोठ्याने हाळी दिली. त्यानं सरळ माझ्याकडे पाहिलं आणि आपोआप त्यांच्या तोंडाचा 'आ' झाला. जागच्या जागी थांबला. पुढच्याच क्षणी उलटा फिरला आणि धूम ठोकली. पण त्याच्या आधीच मला कळलं होतं की, आपल्याला पाहून हा घाबरलाय. मी विचार करत बसले नाही. ताबडतोब त्याच्यामागे धावायला लागले. त्याचे पाय माझ्यापेक्षा लांबलांब होते आणि त्याला काही बंडखोरांनी जखमी केलेलं दिसत नव्हतं. त्यामुळे मी लवकरच मागे पडले; पण तशीच धावत राहिले. त्याला पकडायचं असं पक्कंच ठरवलं होतं मी.

ती पायवाट एका खेड्यात संपत होती. मी तिथे पोहोचले, तेव्हा तो माणूस एका झोपडीला टेकून दम खात होता. मीपण धावायचं थांबून चालत त्याच्यापाशी गेले. तो माझ्याकडे आश्चर्यानं 'आ' वासून पाहतच राहिला. मी सावकाश चालत त्याच्या अगदी जवळ जाऊन उभी राहिले. माझ्या लक्षात आलं की, त्या खेड्यातलं प्रत्येक घर आंब्याच्या वळसेदार फांद्यांनी वेढलेलं होतं. मला जिथं काळा नाग दिसला होता ना, त्या घरासारखीच इथली सगळी घरं रिकामी झालेली होती. रहिवासी गाव सोडून गेलेले दिसत होते.

"काय पाहिजे तुला?" मी जवळ गेल्यावर त्यानं विचारलं.

"मी फार-फार आजारी आहे हो! मला तुमची मदत पाहिजे."

"का? काय झालंय तुला?"

मी उत्तर द्यायला तोंड उघडलं, पण शब्दच बाहेर आले नाहीत. पुन्हा प्रयत्न केला. तरी बोलता आलं नाही. शेवटी कसंबसं कुजबुजल्यासारखं सांगितलं, "मला भूक लागलीय."

त्यानं लगेच खाली वाकून एक आंबा उचलला आणि माझ्यापुढे धरला. पण माझे हात पुढे झाले नाहीत तेव्हा त्यानं माझ्याकडे नीट पाहिलं. त्याला माझ्या कपड्यांवर पडलेले रक्ताचे डाग दिसले.

"त्यांनी तुझे हात कापले! हिजडे स्साले!!" तो रागानं उद्गारला. "तरी मला वाटलंच होतं. तू जखमी आहेस. म्हणूनच मी पळालो. मला वाटलं ते साले बंडखोरही तुझ्या पाठोपाठच असतील. तुला आता डॉक्टरकडे जायला पाहिजे; पण मी नाही नेऊ शकत तुला. माझ्या बायकोच्या आईला बंडखोरांनी पायात गोळी घातली. तिला चालता येत नाहीय. कुणाची तरी मदत घेऊन मला तिला उचलून पोर्ट लोकोला न्यावं लागेल. दोघींना मला एका वेळी नाही मदत करता येणार."

असं म्हणून त्यानं तो आंबा खाण्यासाठी माझ्या तोंडापाशी धरला; पण मी मान फिरवली. मला त्याच्या हातानं खाणं योग्य वाटेना. एखाद्या कुकुल्या बाळासारखं दुसऱ्याच्या हातानं भरवून घेणं बरोबर नव्हतं. त्यानं हलकेच माझा दंड उचलून काखेत तो आंबा सरकवला. मी प्रयत्न करून ते रसाळ फळ चोखलं. खात असताना तो सांगत होता की, तो मानार्माचाच राहणारा होता. बंडखोर येत आहेत असं कळलं, तेव्हा तो कुटुंबासहित जंगलात पळून गेला. पण त्याची सासू म्हातारी होती. तिला काही जोरात पळता येत नव्हतं. त्यामुळे ती मागे राहिली, तेव्हा बंडखोरांची गोळी तिच्या पायात घुसली.

"पण मी तुला मानार्मामध्ये पाहिल्याचं आठवत नाही," तो पुढे म्हणाला "अर्थात तू नेहमी कशी दिसतेस ते मला माहिती नाही म्हणा. आत्ता तर तू डोक्यापासून पायापर्यंत धुळीनं आणि रक्तानं माखून गेली आहेस."

मी त्याच्याकडे नुसती पाहत राहिले होते. त्याचं नावसुद्धा मी विचारलं नाही. अखेर मला रडू फुटलं. "मला घरी जायचंय." मी रडत-रडत पुन्हा-पुन्हा हेच वाक्य म्हणत राहिले.

त्या माणसानं प्रेमानं माझ्या खांद्यावर हात ठेवले. म्हणाला, "बाळा, तुला अगोदर हॉस्पिटलमध्ये जायला पाहिजे. जर तसं नाही केलंस, तर घरी जाण्याआधीच तू मरून जाशील. पोर्ट लोको इथून जवळच आहे. तिथे चांगला दवाखाना आहे. मी असं करतो, पोर्ट लोकोच्या रस्त्यापर्यंत तुला नेऊन सोडतो. मग मी परत येईन. तुला एकटीलाच पोर्ट लोकोपर्यंत जावं लागेल."

"नाही-नाही. ते बंडखोर म्हणत होते, त्यांचा पुढचा हल्ला पोर्ट लोकोवरच

असेल म्हणून.'' मला रडू आवरेना. ''मी कशी जाऊ तिकडे? मी एकटी कशी जाऊ तिकडे?'' अतीव दु:खामुळे मला बोलताही येईनासं झालं होतं. नुसती गदगदून रडत होते.

''नाही. तशी काही काळजी करू नकोस. तुला काहीही होणार नाही,'' तो माणूस माझी समजूत घालू लागला. ''हे बघ, तिकडे पोर्ट लोकोमध्ये सैनिकांचा पहारा असतो. ते शहर सुरक्षित आहे. बंडखोरांनी हल्ला केला तरी जास्त काही बिघडणार नाही. खरंतर जाण्यासारखी तेवढी एकच जागा उरलीय आता. हां सोन्या! ऐक माझं. पोर्ट लोकोला जाऊन औषधपाणी घेतलं नाहीस, तर फुटक मरशील बाळा, चल माझ्याबरोबर.''

बरोबर होतं त्याचं. खरंतर मलाही तसंच वाटत होतं. मला प्रयत्न करायलाच पाहिजे हेता. मी दंडांनी अश्रू पुसले आणि त्या माणसामागून चालू लागले. आम्ही आलो त्याच रस्त्यानं सावकाश चालत होतो. मधे कुठेही थांबलो नाही की, एकमेकांशी एक शब्दही बोललो नाही. शेवटी एकदा तो पोर्ट लोकोला जाणारा रस्ता दिसला.

रस्त्याच्या दोन्ही बाजूला फळांचे वृक्ष आणि दाट असं हत्ती गवत वाढलेलं होतं. ते पाहून मला धडकीच भरली. अशा ठिकाणी तर बंडखोर सहज दडून राहू शकत होते. मी त्या माणसाच्या नजरेला नजर दिली. सारी शक्ती एकवटून करुणा भाकली, ''मला मरायचं नाही हो! प्लीज, प्लीऽऽज मला तुमच्याबरोबर न्या.''

तो जवळ आला. माझ्या डोक्यावरून हात फिरवला आणि मग माझा चेहरा ओंजळीत घेत हळुवारपणे म्हणाला, ''बेटा, तू किती आजारी आहेस याची तुला कल्पना नाही; पण मला माहिती आहे. आता तू जर माझ्यासाठी थांबलीस, तर प्राणाला मुकशील. घाई कर. या रस्त्यानं गेलीस तर पोर्ट लोकोच्या आधी एक खेडेगाव लागेल. दुपारपर्यंत तिथे पोहोचलीस की, तिथून कुणीतरी नक्की तुला हॉस्पिटलमध्ये घेऊन जाईल. माझी खातरी आहे. जा बाळ!''

परत फिरण्यापूर्वी त्यानं एका फडक्यानं माझा चेहरा स्वच्छ पुसून कोरडा करून दिला.

''मला खूप भीती वाटतेय हो.''

''खरं आहे मुली. आपण सगळेच घाबरून गेलो आहोत; पण आत्ता तुला गेलं पाहिजे. गुड बाय. देव तुला मदत करो.''

असं म्हणून त्या लाल मातीच्या रस्त्याच्या मधोमध मला एकटीला सोडून तो आल्या रस्त्यानं धावत गेला आणि मी भांबावून पाहतच राहिले.

पाच

मग्बोरौमध्ये आम्ही मुलं घोडेकाठीचा खेळ खेळायचो. लाकडाचे दोन वासे, पत्र्याचे डबे आणि दोरी घेऊन. दोरीवरून कोण सर्वांत जलद खाली येतं, ते तर आम्ही पाहायचोच. पण एकमेकांना ढकलून पाडायचाही प्रयत्न करत असू. खेळायला मुलांची संख्या खूप आणि वासे दोन किंवा चारच. मग आम्ही दोघं दोघं एका वेळी घसरत असू.

माझी मैत्रीण – मारिआतू, माझ्या पायांवर पाय देऊन उभी राहायची आणि मागून माझ्या गळ्यात हात टाकून घट्ट पकडायची. मग मी दोन दोऱ्यांना घट्ट पकडून चार पायांनी चालायची. ते खूप अवघड जायचं. मला वाटायचं माझं वजन दुप्पट झालंय. शेवटी दोघीही खूप हसायचो आणि एकमेकींच्या अंगावर धपकन पडायचो.

मी पाय ओढत पोर्ट लोकोकडे निघाले तेव्हा मला तसंच वाटत होतं. आपलं वजन दुप्पट झाल्यासारखं; पण आता मारिआतू गेली होती आणि मी खूप घाबरलेली होते. माझ्या हातांना भोसकल्यासारख्या वेदना होत होत्या. विशेषत: जिथून कापले गेले होते, त्या जखमांभोवती.

उन्हाळा होता. आकाशात एखादा ढगही दिसत नव्हता. अजून सकाळच होती, तरी उन्हं चांगलीच तापली होती. जंगलातल्या वेगवेगळ्या वासांनी हवा दाट झाली होती. कुजणाऱ्या लाकडाचा घाणेरडा वास, आंब्याच्या मोहोराचा सुवास, रानातल्या दवाचा ओला वास आणि वाटेवरच्या धुळीचा वास – सगळ्यांचा मिळून वेगळाच दर्प तयार झाला होता. पक्ष्यांची कावकाव, चिवचिव, क्रॅकक्रॅक, किलबिल ऐकू येत होती. पहिल्यांदा पक्ष्यांचे आवाज ऐकू येऊ लागले, तेव्हा मी घाबरले. दचकून इकडेतिकडे पाहायला लागले. माझ्या कल्पनेत एकदम मला चित्र दिसलं की, खाकी पँट घातलेले बंडखोर झाडांमागे लपून बसलेत आणि झुडपांतून माझ्याकडेच रोखून बघत आहेत. प्रत्येक पावलागणिक मला त्या मुख्य बंडखोराचा आवाज ऐकू येत होता– 'उडवा त्या पोरीला, घाला गोळ्या तिला.'

दुपारपर्यंत माझ्या पायांना मोठे-मोठे फोड आले; पण मी जमेल तशी

पायपीट चालूच ठेवली. स्वत:ला सांगत राहिले, 'त्या माणसानं सांगितलेलं गाव आता जवळच आलं असेल. आत्ता पोहोचू आपण तिथे. थोडी कळ सोस. येईलच आता ते गाव.'

त्यानंतर थोड्याच वेळात हिरव्यागार शेतांचा गावभाग दिसू लागला. वृक्षांची दाटी कमी झाली आणि गावाच्या पहिल्या खुणा कानांवर पडल्या – खेळणाऱ्या मुलांचं हसणं आणि पानांची सळसळ.

मग मी भराभर चालत गावाच्या मध्यभागी पोहोचले. मुलांचे आवाज अजूनही येत होते पण एरवी असायला पाहिजे होतं, त्यापेक्षा गाव खूप शांत-शांत वाटत होतं. दोन बायका मोठाल्या स्टीलच्या भांड्यांमध्ये काहीतरी शिजवत होत्या. बहुतेक फुफु आणि भात असावा असं वाटत होतं. त्यांची माझ्याकडे पाठ होती. तिसरी एक तिथेच बसून फाटलेली पँट शिवत होती.

"हॅलोऽ," मी जितका मोठा आवाज काढता येईल तेवढा काढत म्हटलं. पण घसा इतका सुकला होता की, कुजबुजल्यासारखा आवाज बाहेर पडला. त्या बायकांनी माझा आवाज ऐकलाच नाही; पण दुसऱ्या कुणीतरी ऐकला होता.

"एऽऽ, कोण आहेस तू?" किड्यासारख्या गोल गट्टाण्या डोळ्यांचा एक लहान मुलगा विचारू लागला. त्यानं हाताचं एक बोट माझ्याकडे रोखलं होतं. ती बंडखोर मुलं अशीच माझ्याकडे हातातलं शस्त्र रोखून पाहायची.

हातात जे काय होतं, ते जागेवरच टाकून तिघी बायका माझ्याकडे धावल्या.

"कोण तू? काय पाहिजे तुला?" त्या तिघींमधली सगळ्यात वयस्कर बाई पुढे होऊन विचारू लागली. तिच्या तोकड्या केसांत मधून-मधून पांढऱ्या बटा डोकावत होत्या. ती ढांगा टाकत माझ्या अगदी जवळ आली आणि अतिशय करड्या स्वरात तिनं पुन्हा तोच प्रश्न विचारला. "काय पाहिजे तुला?"

"म...म...मला..." मी चाचरत बोलायला सुरुवात केली. आता माझा आवाज किंचित मोठा येऊ लागला होता.

"मला मदत हवी आहे." माझे पाय लटपटत होते. कोणत्याही क्षणी मी कोसळले असते, पण बळेच स्वत:ला उभं ठेवलं होतं.

"बंडखोरांनी...."

"हांऽऽऽ! ते बंडखोर तुझ्यासारख्या मुलींना पुढे पाठवतात." ती बाई माझं वाक्य मध्येच तोडून बोलायला लागली, "आणि आम्ही तुम्हांला मदत करण्यात गुंतलो की, ते गावावर हल्ला करतात. आत्ता कुठायत ते?"

बाई भरभक्कम होती. दाणदाण पाय आपटत बोलत होती. त्यामुळे अक्षरश: पायाखालची जमीन हादरत होती.

"सांग पोरी, सांग आम्हांला. आता कुठायत ते बंडखोर?"

"बंडखोर नाहीयेत." मी अशक्तपणे सांगितलं.

त्या बाईची कानशिलं उडत होती. घामाच्या धारा गळ्यावरून थेट उघड्या छातीवर वाहत होत्या. मी दीनवाण्या आवाजानं म्हटलं. "दया करा, मी जखमी झालेय." हे सांगता-सांगता मी त्या बाईच्या अंगावरच कोसळले.

तिनं मला सावरलं आणि जमिनीवर निजवलं. तेवढ्यात तिथे पँट शिवत बसलेली लांबट चेहऱ्याची, गालाची हाडं वर आलेली, उंचशी बाई उठली आणि तिनं हातातली जुनी पँट उशीसारखी माझ्या डोक्याखाली सरकवली. तिसरीनं मदतीसाठी लोकांना हाका मारायला सुरुवात केली.

पहिल्या पोक्त बाईनं प्लॅस्टिकचा कप पाण्यानं भरला आणि माझ्या ओठांजवळ धरला. मी दोन-तीन घोट घेतले. जास्त पाणी प्याले नाही, कारण माझ्या पोटात पुन्हा कळ उठली होती. आणखी पाणी गेलं असतं, तर उलटीच झाली असती.

पाणी पाजणाऱ्या बाईनं, तिनं काय ऐकलं होतं ते सांगितलं. बंडखोर माझ्यासारख्या पोरींना ओलीस म्हणून ठेवून घेतात आणि लोकांना फसवून जाळ्यात ओढण्यासाठी वापरतात. मला मानार्मामध्ये बंडखोरांबरोबर पाहिलेल्या मुली आठवल्या. खोट्या जखमा दाखवून त्या गावकऱ्यांची सहानुभूती मिळवत असाव्यात आणि ते त्यांना मदत करण्यात गुंतले की, इकडे छुप्या मार्गानं गावात शिरून बंडखोर हल्ला करत असतील.

दोघी जणींनी माझा चेहरा पाण्यानं धुतला आणि मग हलक्या हातानं माझ्या दंडाभोवती लपेटलेला कपडा सोडवला.

"अगं बाई गं! जखमा फारच चिघळल्या आहेत तुझ्या. तुला लगेच पोर्ट लोकोच्या दवाखान्यात न्यायला पाहिजे. तू चालत येऊ शकशील ना?" म्हातारीनं विचारलं.

मी मान हलवली, तशी दोघींनी मला उठून उभं राहायला मदत केली आणि दोघी जणी माझ्या दोन्ही बाजूंनी चालू लागल्या. मी पुन्हा पडायला लागले, तर आधार देण्याइतक्या अंतरावरून चालत होत्या. आम्ही पुन्हा मागे जाऊन मुख्य रस्त्याला लागलो आणि मग पोर्ट लोकोकडे चालू लागलो.

थोड्या वेळानंतर भाज्यांच्या आणि फळांच्या खूप मोठमोठ्या टोपल्या डोक्यावर घेतलेल्या पुष्कळ बायका आम्हांला भेटल्या. अख्खा रस्ताच त्यांच्यामुळे भरून गेला होता. मी नजर खाली ठेवूनच चालत होते, (त्यांच्या नजरा चुकवण्याकरता) तरीपण त्या सगळ्या माझ्याकडेच पाहत होत्या, हे मला जाणवत होतं. तेवढ्यात एक कणखर पुरुषी आवाज ऐकू आला.

"एऽऽ, तू... तू... तूच सांग!"

मी वर बघितलं. एक उघड्या छातीचा माणूस माझ्याकडेच बोट दाखवून

विचारत होता.

माझ्याबरोबर चालणाऱ्या दोघी जणी थांबल्या. त्यांनी मलाही थांबवलं.

"हां! तू. या माणसाकडे बघ," त्यानं मला सांगितलं. एका माणसाला आमच्याकडेच ओढत आणत होते. तिकडे हात करून तो विचारत होता, "तू ओळखतेस याला?" त्या माणसाच्या गळ्याभोवती दोर टाकून त्याचे दोन्ही हात पाठीमागे बांधलेले होते. मानार्मामध्ये आदमसीचे आणि माझे बांधले होते, तसे.

"सांग ना, तू ओळखतेस का याला?" उघडा माणूस पुन्हा खेकसला.

मी त्या बांधलेल्या माणसाला ओळखलं होतं. नुकतंच त्याचं मग्बोरौमधल्या एका सुंदर बाईशी लग्न झालं होतं. त्यानं आमच्या गावात येऊन तिला मागणी घातली, तेव्हा गावकऱ्यांतर्फे त्याला आणि त्याच्या घरच्यांना पाण्यानं पूर्ण भरलेले मोठे-मोठे कप दिले गेले. पाणी म्हणजे शुद्धता आणि शांततेचं प्रतीक. शिवाय आम्हांला हा संबंध पसंत आहे, असंदेखील त्यातून व्यक्त होतं. त्यानंतर बरोबर एक महिन्यानं तो आठ दिवसांच्या लग्नसोहळ्यासाठी गावात आला, तेव्हा अख्खं गाव त्याच्या स्वागताला जमलं होतं. त्यानं बरोबर बरेच अन्नपदार्थ आणले होते.

मुलीकडच्यांनी मध्यस्थामार्फत, सामानाची यादी त्याच्याकडे धाडली होती. त्यानुसार त्यानं एक बकरा, तांदुळाचं पोतं, कडधान्य, तळलेले डम्पलिंग्ज आणि फळं आणली होती. आमच्या समाजात अशी पद्धत आहे की, नवऱ्यामुलानं नवरीला कालाबाश म्हणजे एक मोठ्ठा भोपळा भरून संसारोपयोगी वस्तू भेट द्यायच्या असतात. त्यात सुईदोरा, चॉकलेट्स आणि कुराणाची प्रतही असते. या माणसानं आणलेल्या भोपळ्यात कित्येक हजार लिओनचा हुंडाही होता. ती रक्कम नवऱ्यामुलीच्या नातलगांना वाटण्यात आली.

लग्नसमारंभात नवरीनं सुंदरसा पांढरा डॉकेट आणि लप्पा घातला होता. त्याला छान लेस लावलेली होती. डोक्याला सुंदर पांढरा स्कार्फ बांधला होता. या माणसानं करड्या रंगावर सोनेरी नक्षीकाम केलेला गाऊन आणि कॅप घातली होती. खरंतर माझी त्याची ओळख नव्हती, पण मला तो चांगला माणूस वाटला होता. सगळ्यांसोबत नृत्य करताना एकदा त्यानं माझाही हात धरून पावलं टाकली होती.

आणि आता तो असा समोर आला होता. लग्नाच्या आहेरातल्या बकऱ्यासारखा त्याला बांधून ओढत आणला होता. जणू काही मेजवानीसाठी कापायलाच चालवला होता.

आता काय करावं? काय उत्तर द्यावं मला समजेना. शेवटी मी सांगितलंच. "हो, मला माहिती आहे हा माणूस. हा...."

पण समोर उभ्या असलेल्या माणसानं माझं बोलणं अर्ध्यातच तोडलं. "हो

ना? तरी मला वाटलंच होतं!'' तो रागारागानं बोलू लागला, ''आम्ही त्याला पकडला, तेव्हा त्याच्याजवळ आर्मी सॅक आणि बंडखोर बांधतात तसला लाल रुमाल सापडला. तो नक्कीच बंडखोर आहे. त्यानं स्वत: तुझे हात तोडले नसतीलसुद्धा. तरीपण तुझ्यावर केलेल्या अत्याचाराचा सूड म्हणून आम्ही त्याला मारणार.''

''नको, नको... थांबा'' माझा आवाज अत्यंत क्षीण आणि कोरडा आला. ''मी त्याला ओळखते. तो आमच्या गावचा आहे.'' माझं डोकं गरगरत होतं. कुठल्याही क्षणी मी कोसळणार होते. तशाही स्थितीत मी मोठ्यानं बोलून त्या माणसाला वाचवायचा प्रयत्न केला, पण काही उपयोग झाला नाही.

एव्हाना अख्खा गाव मजा बघायला गोळा झाला होता. मला दरडावून विचारणाऱ्या माणसानं स्वत:ची लांबच लांब बंदूक त्या धरून आणलेल्या माणसावर रोखली.

धाड्ऽ धाड्ऽ धूम!!! तीन गोळ्यांचे आवाज घुमले आणि तो बिचारा मागच्यामागे कोसळला. मला त्या क्षणी त्याचं लग्नातलं हसरं रूपच आठवत होतं.

''या अल्ला! नको. आता आणखी रक्त सांडलेलं पाहायला लावू नकोस!!''

दगडी रंगाची पोर्ट लोकोमधली दवाखान्याची इमारत. सिमेंटनं बांधलेली चौकोनी इमारत होती. तिथे सगळ्या रंगांची आणि आकारांची माणसं मदतीसाठी वाट पाहत बसलेली होती. म्हातारे-कोतारे, रक्तबंबाळ झालेल्या किंचाळणाऱ्या कच्च्याबच्च्यांना घेऊन आलेल्या बायका आणि माझ्यासारखी हातांच्या जखमांनी विव्हळ झालेली थोटी मुलं-मुली.

त्या दोन बायकांनी माझ्याकरता एका आंब्याच्या झाडाखाली मोकळी जागा शोधली. मी झाडाच्या खोडाला टेकून बसायचा प्रयत्न केला. जमलं नाही. मग सरळ जमिनीवर पसरले आणि मला केव्हातरी गुंगी आली. त्या अर्धवट झोपेतही डोळ्यांसमोर बंदुकीच्या गोळ्यांनी मारली जाणारी माणसं दिसत होती.

केव्हातरी माझ्यासोबत आलेल्या पोक्त बाईनं मला हलवून जागं केलं आणि उठायला मदत केली. ''चल, आता त्या नर्सबाया तुला बघतील.'' मी तिच्याबरोबर चालू लागले.

बाहेरच्यापेक्षा दवाखान्याच्या आत भयंकर उकाडा होता. खरंतर खिडक्यांवर लावलेल्या मळक्या पांढऱ्या पडद्यांच्या फटीतून वारा आत येत होता; पण जमिनीवर झोपलेले आणि भिंतीला टेकून बसलेले इतके जखमी लोक तिथे होते की, वाऱ्याला खेळायला जागाच नव्हती. मला तर गुदमरल्यासारखं वाटलं. नीट श्वासच घेता येईना.

कडक पांढरा ड्रेस आणि डोक्यावर तशीच टोपी घातलेल्या एका स्त्रीनं मला खांद्यांना धरून आत नेलं. तिनं सांगितलं की, ती नर्स होती आणि तिला शक्य होईल तेवढी जास्तीतजास्त मदत मला करणार होती. मला लोखंडी पलंगावर झोपवून तिनं माझ्या अंगावर आभाळाच्या रंगाचं निळसर पांघरूण घातलं. मी डोळे मिटून पडून राहिले; पण आजूबाजूचे सगळे आवाज कानांवर पडत होते. मुलं कण्हत होती, मुसमुसत होती. बायका हळू आवाजात बोलत होत्या. मधेच कुणीतरी किंचाळायचं. किंचाळी ऐकली की, माझ्या अंगावर काटा उभा राही. 'हा आमचा शेवटचा मुक्काम. आता उद्या थेट पोर्ट लोको! तोपर्यंत जो सापडेल त्याचा खातमा! हाऽ हाऽ हा!' माझ्या डोक्यात रुतून बसलेले बंडखोरांचे शब्द पुन्हा पुन्हा ऐकू यायचे.

थोड्या वेळानं नर्स आली. माझ्या अंगावरचं पांघरूण काढत तिनं विचारलं, "तुला हे असं केलं, तेव्हा कुठे होतीस तू?"

"मानार्मा" मी पुटपुटले.

"कुणी केलं?"

"बंडखोरांनी." हे सांगता-सांगता मला काय झालं कुणास ठाऊक! एकदम उठून बसायचा प्रयत्न करत मी म्हटलं, "ते आता पोर्ट लोकोलाच यायला निघालेत. मला सांगितलं ना त्यांनी. हो. मला त्यांनीच सांगितलं." मी तारेत असल्यासारखी तेच-तेच शब्द परत परत बोलू लागले.

मला शांत करत नर्स म्हणाली, "काही काळजी करू नकोस. तू इथे सुरक्षित आहेस. इथे 'इकोमॉग'चा चोवीस तास पहारा असतो. बंडखोर हल्ला करायला आले, तरी ते ताबडतोब मारले जातील."

"तुम्हाला माहीत नाही. ते काय वाट्टेल ते करू शकतात!" मी या टोकापासून त्या टोकापर्यंत मान हलवत सांगितलं.

"हे पाहा, तुझ्या हाताला झालेल्या जखमा फार खराब झाल्या आहेत. बरंच इन्फेक्शन झालंय. आमच्याकडे इतकी जास्त औषधं नाहीत. त्यामुळे जास्त आजारी पेशंटना इकोमॉगच्या (इकोमॉग म्हणजे इकॉनॉमिक कम्युनिटी ऑफ वेस्ट आफ्रिकन स्टेट्स मॉनिटरिंग ग्रुप : सिएरा लिओनमधला बंडखोरांचा लढा संपवण्यासाठी सैन्यदलातर्फे करण्यात आलेली ही व्यवस्था होती.) ट्रकमधून आम्ही फ्रीटाउनला पाठवतो. कॅनॉट हॉस्पिटलमध्ये तुलासुद्धा त्यांच्याबरोबर जावं लागेल."

असं सांगत नर्सनं मला उठून बसवलं. मी पहिल्यांदाच तिच्याकडे नीट पाहिलं. ती सुंदर होती. गालाची हाडं वर आलेली, आणि मऊ काळे केस व्यवस्थित विंचरून वर टोपी घातलेली. माझ्यापेक्षा ५-६ वर्षांनीच मोठी असेल ती.

उठून बसल्यावर मला एकदम ग्लानी आली. पोटात उन्मळून कळ आली. ओकारी आली; पण काहीच बाहेर आलं नाही. तिनं मला उठून उभं केलं आणि हळूहळू चालवत, दवाखान्याच्या मागच्या दरवाज्याशी घेऊन गेली. तिथे हॉलमध्ये माणसांची गर्दी होती. दार उघडल्याबरोबर मला जे दिसलं, ते पाहून मी ‘‘बंडखोर... बंडखोर... ते पाहा ते. बंडखोरच आहेत.’’ असं किंचाळत धावायला सुरुवात केली. त्याबरोबर नर्सनं मला घट्ट धरून ठेवलं. शांत पण ठाम आवाजात म्हणाली, ‘‘नाही. ते बंडखोर नाहीत. ही इकोमॉगची माणसं आहेत. तुम्हाला मदत करण्यासाठी आली आहेत. ती तुमच्या बाजूची माणसं आहेत.’’

तेव्हा कुठे ट्रकजवळ उभ्या असलेल्या माणसांकडे मी बारकाईनं पाहिलं. त्यांनी बंडखोरांसारख्याच खाकी पँट्स घातल्या होत्या, आणि त्यांच्याही खांद्याला बंदुका लटकत होत्या. अंगाभोवती काडतुसांचे पट्टे गुंडाळलेले होते. फक्त ह्या लोकांच्या अंगात खाकी शर्ट्स होते आणि डोक्यावर हॅट्स घातल्या होत्या. तेवढाच फरक होता.

त्यांच्यातला एक जण हसत-हसत माझ्याकडे आला आणि म्हणाला, ‘‘बेबी, मी तुला मदत करू का? चालेल ना?’’ त्यावर मी काहीच बोलले नाही.

त्यानं मला उचलून ट्रकच्या मागच्या भागात ठेवलं. तिथे बसायला कडेनं बाक होते. मधली जागा मोकळी होती आणि वर हिरव्या ताडपत्रीचं छप्पर होतं. आतल्या एका सैनिकानं मला बसायला जागा करून दिली. मी बसल्यावर आजूबाजूला ओझरती नजर फिरवली आणि शहारलेच. प्रत्येक चेहरा रक्तबंबाळ होता. कुणाचे कान कापलेले, कुणाचे हात तोडलेले होते आणि एकाचा डोळाच काढला होता.

पुढच्या क्षणी अचानक जणू माझा श्वास थांबला! घशात आलेला आवंढा मला गिळता येईना. माझ्या समोरच्या बाकावर मोहम्मद बसला होता. त्याच्या करड्या नजरेत अपार वेदना होती आणि पलीकडे होता, इब्राहीम!!

सहा

मी खूप लहान असतानाची घटना आहे. अशीच दुपारच्या वेळेला, नारळाच्या झाडाखाली बसले होते. अचानक एक पिवळ्या आणि करड्या रंगाचं छोटंसं पाखरू आभाळातून पडलं, पण पडता-पडता लाल मातीवर उभं राहिलं. मी त्याला मदत करण्यासाठी पुढे झाले, पण मग ठरवलं नाही करायची मदत. पाखरू घायाळ झालेलंच होतं. त्याला त्याच्या मौतीनं मरू देणंच बरं. मी त्याला उचलून घरी नेईन, त्याची शुश्रूषा करीन; पण तरीही ते दोन दिवसांनी वेदनेनं तडफडून मरणारच आणि नाही मेलं, तर एक तुटका पंख घेऊन जगत राहणार. ते तर फारच वाईट! खूप वेळ मी त्याच्याकडे बघत राहिले. ते इवलंसं जिद्दी पाखरू सारखं घायाळ पंखांची फडफड करीत, वाकड्या झालेल्या पायांवर उभं राहण्याचा प्रयत्न करत होतं. जमलं नाही, तरी पुन्हा पुन्हा धडपडत होतं. असं अनेकवार झाल्यानंतर एका क्षणी शरीरातली ताकद संपली आणि ते लाल मातीवर निश्चेष्ट पडलं.

वाटलं, अरेरे! याची हालचाल थांबली. आपल्यादेखत पाखरू मेलं! असं दु:ख मला वाटतंय, तोच चमत्कार घडला! काही क्षणांतच ते पाखरू काहीच न झाल्यासारखं उठलं आणि भुर्रकन उडूनही गेलं!

त्या ट्रकमध्ये मी इब्राहीमला आणि मोहम्मदला पाहिलं, तेव्हा मला त्या पक्ष्यासारखं वाटलं. आकाशात उडत असताना कुणीतरी अचानक मला घायाळ करून खाली पाडलं आणि आता जणू मी स्वत:च्या पायावर उभं राहण्याचा प्रयत्न करतेय; पण मला जमत नव्हतं. मनात विचार आला, त्या पक्ष्याइतकं निश्चयाचं बळ माझ्या अंगात येईल का? अजिबात हालचाल न करता, तंद्रीत असल्यासारखी मी निश्चल बसून होते. माझे विस्फारलेले डोळे एकदा इब्राहीमवर खिळून राहायचे, एकदा मोहम्मदवर. शेवटी इब्राहीमनंच माझ्या तंद्रीचा भंग केला. पराभव झाल्यासारखा खोल सुस्कारा टाकून त्यानं स्वत:च्या हातांकडे पाहिलं. हात माझ्यासारखेच होते. बँडेज बांधलेले. 'म्हणजे बंडखोरांनी ह्याचेही हात कापून टाकलेत.' हे लक्षात आलं आणि घशात मोठा आवंढा आला. कसाबसा तो गिळून मी मोहम्मदकडे पाहिलं. तोही आपले थोटे हात छातीशी

घेऊन खाली पाहत होता. अगदी इब्राहीमसारखाच.

त्या ट्रकमध्ये आम्ही कितीतरी माणसं दाटीवाटीनं बसलो होतो. चांगलाच उकाडा होत होता; पण समोरचं दृश्य पाहिल्यावर एक थंड शिरशिरी माझ्या अंगातून आरपार गेली आणि हतबल झाल्यासारखी माझी मान शेजारी बसलेल्या व्यक्तीच्या खांद्यावर कलली.

''सॉरी!'' मी माफी मागितली.

''काही हरकत नाही बेटा!'' मृदू आवाजात शेजारची स्त्री उत्तरली आणि तिनं स्वत: होऊन माझं मस्तक आपल्या मांसल खांद्यावर ठेवलं आणि हलक्या हातानं थोपटू लागली.

बंडखोरांशी गाठ पडू नये म्हणून 'इकोमॉग'चा ट्रक बऱ्याच लांबच्या रस्त्यानं फ्रीटाउनकडे नेण्यात येत होता. रस्ता फारच विचित्र, लहानमोठ्या खाचखळग्यांनी भरलेला होता. वाटेल तसे दणके बसत होते; पण त्याही अवस्थेत शेजारणीच्या खांद्यावर डोके टेकल्यामुळे मला थोडी झोप मिळाली.

मध्ये ट्रक थांबला, तेव्हा मी जागी झाले. माझ्याकडे वळून शेजारच्या बाईनं विचारलं, ''किती गोऽड पोरगी आहेस! असं काय झालं गं बाई तुला? नको-नको. उत्तर देऊ नकोस. बस, शांत बस. आराम कर हां!''

एक फडकं ओलं करून तिनं माझ्या चेहऱ्यावरून, कपाळावरून फिरवलं.

''माझं नाव फातमता. तुझ्यासारखाच माझ्या काकावर मानार्मामध्ये हल्ला झाला. माझा भाऊ आणि मी त्याच्यासोबत आलोत,'' शेजारी बसलेल्या दोघांकडे बोट दाखवत तिनं सांगितलं. त्यातला एक जण तर गोठलेल्या रक्ताची अंघोळच केल्यासारखा दिसत होता.

इकोमॉगचे सैनिक लोकांना ट्रकमधून उतरायला मदत करू लागले. माझी पाळी आली. माझं अंग आखडून गेलं होतं. ओठ थरथर कापत होते. माझी भीती, अस्वस्थपणा फातमताच्या लक्षात आलं. ती बोलू लागली, ''आपण आता 'लुंगी'मध्ये पोहोचलो आहोत. इथून फ्रीटाउन अगदी जवळ आहे. तिथे बोटीनं जावं लागतं. थोड्याच वेळात आपण तिथं पोहोचू.''

आता अंधार झाला होता. मी पाहिलं – दूर किनाऱ्यावर दोन्ही बाजूला, पामच्या झाडांपेक्षा उंच-उंच इमारती होत्या आणि सगळीकडे इलेक्ट्रिकचे दिवेच दिवे चमकत होते. मग्बोरौमध्ये रात्री आम्ही जवळजवळ अंधारातच राहत होतो. उजेड काय तो शेकोटीचा नाहीतर घरात लावलेल्या रॉकेलच्या दिव्याचा!

''चल, मी तुझ्याबरोबर राहिले तर चालेल ना तुला?'' फातमताने गोड आवाजात विचारलं. ती माझ्यापेक्षा थोडी उंच होती. आम्ही शेजारी उभ्या राहिलो, तेव्हा माझ्या लक्षात आलं, ती तब्येतीनं चांगली दणकट होती. असेल

साधारण वीसेक वर्षांची. मी अंदाज केला.

फातमता मला 'पाम-पाम'कडे घेऊन गेली. पाम-पाम म्हणजे लाकडी होडी. आमच्या गावात मासे पकडण्यासाठी अशाच होड्या वापरीत. मी पाहिलं, काही होड्या पाण्यात बुडलेल्या दिसत होत्या. फक्त त्यांची वरची कड दिसत होती. मी ओरडायला लागले. "नाही. मला नाही जायचं पाम-पाममधून. मी पाण्यात बुडेन. पाहा ना त्या होड्या कशा बुडाल्या आहेत!"

त्यापूर्वी मी कधीच होडीत बसले नव्हते. मला भीती वाटायला लागली. आपण पाण्यात पडलो, तर पोहून वर यायला हातसुद्धा नाहीत आपल्याला!

फातमतानं माझी समजूत घातली. म्हणाली, "काही काळजी करू नकोस. मी पूर्ण वेळ तुला धरून बसेन. म्हणजे आपण दोघीही नीट पलीकडच्या तीरावर पोहोचू."

अखेर, बोटीच्या शेवटच्या फेरीत आमचा नंबर लागला. बोट अगदी सरळ, अलगद चालली होती. अजिबात धक्के बसत नव्हते. शहरातले दिवे आणि त्यांची पाण्यावर नाचणारी सुंदर प्रतिबिंबं बघता-बघता माझी भीती पार पळून गेली. खरं म्हणजे, गावातली मोठी माणसं फ्रीटाउनला जाऊन आली की, शहर कसं मोठं असतं आणि तिथल्या गमती-जमती सांगायची तेव्हा मला नेहमी वाटायचं की, आपल्याला कधी फ्रीटाउन पाहायला मिळेल?

पाम-पाममधून उतरल्यावर इकोमॉगच्या सैनिकांनी आम्हांला दुसऱ्या ट्रकमध्ये चढवलं. फ्रीटाउनच्या रस्त्यांवरून तो ट्रक गाण्यासारखा आवाज करत चालला होता. आता मला माहिती आहे की, तो सायरन वाजत होता. पश्चिमेकडे ॲम्ब्युलन्स सायरन वाजवत चालली की, इतर वाहनं तिला वाट देण्याकरता बाजूला होतात; पण फ्रीटाउनच्या रस्त्यांवर गर्दी करणाऱ्या लोकांना ते समजायचं नाही. ते ट्रकच्या समोरच यायचे आणि चालत राहायचे. बाजूला होत नसत. मी जर जखमी नसते आणि ट्रकमध्ये बसण्याऐवजी चालतच हॉस्पिटलला गेले असते, तर ट्रकच्या अगोदर पोहोचले असते.

हॉस्पिटलच्या पुढच्या गेटजवळ आम्ही पोहोचलो, तेव्हा नर्सच्या पोशाखातल्या एका स्त्रीनं, हॉस्पिटलचे वॉर्ड असलेल्या इमारतीच्या मागे असणाऱ्या एका इमारतीकडे जायला सांगितलं.

"रात्रभर आपल्याला तिथे राहावं लागेल, असं वाटतंय," फातमता म्हणाली, "पण तू काळजी नको करू बेटा. मी राहीन रात्री तुझ्याजवळ."

इमारतीत शिरण्यापूर्वीच आतला उग्र दुर्गंध आमच्या नाकात शिरला. रक्त, वांती आणि घाम यांचा संमिश्र भपकारा. एका मोठ्या हॉलमध्ये माणसं सिमेंटच्या जमिनीवर निजलेली होती. जिकडेतिकडे रक्त दिसत होतं. मी

फातमताबरोबर दारातून आत शिरून पाहू लागले. मला वाटलं आपण मोहम्मदाचं एखादं भूत आहोत आणि पछाडण्यासाठी एखाद्या निरोगी शरीराचा शोध घेत आहोत; परंतु तिथे एकही निरोगी माणूस नव्हता. सगळेच आजारी. जागा शोधून खाली बसल्याबरोबर मला भडभडून वांती झाली.

सकाळी प्रथम उपचारासाठी निवडलेल्या रुग्णांत माझा नंबर लागला. दोघी नर्सेस मला एका स्वच्छ पांढऱ्या हॉलमध्ये घेऊन गेल्या. तिथे छताला मोठे-मोठे दिवे टांगले होते. उजेडच उजेड होता. ते ऑपरेशन थिएटर असल्याचं नर्सनं मला सांगितलं.

तिथे लांब पांढरा कोट आणि चष्मा घातलेला, खरखरीत आवाजाचा माणूस क्रिओ भाषेतून बोलत होता. ते डॉक्टर होते. एक नर्स त्यांचं बोलणं मला टेम्नेमध्ये भाषांतर करून सांगत होती.

''फ्रीटाउनमध्ये तुझ्या ओळखीचं कुणी राहातं का?''

''हो. माझे काका सुलेमान राहतात.''

''ते कुठे राहतात माहिती आहे तुला?''

सुलेमान हे माझ्या वडिलांचे आणि मारीचे धाकटे भाऊ. मी त्यांच्या घरी कधी गेलेली नव्हते; पण फ्रीटाउनच्या 'डव्हकट' या व्यापारी भागात ते धंदा करतात एवढं मला ठाऊक होतं.

त्या डॉक्टरांनी शिवणाच्या सुईसारखी एक लांब सुई माझ्या दंडात खुपसली आणि म्हणाले की याच्यामुळे तुला झोप येईल.

मला जाग आली तेव्हा रात्र झाली होती. फातमता माझ्या पलंगाजवळ बसली होती. एका मोठ्या हॉलमध्ये पलंगांची रांगच रांग होती. फातमतानं सांगितलं की, तो मुलींचा वॉर्ड होता. तिथे सगळ्या माझ्या वयाच्या किंवा त्याहून लहान मुलींना ठेवलेलं होतं. मी उठून बसायचा प्रयत्न केला, पण उठता आलं नाही. डॉक्टरांनी दिलेल्या औषधामुळे ग्लानी येत होती. माझ्या दंडांना पांढरं शुभ्र बँडेज बांधलेलं होतं. त्यातून रक्ताचा एक थेंबसुद्धा बाहेर आलेला दिसत नव्हता.

फातमतानं पांढऱ्या भाताचा चमचा माझ्या तोंडापाशी आणला. मी घास घेतला, पण तो गिळायच्या आधीच मला उलटी झाली. ती हळू आवाजात म्हणाली, ''मारिआतू, तुला खायला पाहिजे. पोटात गेलं नाही, तर शक्ती कशी येणार? आपण पुन्हा थोड्या वेळानं प्रयत्न करू या.''

मी तिला उत्तर दिलं नाही, कारण पुन्हा मला झोप लागली.

दुसऱ्या दिवशी फातमता मला भेटायला आली, ती रडतरडतच. तिचे

काका जखमा चिघळून वारले होते. बिचारी खूप दु:खी झाली होती.

तिनं मला विचारलं, "तू थोडी चालू शकशील का?"

मी तयारी दाखवली तेव्हा तिनं सुचवलं, "ट्रकमध्ये तुला ती दोन ओळखीची मुलं भेटली होती ना, त्यांना भेटायला जायचं का? ते दोघे तुझ्याबद्दल विचारत होते."

आम्ही मुलांच्या वॉर्डमध्ये गेलो. समोरच्याच कॉटवर इब्राहीम दिसला. माझ्यासारखंच बँडेज लावून झोपला होता.

"हाय मारिआतू! बरी आहेस ना?" त्यानं हसतमुखानं विचारलं. तो उठू शकत नव्हता. हातांशिवाय सगळ्या कृती कशा करायच्या हे शिकायला माझ्याप्रमाणे त्यालाही वेळच लागणार होता.

कष्टानं डोळ्यांतलं पाणी लपवत मी मान हलवली.

"ए, रडू नको गं तू, मारिआतू!"

हा तर मोहम्मदचा आवाज. त्याची कॉट बरोबर इब्राहीमच्या मागे होती. कॉटवर आरामात खाली पाय सोडून तो बसला होता. हाताला बँडेज होतं, तरी पाय हलवत होता.

आताही त्याचं ते तोंडभर हसू, थोडं जास्तच खुललं होतं. एवढ्या सगळ्या दिव्यातून गेल्यानंतरही त्याचे डोळे चमकत होते. मी जाऊन त्याच्याशेजारी बसले, तेव्हा तो म्हणाला,

"आता, आपण सगळे बरोबरीचे झालो ना?"

"म्हणजे काय?"

"अगं बघ ना! आता आपण मारामारी कशी करणार? म्हणजे कुणीच जिंकणार नाही. सगळे बरोबरीचे झालो!"

हे ऐकल्यावर कसं कोण जाणे, मला इतकं हसू आलं की, मी कितीतरी वेळ हसतच होते.

मला पुन्हा एकदा त्या घायाळ पाखरासारखं वाटायला लागलं; पण आता मला वाटत होतं की, आपण नक्कीच पुन्हा उडायला शिकणार!

सात

"तुला दिवस गेलेत. गरोदर आहेस तू."

पांढरा कोट घातलेली डॉक्टरीण टेम्ने भाषेतच बोलत होती. तरीही ती काय सांगत होती, ते मला समजत नव्हतं. मी नुसतीच तिच्या गोल चेहऱ्याकडे, कोटाच्या खिशात घातलेल्या हातांवर नजर फिरवत वेड्यासारखी बघत होते. मारीची धाकटी बहीण, अबिबातू, डॉक्टरीण बाईच्या शेजारी उभी होती. आठवड्यापूर्वीच ती पोर्ट लोकोहून फ्रीटाउनला आली होती.

डॉक्टरीण पुन्हा म्हणाली, "तू गरोदर आहेस. तुला आता बाळ होणार आहे. समजतंय का मी काय सांगतेय ते?"

अबिबातू ही मारीसारखीच मनमोकळं, प्रेमळ हसणारी माझी धाकटी आत्या. डॉक्टरणीचं बोलणं ऐकताच तिचे डोळे भरून आले. "असं कसं झालं गंऽऽ तुला?"

"मला माहीत नाही." मी पुटपुटले. "मला माहीत नाही" असं काहीतरी मी बोलत राहिले, पण त्याला काही अर्थ नव्हता. फ्रीटाउनला आल्या दिवसापासून अबिबातूनं, फातमता करीत असलेली बरीच कामं अंगावर घेतली होती. मला अंघोळही तीच घालत असे. अशाच एका संध्याकाळी माझं अंग पुसण्याकरता साबणाच्या पाण्यात कपडा बुडवता-बुडवता तिनं विचारलं, "मारिआतू, तुझी छाती अशी एकदम फुगल्यासारखी का दिसायला लागलीय गं? पाळी केव्हा आली होती तुला?"

मारीनं मला सांगितलं होतं की, 'पौर्णिमेपासून पौर्णिमेपर्यंतच्या काळात तुला एकदा पाळी येत राहील.' पण अजून मला तशी नियमितपणे पाळी यायला सुरुवात झाली नव्हती. त्यामुळे मागची पाळी केव्हा आली ते मला आठवत नव्हतं.

"भूक लागतेय का? हॉस्पिटलमध्ये आल्यापासून नीट जेवते आहेस ना?" अबिबातूचा पुढचा प्रश्न.

मी नकारार्थी मान हलवली. मी काहीही खाण्याचा प्रयत्न केला, साधा पांढरा भात किंवा मक्याची भाकरी जरी खाल्ली तरी ताबडतोब उलटून पडत

होती. हॉलमध्ये कुणी जेवण घेऊन येत असेल, तर लांबूनच अन्नाच्या वासानं मला मळमळायला लागे. क्वचित कधी, माझ्या बँडेज बांधलेल्या हातात चमचा धरून मी स्वत: काही घास काळजीपूर्वक खात असे; पण बऱ्याच वेळा मी जेवण सुरू करण्यापूर्वीच अबिबातूकडून किंवा फातमताकडून उलटी करण्यासाठी भांडं मागवून घेत असे.

अबिबातू काळजीत पडल्यासारखं म्हणाली, ''डॉक्टरांना सांगून आपण तुझ्या काही टेस्ट्स करून घेऊ मारिआतू. मला शंका आहे. कदाचित तुला दिवस गेले असावेत.''

'दिवस गेलेत' म्हणजे काय ते मला नीटसं समजलं नाही. पण मी अबिबातूला काही विचारणार तेवढ्यात हात नसलेली आणखी एक मुलगी, तिला मदत करणाऱ्या बाईबरोबर बाथरूममध्ये शिरली. त्यामुळे अबिबातूनं मला टबमधून बाहेर यायला मदत केली आणि माझं अंग पुसून दिलं.

डॉक्टरीणबाईंकडून 'मी गरोदर असल्याचं' निदान करून आम्ही मुलींच्या वॉर्डमध्ये परत आलो, तर सुलेमान आणि त्याची दुसरी बायको (तिचं नावही मारिआतू) दोघं मला भेटायला आलेले होते. मी नाव सांगितल्यानंतर हॉस्पिटलच्या लोकांनी त्याला शोधून काढलं होतं. तेव्हापासून तो रोज एकदा तरी मला भेटायला येई.

सुलेमान रडत होता. त्याला जणू बेंबीच्या देठापासून मोठे-मोठे हुंदके येत होते. ते पाहून मला धक्का बसला! त्यापूर्वी कधीही एखाद्या पुरुषाला मी रडताना पाहिलं नव्हतं. तो फार संतापलाही होता. मला पाहिल्याबरोबर तो जोरजोरानं हातवारे करू लागला.

''कुणी केलं हे नीच कृत्य, मारिआतू? त्याचं नाव सांग. या... या माझ्या हातांनी, त्याचे तुकडे-तुकडे करतो.''

मला सुलेमान चाचा खूप आवडत असे. तो केव्हाही मग्बोरौला आला की, आम्हां सगळ्या लहान मुलांना फ्रीटाउनहून चॉकलेट, गोळ्या आणायचा. इतर मोठ्या माणसांसारखा तो आम्हांला कधी रागावला नाही. उलट आमच्या खेळात सामील व्हायचा. आत्ता मात्र तो रागानं लालबुंद झाला होता. ओरडत होता. भयानक दिसत होता.

मग तर त्यानं शिव्यांनी भरलेलं लांबचलांब भाषणच द्यायला सुरुवात केली. पहिल्यांदा माझ्यावर अशी वेळ येऊ दिली म्हणून मारीवर दोषारोप केले. मग बंडखोरांच्या कारवाया रोखू शकत नाही म्हणून सिएरा लिओनच्या राष्ट्राध्यक्षाला शिव्या घातल्या आणि परदेशी लोक कुणीही अशा वेळी आमच्या मदतीला

येत नाहीत म्हणून त्यांनाही दूषणं देत होता. अर्थात तो काय काय बोलला त्यातलं सगळंच मला समजत होतं, असं नाही.

थोड्या वेळानं तो शांत झाला आणि म्हणू लागला, "ते काही नाही. मारिआतू, आता तू माझ्या घरी राहायला ये. आम्ही दोघं तुझी काळजी घेऊ."

त्याच्या बायकोनंही हसून संमती दिली.

"पण आधी तुला चांगलं बरं व्हायला पाहिजे मारिआतू." सुलेमान चाचा पुढे बोलू लागला. "अजून तुझ्या जखमा नीट भरलेल्या नाहीत. इन्फेक्शनसाठी तुला अजून औषधं, गोळ्या चालू आहेत. मी डॉक्टरांशी बोललो आहे. ते म्हणतात तुझी तब्येत लवकर बरी होईल. फक्त त्यानंतर तुला हातांशिवायच राहावं लागेल; पण तू काळजी करू नकोस. तुझ्या बाळाला आम्ही सांभाळू."

सुलेमान आणि मारिआतू गेल्यावर मी आणि अबिबातू माझ्या कॉटवर बसलो होतो. माझ्या पाठीवरून, दंडावरून हळुवार हात फिरवत तिनं विचारलं, "मारिआतू, बेटा, कुणी केलं तुला हे? सांग बरं! त्या मेल्या बंडखोरांनी तुला बाळ दिलंय का?"

मी खरंतर गोंधळून गेले होते. मी फक्त एवढंच ऐकलेलं होतं की, बाईच्या बेंबीतून बाळ बाहेर येतं म्हणून. आमच्या मग्बोरौ गावच्या एखाद्या बाईला बाळ होणार असलं की, तिचं पोट मोठं-मोठं होत जायचं. मग ती तळ्यातल्या पांढऱ्या छातीच्या बदकासारखी हेलकावे खात चालायला लागायची. एके दिवशी गावातल्या सुईणीच्या घरी जायची. तिच्याबरोबर इतरही दोघी-तिघी असायच्या. मग आतून मोठ्यानं कण्हण्याचा, ओरडण्याचा आवाज येत राहायचा आणि मग एक-दोन दिवसांनी ती बाई हसत-हसत बाहेर पडायची, तेव्हा तिच्या हातात छोटुसं बाळ असायचं.

"नाही, त्या बंडखोरांनी मला तसलं काही केलं नाही; पण मला वाटतं, आपली काहीतरी चूक होतेय का? कारण बाळं तर मोठ्या बायांना होतात ना? मुलींना थोडीच होतात बाळं?"

मी उत्तराच्या अपेक्षेनं तिच्याकडे पाहत राहिले.

अबिबातूनं दोन्ही पाय पलंगावर घेतले. म्हणाली, "ये, सांगते तुला सगळं."

आम्ही दोघी जणी शेजारी-शेजारी निजलो आणि मग तिनं मला नीट उलगडून सांगितलं की, बाळ पोटात कसं तयार होतं.

ते सांगून झाल्यावर, ती निघून गेली. मी एकटीच विचार करत पडून राहिले. पुरुष, त्यांचं वागणं, स्त्री-पुरुष लैंगिक समागम या सगळ्यांबद्दल मी त्या दिवशी बराच विचार केला आणि मग माझ्या लक्षात आलं की, मला नेमकं काय झालं होतं.

मग्बोरौ सोडून मानार्माला जाण्यापूर्वी एक महिनाभर आम्ही सगळे जण जंगलात राहिलो होतो, कारण बंडखोर इकडेच येत आहेत, अशी दाट अफवा पसरली होती. रमादान (रमझान)चा महिना संपत आला होता. घरातलं सगळं सुरक्षित आहे का ते बघायला आणि प्रार्थनेसाठी म्हणून मारी आणि अली मग्बोरौला गेलेले होते.

एकदा रात्रीची जेवणं झाल्यानंतर आम्ही सगळे शेकोटीभोवती गप्पा मारत बसलो होतो. काही वेळानं इब्राहीम आणि मोहम्मद उठून झोपायला गेले. आता शेकोटीपाशी आदमसी आणि मी दोघीच उरलो. आम्ही आपल्या चांदण्यांच्या प्रकाशात, शेकोटी विझताना पाहत बसलो होतो. तेवढ्यात सालेऊ आमच्याजवळ आला.

"अरे, वा! तुम्ही दोघीच बसलात का? बरं झालं मी आलो. तुमच्या या मारी आणि पा अली यांनी मला तुम्हा पोरींवर लक्ष ठेवायला सांगितलंच होतं." कपटी हसत सालेऊ म्हणाला.

माझी पाठ एकदम ताठरल्यासारखी झाली. डोक्यापासून पायापर्यंत झिणझिण्या आल्या. जणू काही मला कुणीतरी सावध करत होतं. मला हा माणूस आवडत नव्हता. कणभरही आवडत नव्हता. त्याला पाहिलं की, मला कसली तरी भीती वाटायची.

मी एकदम शांत बसले. हालचाल करायचीसुद्धा भीती वाटत होती. मात्र आतून मी पूर्ण सावध होते. आता शेकोटी विझून केवळ लाल निखारे उरले होते. आदमसी आणि सालेऊ बोलत बसले होते. मग्बोरौ गाव आणि गावातले लोक यांच्याबद्दल गप्पा सुरू झाल्या. मी काहीच बोलले नाही.

थोड्या वेळानंतर सगळा धीर एकवटून मी उठले आणि त्या दोघांना 'गुड नाइट' म्हणून चालू लागले.

आम्ही वाळलेलं गवत, वेली आणि पालापाचोळा गोळा करून आमचे बिछाने तयार करून ठेवले होते. मी बिछान्यावर पडले. झोप येत नव्हती. ते एका परीनं बरंच झालं कारण थोड्याच वेळात कुणीतरी दणकट पावलं टाकत माझ्याच दिशेनं येत असल्याची चाहूल लागली. मी डोळे मिटून झोपल्याचं नाटक करू लागले. एकदा वाटलं, शेजारीच आदमसीचा बिछाना आहे, तेव्हा तीच आली असेल; पण नाही. ती आलेली नव्हती.

सालेऊ येऊन सरळ माझ्याशेजारी झोपला. मी मनात म्हटलं, आपल्याला झोप लागल्याचं पाहून हा निघून जाईल. त्यानं माझं अंग कुरवाळायला सुरुवात केली. चेहरा, केस, छाती, पोट, मांड्या हळूहळू हात दोन्ही मांड्यांच्यामध्ये सरकला. तेव्हा मी ताडकन उठून बसले.

"तू? काऽय करतो आहेस इथे? आदमसी कुठे आहे?" मी किंचाळले.

तो फक्त अभद्र हसला आणि मला कुरवाळणं त्यानं चालूच ठेवलं. मला त्याच्या तोंडाचा आणि घामाचा घाणेरडा वास येत होता.

''एऽ, जा तिकडे. सोड मला,'' मी जोरात ओरडले आणि मोठमोठ्यानं इतरांना हाक मारायला सुरुवात केली.

काही सेकंदातच 'काय झालं? काय झालं?' असं म्हणत इब्राहीम माझ्याकडे येत असल्याचं ऐकू आलं. त्याबरोबर सालेऊ टुणकन उडी मारून उठला आणि त्यानं कपडे झटकले. मीही पटकन माझा वर गेलेला स्कर्ट खाली केला.

''मारिआतूला स्वप्न पडलेलं दिसतंय,'' आपण आत्ताच तिथे आल्यासारखं दाखवत सालेऊनं इब्राहीम आणि मोहम्मदला सांगितलं. मग गुडघ्यावर बसून. माझ्या डोक्यावर थोपटत कपाळाचं हलकं चुंबन घेत म्हणाला, ''काही नाही झालं हां बेटा! झोप, झोप. मी आत्ता आदमसीला शोधून आणतो. दोघी जणी जवळजवळ झोपा. म्हणजे भीती नाही वाटायची. झोप तू झोप.''

दुसऱ्या दिवशी आम्ही चौघं मुलं (मी, आदमसी, इब्राहीम आणि मोहम्मद) मग्बोरौला परतलो. सालेऊ त्याच्या गावाला गेला. तिथे त्याची दुसरी बायको आणि दोन लहान मुलं राहत होती. मला सुटल्यासारखं वाटलं. सालेऊचं तोंड उभ्या जन्मात पुन्हा पाहू नये, असं वाटत होतं. तो ज्या पद्धतीनं माझ्याशी वागला होता त्यामुळे मी गोंधळून गेले होते. आणि तो मला असं काय करत होता, हे मला नीटसं उमगलंच नव्हतं. मी त्याबद्दल कुणाशी काही बोलले नाही.

लवकरच सालेऊनं वरचेवर मग्बोरौला यायला सुरुवात केली. तो काहीतरी निमित्त काढून आमच्या घरी येऊ लागला. कधी अलीकडे हातोडा मागायला, तर कधी मारीकडे काळे मिरे, सुई-दोरा असलं काहीतरी उसनं घ्यायला. तो सांगायचा की, बंडखोरांचा लढा चालू आहे त्यामुळे बऱ्याच वस्तूंचा त्याच्या कुटुंबीयांना तुटवडा पडतो आहे. तो आला की सतत माझ्याकडे डोळ्यांच्या कोपऱ्यातून पाहत राहायचा. तो आसपास असला की, माझ्या अंगावर काटा उभा राहत असे आणि तो गेल्यावरही त्याचा दुर्गंध माझी पाठ सोडत नसे.

एक दिवस दुपारी, मी आणि मारी नदीवर भांडी घासायला गेलो होतो. भांडी विसळताना मी धीर एकवटून मारीजवळ विषय काढला. ''या मारी, मला तुला काहीतरी सांगायचंय. तो सालेऊ चांगला माणूस नाही. त्या दिवशी रात्री त्यांनी जंगलात मला धरलं होतं. मला त्याची भीती वाटते गं मारी! मला नाही त्याच्याशी लग्न करायचं. मी परत कध्धीच त्याच्याजवळ जाणार नाही.''

यानंतर जे घडलं ते मी कधीही विसरणार नाही. मारी गर्रकन माझ्याकडे वळली. तिनं खाली वाकून तिथे पडलेला वेलीचा फोक उचलला आणि सापकन माझ्या तोंडावर हाणला. इतक्या जोरात की, गालातून रक्तच फुटलं.

मी उभीच्या उभी, बघतच राहिले. तसूभरही हालचाल करता येईना. मला मोठाच धक्का बसला होता.

"खबरदार, सालेऊबद्दल असलं वाईट-साईट बोललीस तर! फार भला माणूस आहे तो. तुला कशाला त्रास देईल गं तो? उलट तुझा चांगला सांभाळच करील आणि वडील माणसांबद्दल असं वाईट सांगताना लाज नाही वाटत तुला? उद्धट कुठली! याद राख पुन्हा असं मोठ्या माणसांबद्दल बोललीस तर!"

मी डोळ्यांतलं पाणी बाहेर येऊ दिलं नाही. आम्ही पुन्हा भांडी घासायला लागलो.

त्यानंतर काही दिवसांनी सालेऊ आमच्या घरी आला. तेव्हा मी एकटीच होते घरात. बाकीचे सगळे शेतावर गेले होते. आल्या-आल्या त्यानं विचारलं, "कुठे गेली तुझी या मारी?"

"येतेय," मी खोटंच सांगितलं. ती लगेच परत येईल असं त्याला वाटावं म्हणून.

"ठीक आहे तर. मी तिची वाट पाहत बसतो," असं म्हणून तो बाहेर पार्लरमधल्या बाकावर बसला.

मी हळूच बाहेर जायला लागले. तशी त्यानं उडी मारून मला गपकन धरलं. मी त्याला मारायला सुरुवात केली. लाथांनी, बुक्क्यांनी.

तो हसत शांतपणे बोलला, "हां-हां! आवाज केलास तर तुलाच मारीकडून शिक्षा मिळेल."

सालेऊनं मला ढकलत-ढकलत झोपडीच्या मागच्या खोलीत नेलं आणि जमिनीवर झोपायला भाग पाडलं. तिथल्या एका फडक्याचा बोळा माझ्या तोंडात कोंबला आणि खसकन माझा शर्ट फाडला. स्कर्ट इतका वर करून टाकला की त्याच्या घेरानं माझा चेहरा झाकला गेला. मला काही दिसेना पण तो माझ्या अंगावर झोपल्याचं मला कळलं. माझ्या दोन पायांच्यामध्ये काहीतरी घुसवून दणादण दणके मारू लागला. मला दुखत होतं. आग होत होती. मला फार त्रास होत होता.

मी सुटायचा प्रयत्न केला. लाथा झाडल्या. त्याला नखांनी ओरबाडलं, पण तो फारच दांडगा होता माझ्यापेक्षा. मी लहानखुरी बारा वर्षांची कोवळी पोर आणि तो पा अलीसारखा बलदंड पुरुष!

त्याचं समाधान झाल्यावर तो उठला. त्यानं माझा स्कर्ट खाली केला, केस नीट केले आणि गालावर हलकेच थोपटलं. मग इतका खाली वाकला की त्याचं नाक, माझ्या नाकाला लागलं. तो म्हणाला, "कुणाला सांगू नकोस."

या वेळी त्याचा आवाज खरखरीत, धमकी दिल्यासारखा होता.

माझ्या तोंडात कोंबलेला फडक्याचा बोळा काढून, त्यानं माझ्या ओठांचा हळुवार मुका घेतला आणि निघून गेला.

काय घडलं, ते मी कुणालाच सांगितलं नाही. खरंतर सालेऊनं काय केलं हे मला तेव्हा नीटसं समजलंही नव्हतं.

पण त्याचा अर्थ मला आत्ता कळला की, त्यामुळे मला आता बाळ होणार आहे.

एका क्षणी मी पलंगावर उठून बसले. सभोवार पाहिलं. शेजारी छोट्या टेबलावर एक लहान बाटली दिसली. त्यात निळ्या रंगाच्या बारीक गोळ्या ठेवल्या होत्या. अबिबातू सांगत होती की, त्या वेदनाशामक गोळ्या आहेत. मुलींच्या बॉर्डमधल्या इतर सर्व जणी गाढ झोपेत होत्या.

मी पांघरूण झुगारून दिलं. दरदरून घाम सुटला होता. दोन्ही पाय अर्धगोलात फिरवून मी सिमेंटच्या थंड लादीवर उभी राहिले. दोन्ही दंडात धरून ती बाटली घेतली आणि पुन्हा पलंगावर बसले. बँडेजेस लावलेल्या दंडांनी बाटलीचं झाकण उचकटायचा प्रयत्न करू लागले. वेदनेची कळ उठत होती पण मी प्रयत्न चालूच ठेवले. काही वेळानंतर कसं कुणास ठाऊक, पण बाटलीचं झाकण उघडलं.

मी क्षणभर थांबले. उघडी बाटली दंडात धरून अल्लाला विनवलं.

''या अल्लाऽऽ! मला पदरात घे. मला आणि माझ्या बाळाला तुझ्याजवळ घे. मला मरायचंय अल्ला. मला मरण दे!''

आठ

कधी-कधी शांततेचा आवाज सर्व आवाजांपेक्षा मोठा असतो.

मला वाटलं होतं की, वॉर्डमधल्या इतर सगळ्या मुली गाढ झोपलेल्या आहेत आणि माझे सगळे नातलग रात्री झोपायला सुलेमानचाचाकडे गेलेले आहेत; (त्याचं घर फ्रीटाउनमध्येच होतं.) पण तसं नव्हतं. अबिबातू हॉस्पिटलमध्येच होती. पलीकडे झोपलेली होती. मी बाटलीचं झाकण उघडलं आणि त्यातल्या गोळ्या तोंडात टाकणार इतक्यात ती तिथे आली आणि तिनं बाटलीवर झडप घातली.

सगळ्या छोट्या-छोट्या गोळ्या तोंडात पडण्याऐवजी जमिनीवर विखुरल्या. उंदराच्या चुकचुकण्यासारखा आवाज आला. शेवटची गोळी गोल-गोल फिरायची थांबली आणि पुन्हा सारं शांत झालं.

अचानक माझ्या मनातून संतापाची जणू उबळ वर उसळून आली. त्या अगोदर कधीच मला असं वाटलं नव्हतं. आतून कसली तरी शक्ती फसफसून आली आणि अंगभर भिरभिरू लागली. माझा स्वत:वर ताबा उरला नाही. मी संतापानं गर्रकन फिरले आणि अबिबातूच्या अंगावर तुटून पडले. तिच्यावर शिव्यांचा भडीमार केला. तिच्या अंगावर थुंकले. तिला जमेल तसं मारलं. ती मला आवरायला लागली, तेव्हा तर मी लाथासुद्धा मारल्या!

एव्हाना वॉर्डमधल्या सगळ्या जणी जाग्या होऊन माझ्याकडे पाहत होत्या.

त्याच उन्मादात मी स्वत:ला पलंगावर झोकून दिलं आणि तिथून धाडकन खाली जमिनीवर पडले. अबिबातू अवाक होऊन क्षणभर मागे सरली, घाबरून स्तब्ध बघत राहिली. त्या क्षणी मला तिला मारून टाकायचं होतं. डोळ्यात खून चढला होता. तिला मारलं असतं की, मग मला जीव देण्यापासून रोखायला कुणीच उरणार नव्हतं. बाळासहित मला सरळ अल्लाकडे जाता आलं असतं!

खाली पडल्यानंतर काही वेळानं मनातला उद्रेक शांत झाला. कधीतरी उठले आणि पाय पोटाशी घेऊन कितीतरी वेळ तुटक्या हातांवर (बँडेजवर) डोकं ठेवून बसून राहिले. हळूहळू राग शांत झाला आणि माझ्या लक्षात आलं की, अबिबातूलाही मी मारून टाकलं असतं, तर माझी अतिशय काळजी घेणारं

एक माणूस मी माझ्या हातानंच नष्ट केलं असतं.

मी ढसाढसा रडू लागले. अबिबातू चटकन पुढे आली आणि मला छातीशी धरून, लहान लेकराप्रमाणे जोजवू लागली. शांत करू लागली. तिच्या कुशीत मी रड-रड रडले.

''मारिआतू, बेटाऽ, तुझ्या बाळाला मला मरू द्यायचं नव्हतं गं ऽऽ!'' ती हळुवारपणे बोलली. तिला वाटलं, पोटातल्या बाळाला मारण्यासाठीच मी गोळ्या घेत होते.

पण मलासुद्धा मरून जायचं होतं.

''अबिबातू, माझ्या जगण्याला काय अर्थ आहे? मी जगून काय उपयोग? काय उपयोग आहे माझ्या जगण्याचा? माझं पुढे काय होणार? माझं पुढे काय होणार? कसं होणार?'' मी पुन्हा-पुन्हा तेच शब्द बोलत राहिले.

अबिबातूनं माझा चेहरा समोर येईल असं मला वळवलं आणि ठामपणे म्हणाली, ''हे बघ, असं वेड्यासारखं बोलू नकोस. तू एकटी आहेस का या जगात? आँ? सगळी माणसं आहेत तुझी. त्यांच्याकरता तुला जगायचं आहे. तुझी आई, वडील, सगळी भावंडं, आज्जी, मावश्या, आत्या. कितीतरी नातलग. सगळे तुझ्यावर प्रेम करतात आणि तुझंही त्यांच्यावर तेवढंच प्रेम आहे. काय म्हणतेय मी...? सगळ्यांना दुःखी करायचंय का तुला?''

पण मला काहीच ऐकायचं नव्हतं. मी जोरजोरात मान हलवून निषेध करत होते.

आवाज कमी झाल्यावर, वॉर्डातल्या जाग्या झालेल्या मुली पुन्हा झोपी गेल्या. कुठेतरी भकास पाहत असताना माझी नजर रॉकेलच्या दिव्याभोवती घिरट्या घालणाऱ्या एका माशीवर स्थिर झाली. भरतीची लाट येऊन किनाऱ्यावर पसरावी आणि सगळं धुतलं जावं, तशी मी भानावर आले.

''खरं आहे तुझं.'' मी अबिबातूला सांगितलं, ''खरं आहे तू सांगतेस ते.''

अबिबातूनं हलकेच मला पलंगावर निजवून पांघरूण घातलं आणि स्वतः माझ्याशेजारी झोपली.

सकाळी जाग आली तेव्हा अबिबातू तिथेच होती. एक हात माझ्या अंगावर टाकून हळू आवाजात घोरत होती.

आठवड्यामागून आठवडे जात होते. माझी अवस्था आणि परिस्थिती मनातून बाजूला करण्यासारखी नव्हतीच. मनात सालेऊबद्दल विचार यायचे. पोटात बाळाची जाणीव झाली की, त्याला जोडून सालेऊबद्दलच्या अप्रिय आठवणी जाग्या होत. मला बाळाबद्दल तिरस्कार वाटू लागला.

बंडखोरांनी माझी जी हालत करून सोडली होती, त्याला मी तोंड देऊ

शकेन, असं मला वाटू लागलं होतं. त्यातली भयानकता आणि भीती कमी होऊन त्याच्यासहित जगण्याची सवय होत होती. माझ्याबरोबर इब्राहीम, मोहम्मद आणि इतर शेकडो तरुणतरुणींना स्वत:चे हात गमवावे लागले होते. त्या उद्ध्वस्त करून टाकणाऱ्या घटनेनंतर पुन्हा जगायला शिकायचं आणि स्वत:ची काळजी घेत जिवंत राहायचं, हे दिव्य करावं लागलेली मी एकटीच नव्हते. त्या कमनशिबात इतर अनेक जण वाटेकरी होते, ही जाणीव दु:खातही सुख देऊन जात असे.

आम्ही सगळे आता स्वत:चं स्वत: जेवायला, अंघोळ करायला शिकत होतो. तसंच जखमा सांभाळत, बँडेज लावलेल्या दंडांनी मी तर ब्रशनं दात घासणं, केस विंचरणं हेसुद्धा करू लागले होते; पण पोटातल्या बाळामुळे मी सगळ्यांपासून वेगळी पडत असे.

एके रात्री मला स्वप्न पडलं. स्वप्नात सालेऊ आला. मुलींच्या वॉर्डमध्ये येऊन पलंगाशेजारी लोखंडी खुर्चीवर बसला.

"तुला स्वत:ला संपवावंसं का वाटतं? आणि बाळाला का मारणारेस तू?" त्यानं विचारलं.

मी उत्तर दिलं नाही.

"मला माहिती आहे. मी जे काय केलं ते तुला आवडलं नाही. होय ना? खरं आहे गं! असं काही करण्याचं तुझं वय नव्हतं. शरीराचीही तयारी नव्हती; पण माझं प्रेम जडलंय तुझ्यावर मारिआतू! मला माझ्या बायकोपासून फक्त मुलीच झाल्या. मला मुलांची फार-फार आस लागून राहिलीय. म्हणून माझ्यासाठी हे बाळ तुला होऊ दिलं पाहिजे."

मी रडण्याच्या आवेगात त्याच्याकडे वळले. तोंडावर थुंकावं तसं बोलले, "मला तुझा तिरस्कार वाटतो! तुझं थोबाडही पाहायची माझी इच्छा नाही!! जा, जा तू इथून!!!

"मारिआतू, आता मी या जगात नाही. माझा मृत्यू झालाय; पण मी नेहमी तुझ्यावर लक्ष ठेवीन आणि तुला मार्ग दाखवीन. मी तुझ्या बाळाला मरू देणार नाही. मला माहीत आहे, तुझ्या पोटात मुलगाच आहे. मी जरी त्याच्याजवळ नसलो, तरी माझ्या घरचे लोक त्याला घेऊन जातील आणि तुझ्याऐवजी तेच माझ्या मुलाला वाढवतील."

"मी स्वत:ला मारून टाकणार आहे. तू कसा काय रोखशील मलाऽऽ?" मी किंचाळून विचारलं.

"मला माहिती आहे तू काय करणार ते. मी दररोज इथे येऊन तुझ्यावर लक्ष ठेवत असतो."

"पण तू मला असं का केलंऽऽस?" मी तळतळून प्रश्न विचारला.

"मला क्षमा कर मारिआतू! माझी चूक झाली!!"

"चूक झाली...? अरेऽऽ अशी कशी चूक झाली तुझी? आँ? तुझ्या त्या चुकीनं माझ्या जगण्यावर फार जास्त मीठमिरची टाकली रेऽऽ!! तू केलेली ती चूक तुझ्या आयुष्यातली सगळ्यात बेअक्कल चूक होती. तुला कळायला पाहिजे होतं. एवढा मोठा घोड्यासारखा वाढलास ना तू? आता मला कधीच सुखानं राहता येणार नाही. त्या हलकटांनी माझे हात तोडले. आता पोटात वाढणारं बाळ बाहेर आलं की, कशी घेणार रेऽऽ मी त्यालाऽऽ? कशी दूध पाजणार? भुकेनं तडफडून मरेल ते!! त्यापेक्षा आत्ताच मेलेलं काय वाईट? सांग ना! मला नाही काळजी घेता येणार त्याची.

"जा! निघून जा इथून! जा म्हटलं ना!! पुन्हा तुझं ते जळलं मुस्काट दाखवू नकोस मला. जाऽऽ!!"

एकदम दचकून मी जागी झाले. ते स्वप्न होतं, हे कळायला मला बराच वेळ लागला, सगळं खरं वाटत होतं. मी भानावर आले, तेव्हा पहाट होत होती.

सकाळी अबिबातू आल्याबरोबर मी तिला स्वप्नाचं सविस्तर वर्णन ऐकवलं आणि अखेर सालेऊनं मला काय केलं होतं, ते सांगितलं.

"अरे वा! म्हणजे तुला मुलगा होणारे! सालेऊला किती आनंद होईल!!"

"हूंऽऽ! त्याचा आनंद!" माझ्या स्वरातून चीड आणि तिरस्कार उफाळून आला. "आणि माझं काऽय? माझ्या आनंदाचं काय?"

थोड्या वेळानं मनाचा उद्रेक शमल्यानंतर मी तिला माझ्या पूर्वजीवनातली हकिगत सांगितली. हे बंडखोरांचं बंड सुरू होण्यापूर्वी, मला मुसाशी लग्न करावंसं वाटत होतं आणि मला चार मुलं पाहिजे होती. दोन मुली, दोन मुलगे. माझ्या लग्नात मी सुंदर असा लांब आफ्रिकन पोशाख घालायचं ठरवलेलं होतं. ही सगळी माझी सुखस्वप्नं मी तिला सांगितली, पण त्यांच्या आठवणीनंही मला भडभडून येत होतं.

या वेळेपर्यंत मला असं वाटत होतं की, माझी आतेबहीण आदमसी मेली म्हणून. मी डॉक्टर, नर्स, मोहम्मद, इब्राहीम सगळ्यांना सांगितलंदेखील होतं की बंडखोरांनी आदमसीला ठार मारलं. मानार्माच्या हल्ल्यात फार लोक मारले गेले. कमीतकमी शंभर जण तरी गेले असतील, असं मला फ्रीटाउनमध्ये कळलं होतं; पण आदमसी त्यात नव्हती. मात्र बंडखोरांनी तिचेही हात तोडले होते.

बिचारी जंगलातून वाट काढत एकटीच पोर्ट लोकोला पोहोचली. मळलेले कपडे आणि रक्ताळलेलं शरीर घेऊन बाजारातल्या गर्दीत भटकत असताना,

अबिबातूच्या नवऱ्यानं तिला पाहिलं आणि मग अबिबातू तिला फ्रीटाउनला घेऊन आली.

त्या मुलींच्या वॉर्डमध्ये जेव्हा आम्ही पहिल्यांदा भेटलो, तेव्हा एकमेकींच्या गळ्यात पडून अक्षरश: तासन्‌तास रडलो. तिच्या जखमांवर उपचार करण्याकरता तिला ऑपरेशन थिएटरमध्ये नेलं तोपर्यंत आम्ही एकमेकींच्या मिठीतच होतो. त्याच्यानंतर आम्ही दोघी कायम बरोबर राहायला लागलो.

हळूहळू आमच्या जखमा बऱ्या झाल्या आणि आम्ही बाहेर फिरायला जाऊ लागलो. सुरुवातीला आदमसी, मी, इब्राहीम आणि मोहम्मद हॉस्पिटलच्या आवारातच फिरत असू. फक्त उंच कुंपणभिंतीवरून बाहेरच्या रस्त्याकडे पाहत राहायचो.

फ्रीटाउन हे घाईगर्दीचं शहर दिसत होतं. खूपशा मोटारी इकडून तिकडे जाताना दिसायच्या. बरेच लोक चालत बाजाराला, कामावर किंवा घरी परतताना आम्ही बघायचो. तिथे खूपच गरम वातावरण होतं. आमच्या मग्बोरौपेक्षा नक्कीच जास्त. कदाचित उंचच उंच इमारती आणि माणसांची गर्दी झाल्यामुळे, त्या घाणेरड्या शहरात हवेला मोकळं फिरायला जागाच मिळत नसेल.

आम्ही बघितलेल्या काही स्त्रियांनी तोकडे शर्ट घातले होते. काही जणींनी बटणं आणि कॉलर असलेली पोलकी घातली होती. त्यापूर्वी कधी स्त्रियांचे असले पोशाख मी पाहिले नव्हते, त्यामुळे तिथल्या मुली कसे कपडे घालत असतील याची मला खूप उत्सुकता वाटायची. तिथल्या मुली पँट्स घालायच्या. त्या इतक्या लांड्या असायच्या की, कधी-कधी त्यांचे कुल्लेसुद्धा नीट झाकले जायचे नाहीत.

सिएरा लिओनच्या स्त्रियांची त्यांच्या गोलाकार, भरदार नितंबांबद्दल नेहमी प्रशंसा होते. आम्ही आमच्या लांब पोशाखात आणि स्कर्टमध्ये त्यांना झाकून ठेवत असतो. आमच्यावर पहिल्यापासून असे संस्कार केले गेले की, आपल्या शरीराचा हा अतिशय सुंदर आणि खास भाग फक्त आपल्या नवऱ्यानंच पाहिला पाहिजे. याउलट छाती म्हणजे पोरांना दूध पाजण्याच्या उपयोगाची. त्यामुळे एखादी दूधपित्या पोराची आई शर्ट न घालता फिरली, तरी कुणाला त्याचं विशेष काही वाटत नाही; पण खुशाल कुल्ले उघडे टाकून फिरायचं? अरे बापरे!! कुंपणावरून मी पहिल्यांदा त्या पोरींना पाहिलं, तेव्हा नकळत झालेला तोंडाचा 'आ' मिटायचंच विसरले!

असंच एक दृश्य पाहताना मी एकदा मोहम्मदला म्हटलं, "हे फ्रीटाउन आपल्या मग्बोरौपेक्षा वेगळंच आहे नाही का?"

मोहम्मदनं काही उत्तर दिलं नाही. त्याची नजर त्या बायांवर खिळली होती आणि ओठांवर वेगळंच हसू खेळत होतं. पुरुष, मुलगे अशा वेळेला फार विचित्र वागतात!

आम्ही हॉस्पिटलच्या बाहेर पडलो, तेव्हा आम्हांला एक चमत्कारिक दृश्य

दिसलं. आमच्यासारखेच हॉस्पिटलचे कपडे घातलेले काही पेशंट... पुरुष, स्त्रिया, मुलं सगळेच होते. अंग खरचटलेलं, रक्ताळलेले, बँडेज बांधलेले तुटके हात... त्याच हातांनी ते प्लॅस्टिकच्या पिशव्या येणाऱ्या- जाणाऱ्यांपुढे धरत होते. काही स्त्री पुरुष त्यात लेओनची नाणी टाकत होते. पण बाकीचे सर्व जण मान हलवत सरळ पुढे निघून जात होते.

लवकरच लक्षात आलं की, ते पैशांची भीक मागत होते. हॉस्पिटलमध्ये भरती झालेले सगळेच लोक खेड्यातले गरीबगुरीब होते. बंडखोरांनी होतं नव्हतं ते लुटून जाळून नष्ट केल्यानंतरच ते फ्रीटाउनला आलेले होते.

पुढे माझ्या हेही लक्षात आलं की, माझ्यासारखी हात तुटलेली लहान मुलं होती, त्यांना सर्वांत जास्त भीक मिळे. आम्हांला पाहून फ्रीटाउनच्या लोकांना कीव यायची आणि मोठ्या माणसांपेक्षा ते आम्हांला जास्त पैसे टाकायचे.

फ्रीटाउनच्या नागरिकांना युद्धाची माहिती झालेली होती. जेव्हा अनेक वर्षांपूर्वी, सिएरा लिओनच्या पूर्व भागात उठावाला सुरुवात झाली. तेव्हापासून उत्तरपूर्वेकडचे अनेक गावकरी फ्रीटाउनमध्ये येऊन राहू लागले होते. हॉस्पिटलमध्ये, निर्वासित छावण्यांमध्ये, रस्त्याच्या कडेला, जिथे जागा मिळेल तिथे राहत होते. जिथे डोकं टेकायला मिळेल तिथेच झोपत होते.

पुढे बऱ्याच उशिरा बंडखोर शहरापर्यंत पोहोचले. साधारण १९९९ सालच्या जानेवारी महिन्यात. मग्बोरौवर हल्ला झाला, तेव्हा ते फ्रीटाउनहून माघार घेऊन परत निघाले होते.

एक दिवस मोहम्मद, इब्राहीम, आदमसी आणि मी – आम्ही चौघांनीही ठरवलं की, चला आपणही बघू या भीक मागणं कसं असतं ते. लवकरच आम्ही दररोज भीक मागायला जाऊ लागलो; पण मला त्यातला प्रत्येक क्षण नकोसा वाटे.

अवघ्या जगाबद्दलचा माझा तिरस्कार दिवसागणिक वाढत चालला होता. रोज सकाळी सूर्य उगवला की, त्याची कोवळी किरणं वॉर्डच्या खिडक्यांतून आत येत आणि मला जाग येई. गळून गेल्यासारखं, खचल्यासारखं वाटत वाटतच, मी डोळे उघडी.

जाग आल्याबरोबर मनात विचार यायचे माझ्या लहानपणाचे, जेव्हा सालेऊ माझ्या जीवनात आला नव्हता, पोटात हे बाळ आलं नव्हतं आणि गावात बंडखोर आलेले नव्हते. उगवणारी प्रत्येक सकाळ मला माझ्या मुक्त जीवनातल्या सुंदर-सुंदर गोष्टींची आठवण द्यायची. त्यातलं आता माझ्याजवळ काहीच उरलेलं नव्हतं.

जवळजवळ रोजच सकाळी आदमसी मला हलवून झोपेतून उठवायची.

वॉर्डातल्या इतर मुली उठायच्याआधीच. म्हणायची, ''मारिआतू, चल ऊठ. आपल्याला जायचंय ना? सूर्य उगवला बघ.'' मी हळूच उठून बाथरूमकडे जायची. वॉर्डातल्या सगळ्या मुली अद्याप झोपलेल्या असत. आळसावलेल्या शरीरानं पडून राहत. इथे भीक मागून उदरनिर्वाह करता येतो, याचा शोध त्यांना अजून लागलेला नव्हता. मी चेहऱ्यावरून गार पाण्याचं ओलं फडकं फिरवायची. त्यानंच केस सारखे करायची. झोपेत चुरगाळलेलं स्कर्ट, ब्लाउज थोडं सरळ करायची की झालं.

आम्ही चौघं भावंडं हॉस्पिटलच्या मेन गेटजवळ भेटायचो. एकमेकांकडे बघत हसत असू पण हॉस्पिटलच्या आवाराबाहेर पडेपर्यंत कुणी कुणाशी बोलत नसे. इतक्या सकाळीसुद्धा रस्त्यावर माणसांची गर्दी असायची.

दिवस चांगला निघाला, तर आम्हांला सर्वांना मिळून दहा हजार लिओन्स म्हणजे जवळजवळ तीन अमेरिकन डॉलर्स भीक मिळत असे. शुक्रवार नेहमी चांगला जाई कारण त्या दिवशी आम्ही मशिदीच्या बाहेर उभे राहून, प्रार्थना करून बाहेर पडणाऱ्या माणसांनाच पकडत असू. नुकतीच प्रार्थना केल्यामुळे आम्हांला पाहून त्यांना दया वाटे आणि त्या वेळी ते दान करण्याच्या मनःस्थितीत असत.

रस्त्यानं जाणारे-येणारे लोक माझ्याकडे पाहत नसत; पण ते माझ्या आजूबाजूला आणि खाली बघत. कुणी-कुणी माझ्या बँडेज बांधलेल्या तुटक्या हातांकडे पाहून मान हलवत चुकचुकत. त्यांच्या चेहऱ्यावर दुःख उमटून जाई. पण बाकी बऱ्याच जणांच्या चेहऱ्यावर 'चला, आपण सुटलो बुवा या जन्मभराच्या त्रासातून. बरं झालं माझ्या वाट्याला नाही आलं असं काही.' अशा प्रकारचे सुटकेचे भाव आलेले मला दिसत असत. पण एक गोष्ट मात्र नेहमी घडायची. काही जण सरळ माझ्या डोळ्यांत बघत. फार थोड्यांना ते शक्य होत असे. समोरचा माणूस आपल्या काळ्या प्लॅस्टिकच्या पिशवीत काही नाणी टाकीपर्यंत नजर जमिनीकडेच लावून ठेवायला मी शिकले होते. त्यानंतर 'थँक यू' म्हणण्यापुरती नजर उचलून मी परत खाली पाहायला लागायची.

मिळालेल्या पैशांतून आम्ही सगळ्यांत मिळून एखादी पाण्याची बाटली विकत घ्यायचो. आमचा मोहम्मद शेवटी मोहम्मदच होता. नेहमी प्रत्येक घटनेत त्याला चांगलं काहीतरी दिसायचं.

एक दिवस तो मला म्हणाला, ''मारिआतू, तुला ती बाई आठवते? त्या दिवशी बस स्टँडसमोर तुझ्याशी बोलत होती ती?''

मी मान हलवली. मला निळा स्कर्ट आणि पांढरा ब्लाउज घातलेली ती उंच, काटकुळी बाई चांगली आठवत होती. तिनं मला विचारलं होतं, ''बाळ, तुझ्या घरची माणसं कुठे राहतात? तू सध्या कुठे राहत आहेस? त्या लोकांनी तुझे हात का बरं कापून टाकले?''

मला कुणी असले प्रश्न विचारू लागलं की, माझ्या मनात यायचं, 'तुम्हांला का हवंय हे सगळं? युद्धामुळे हात गमावलेल्या फ्रीटाउनमधल्या सगळ्या मुलींपेक्षा माझी कहाणी वेगळी थोडीच आहे?'

तरीसुद्धा मी त्या बाईला नीट उत्तर देत म्हटलं, ''माझी आई तिकडे आमच्या खेडेगावातच राहते. मी चुलत भावंडांबरोबर हॉस्पिटलमध्ये राहते. बंडखोरांनी माझे हात का कापून टाकले, मला माहिती नाही.''

त्या बाईनं माझ्या झोळीत पंचवीस हजार लिओन टाकले. माझं नशीब फळफळलं होतं! एका दिवसात एवढ्या रकमेची भीक मला आजवर मिळालेली नव्हती.

''मला वाटतं त्या बाईला तुला दत्तक घेण्याची इच्छा दिसतेय. हो-हो. तुलाच घेणार ती दत्तक. तुलाच, तुलाच!'' डोळे मिचकावत मोहम्मद म्हणत राहिला.

त्याच्या म्हणण्याचा अर्थ असा होता की, आम्हा चौघा भावंडांतून नक्की मलाच एखादं श्रीमंत कुटुंब सांभाळायला घरी नेईल.

आम्ही साधारण एक महिन्यापासून हॉस्पिटलमध्ये राहत होतो. तिथे नेहमीच अशा बातम्या पसरायच्या की, फ्रीटाउनमध्ये आणि दूरदूरच्या देशांमध्ये असे काही धनवान लोक आहेत. ते बंडखोर-संघर्षात अपंग झालेल्या लहान मुलांना दत्तक घेऊन त्यांच्या घरी सांभाळायला नेणार आहेत.

सुरुवातीला ह्या 'Adoption' किंवा 'दत्तक' घेणे शब्दाचा अर्थ मला माहिती नव्हता; पण मोहम्मदनं सांगितलं की, तुझ्या आई-बाबांनी कसं तुला मारी आणि अलीकडे राहायला पाठवलं, तसंच तू त्या लोकांकडे राहायला जायचंस. यालाच म्हणतात 'Adoption.'

झालं! मी दत्तक जाण्याबद्दलची दिवास्वप्नं बघू लागले. आपण दुसऱ्या एका श्रीमंत कुटुंबात त्यांची मुलगी म्हणून राहायला गेलो आहोत... खरंच कसं असेल तिथलं जीवन?

छान-छान कपडे, हवं तेव्हा पाहिजे ते खायला, रात्री भरपूर झोप... सुरक्षित जीवन. असंच तर आमचं मग्बोरौचं जीवनसुद्धा होतं ना?

अचानक... रोज एकदा तरी कानावर पडणारे ते भयंकर शब्द ऐकले आणि माझं सुखस्वप्न भंगलं, 'What happened to you begger girl?'

आमच्या जवळून 'पोडा-पोडा', म्हणजे एक मिनी बस जात होती. त्यातली चौदा-पंधरा वर्षांची दोन पोरं खिडकीतून तोंड बाहेर काढून मला चिडवत होती.

''तुला खाता येतं का?''

''नको तेव्हा नको तिथं गेलीस वाटतं? आता बसा जन्मभर दुसऱ्याच्या

हातानं जेवत.''

मी काहीच ऐकू येत नसल्यासारखी निर्विकारपणे खाली बघत राहिले; पण ते शब्द जणू सुऱ्या बनून माझं काळीज कापत जात होते.

गळ्यात मोठ्ठा आवंढा आला.

पुन्हा एकदा स्वत:ला मारून टाकण्याची इच्छा अनावरपणे उसळून वर आली.

'हे सगळं माझ्याच वाट्याला का आलं?'

मी आतल्याआत चडफडत राहिले.

नऊ

मला माहिती होतं की, आमच्या हातावरची बँडेजेस जाऊन तिथे मोठ्या-मोठ्या बँडएड पट्ट्या लावल्या गेल्या की, आम्हांला हॉस्पिटल सोडावं लागेल. अरे बापरे! परत मग्बोरौ? त्या विचारानंच भय वाटायला लागलं आणि ते बंडखोर...? अजून तिथल्याच खेड्यापाड्यांत भटकत असले तऽऽऽर?

पण हॉस्पिटलच्या लोकांनाही याच गोष्टीची काळजी वाटत होती म्हणून त्यांनी अबिबातूला सांगितलं की, तुम्ही फ्रीटाउनमध्येच 'अबरदीन' कॅम्पमध्ये राहायला जा. युद्धात घायाळ झालेल्यांसाठी ही आश्रय-छावणी उभारण्यात आलेली आहे.

पोर्ट लोकोला जाणंसुद्धा सुरक्षित नव्हतं. त्यामुळे अबिबातूनं फातमताच्या मदतीनं आमची राहण्याची व्यवस्था 'अबरदीन' कॅम्पमध्ये करवून घेतली. फातमतानं काही दिवस आमच्यासोबत राहून माझ्या बाळंतपणात मदत करण्याची तयारी दाखवली. मी खूश झाले होते. आम्ही सगळे या हॉस्पिटलमधून बाहेर पडून, कॅम्पमध्ये एकत्र राहण्यासाठी कधी जाणार त्याची वाट पाहू लागले.

असाच एक पावसाळी दिवस होता. आदमसी, मी, इब्राहीम आणि मोहम्मद भीक मागणं संपवून हॉस्पिटलमध्ये परत आलो, तर एका हसतमुख तरुणानं मेनगेटवर आमचं स्वागत केलं. त्याचा गोलमटोल चेहरा मोठा प्रसन्न होता. ओळखीचा वाटत होता. तो मोहम्मदचा चुलता होता – अब्दुल. त्याला पाहिल्यावर मोहम्मद एकदम त्याच्या गळ्यातच पडला.

अब्दुल फ्रीटाउनमध्येच राहत होता. त्यानं सांगितलं की, फ्रीटाउनच्या मध्यवर्ती चौकात रेड क्रॉसतर्फे एका मोठ्या फलकावर आपल्या खेड्यातून स्थलांतरित झालेल्या युद्धग्रस्त लोकांची यादी लावलेली होती. त्यात मोहम्मदचं नाव पाहताच तो हातातलं काम टाकून हॉस्पिटलकडे धावला होता.

अब्दुल आणि मोहम्मदमध्ये खूप साम्य होतं. तोही मोहम्मदसारखा हसरा, विनोद करून हसवणारा आणि नेहमी खूश राहणारा माणूस होता. आल्याबरोबर त्यानं इब्राहीम आणि मोहम्मदची सेवा-शुश्रूषा करायला सुरुवात केली. फातमता आणि अबिबातू माझी सेवा करत होत्या, तसंच. तो त्यांना स्वयंपाक करून खाऊ घालण्यापर्यंत सगळं करू लागला. ते भीक मागायला जाणार नसतील तेव्हा तो

त्यांना लांब-लांब फिरायला नेई.

अब्दुल हा स्वाभिमानी आणि आनंदी माणूस होता. तो छाती फुगवून, ताठ मानेनं चालत असे. त्याचं बोलणं आणि वागणं आत्मविश्वासपूर्ण होतं; पण का कोण जाणे, फातमता तिथे असली, तर त्याची नजर आपोआप खाली जात असे. खांदे ढिले पडत. इतकंच काय, कधी-कधी बोलतानादेखील तो अडखळायचा. ती असली की, तो नव्हर्स व्हायचा. सारखा इकडून तिकडे झुलत राहायचा. असं असलं तरी मोठ्या प्रयत्नानं तो जेव्हा फातमताकडे बघायचा, तेव्हा सुंदर हास्यानं त्याचा चेहरा फुलून यायचा.

इकडे फातमताचं तर व्यक्तिमत्त्वच अब्दुलच्या समोर बदलून जात असे. तिचा नेहमीचा शांत गंभीरपणा कुठल्याकुठे पळून जाई. ती कमालीची बडबडी व्हायची आणि मग कोणत्याही विषयावर तिची बडबड सुरू व्हायची. अगदी पावसापासून ते या हॉस्पिटलमध्ये कशी गैरव्यवस्था आहे, त्यामुळे बिचाऱ्या लहान मुलांना पलंग मिळत नाहीत, त्यांना जमिनीवर झोपावं लागतं इथपर्यंत.

अब्दुल आणि फातमता एकमेकांच्या प्रेमात पडू लागले होते, हे माझ्या लगेचच लक्षात आलं. आणि तिथून पुढे माझ्यासमोर उमलणाऱ्या त्या सुंदर प्रीतिफुलाकडे मी खूप रस घेऊन पाहू लागले.

एकदा संध्याकाळी फातमतानं मला पलंगावर झोपायला मदत केली आणि ती घाईनं निघाली. एकाच मिनिटानंतर मी उठले आणि तिच्या मागे-मागे गेले. लपूनछपून तिचा पाठलाग करणं तसं अवघड नव्हतं, कारण त्या हॉस्पिटलमध्ये रात्रं-दिवस माणसांची गर्दी असे. ती मेन गेटपाशी पोहोचली. तिथे अब्दुल तिची वाट पाहत उभाच होता. मग लाजत-लाजत दोघांनी हातात हात घातले आणि फ्रीटाउनच्या संधिप्रकाशात दोघे दूर निघून गेले.

प्रेमभावना सुंदर आणि संसर्गजन्य असते. त्या दोघा प्रेमी जीवांना पाहताना मलाही जग सुंदर भासू लागलं. क्षणभर माझ्या सगळ्या चिंता, समस्या मी विसरले; पण परत जाण्यासाठी वळले, तेव्हा काही मुली दिसल्या. भिंतीला टेकून बसल्या होत्या. सगळ्यांचे हात माझ्यासारखेच तोडलेले होते. त्याच क्षणी माझी नजर स्वत:च्या हातांकडे गेली. मनात विचार आला सालेऊचा आणि माझ्या उदरात वाढणाऱ्या जीवाचा.

अखेर आमचा 'अपंग छावणी'त जाण्याचा दिवस आला. अबिबातूनं आम्ही भीक मागून जमवलेले पैसे घेतले आणि लागणाऱ्या वस्तू खरेदी करून आणल्या. काही भांडीकुंडी, चटया, पांघरुणं, तांदूळ, मीठ-मिरेपूड वगैरे. त्यातले काही पैसे तिनं अब्दुलला बसभाड्यासाठी दिले. तो मग्बोरौ आणि मानार्माला जाऊन मारी आणि अलीचा शोध घेणार होता. ते फार धोक्याचं काम होतं. 'तू जाऊ नकोस' म्हणूत

फातमता त्याला विनवत होती.

बंडखोरांचा हल्ला झाला, त्या रात्रीनंतर आम्हाला कुणालाच माझी आत्या आणि काका यांचा काही ठावठिकाणा लागला नव्हता. हॉस्पिटलमध्ये आलेले लोक ठिकठिकाणच्या बंडखोर हल्ल्यांच्या हकिकती सांगत. त्यातही कुठे त्या दोघांचा उल्लेख आलेला नव्हता.

''या मारीला आणि पा अलीला काय झालं? कुठे आहेत ते?'' मी ज्याला त्याला विचारायची, पण कुणाजवळच माझ्या प्रश्नाचं उत्तर नव्हतं.

मला भीती वाटायची, बंडखोरांनी त्यांना मारून तर टाकलं नसेल?

पण माझी ही भीती खोटी ठरली. एकाच आठवड्यानं अब्दुल त्या दोघांना घेऊन परत आला. माझ्या आनंदाला पारावार उरला नाही!

दोघेही खूप मळकट, धुळीनं माखलेले, अगदी किडकिडीत (निम्मेच राहिले होते.) पण हातीपायी धड होते. रात्री जेवणानंतर आम्ही सगळे मोहम्मदच्या पलंगापाशी जमलो. मारी आणि अली त्यांची हकिकत सांगू लागले.

मानार्मावर हल्ला झाला, त्या दिवशी ते दोघे जंगलात लपून राहिले होते. बंडखोर निघून गेल्यानंतर आम्हांला शोधण्यासाठी अली स्वत:चा जीव धोक्यात घालून गावोगाव फिरला. जेव्हा आम्ही कुठेच सापडलो नाही, तेव्हा त्यांनी अशी समजूत करून घेतली की, एकतर सगळ्यांना बंडखोरांनी मारून टाकलं असेल किंवा मग स्वत:बरोबर नेलं असेल.

संध्याकाळी आदमसीनं हळूच मारीच्या कानात सांगितलं की, मारिआतू गरोदर आहे म्हणून. ते ऐकल्याबरोबर मारी धाय मोकलून रडू लागली. मुलांच्या अख्ख्या वॉर्डभर तिचा आवाज घुमू लागला. मग मी जाऊन तिला माझ्याजवळ रात्री झोपायला घेऊन आले.

त्या रात्री मी तिला सालेऊनं केलेल्या बलात्काराची संपूर्ण हकिगत सांगितली. ती रडत-रडत म्हणू लागली, ''अरेरे! मारिआतू, त्या दिवशी पहिल्यांदा तू नदीवर मला सालेऊबद्दल सांगितलंस, तेव्हाच तुझ्यावर विश्वास ठेवायला पाहिजे होता गं मी! निदान त्याच्यावर चांगलं लक्ष ठेवलं असतं, तरी तुझ्यावर अशी वेळ आली नसती. मला माफ कर बेटा! पण आता बोलून तरी काय उपयोग! मारिआतू, बेऽटा मला उभ्या आयुष्यात तरी क्षमा करता येईल का गं तुलाऽऽ?''

माझ्या बँडेज बांधलेल्या बोजड बाहूंनी मी मारीचे अश्रू पुसले.

''अबिबातू सांगत होती, आपल्याला आता नव्या घरात राहायला जायचंय, थांब तू. बघच आता! आपलं कमनशीब बदलणार आहे.''

मी तिचं सांत्वन केलं.

अशा तऱ्हेनं मी हॉस्पिटलमध्ये आले, त्याला दोन महिने झाल्यावर आम्हांला 'ॲबरदीन ॲम्प्युटी कँप'मध्ये हलवण्यात आलं. मला वाटलं होतं, तसं तिथे काहीच नव्हतं. कँपमध्ये खूप घाण आणि कचरा इथेतिथे पडलेला होता. सगळीकडे दोऱ्या बांधून त्यावर कपडे टाकलेले होते. त्यातले काही खालीपण पडलेले असायचे. माणसांबरोबर कुत्रीही तिथेच राहत होती. अनेक रंगांची, वेगवेगळ्या आकाराची माणसं, सिएरा लेओनच्या बोलीभाषेत मोठमोठ्यानं बोलत राहायची. मळकट शरीरं, कुजट कचरा आणि शिजणारं अन्न यांच्या मिसळलेल्या उग्र दर्पानं सतत पोटात मळमळत असल्याची भावना व्हायची.

आमचं ते नवं घर म्हणजे एक मोठा तंबू होता. त्याचे आठ भाग केले होते. मधोमध लावलेल्या ताडपत्र्या, याच भिंती आणि तसेच ताडपत्रीचे दरवाजे. त्या आठ खोल्यांत मिळून आम्ही पाच कुटुंबं राहत होतो. प्रत्येक अपंगासाठी (हात गमावलेला) एक खोली होती. माझ्या खोलीत माझ्याबरोबर अबिबातू आणि फातमता राहू लागल्या. कारण त्या फ्रीटाउनमध्ये कुणातरी दूरच्या नातलगांकडे राहत होत्या. माझ्या समोरची खोली आदमसीची. तिच्यासोबत मारी आणि अली होते. सगळी कुटुंबं, तंबूबाहेरच्या चुलाणावर स्वयंपाक करीत. कँपमधून आम्हांला गव्हाचा भरडा, मक्याचं पीठ, स्टार्च पावडर, पाम तेल आणि कडधान्ये मिळत. एवढ्या सामानातून तयार होणारं अन्न आम्ही सर्व जण खात असू.

आम्हांला जखमी मुलांनाच अन्नाची कमतरता होती असं नाही. त्या वेळेला फ्रीटाउनमध्ये कुणालाच भरपूर खायला मिळत नव्हतं. बंडखोरांचे हल्ले चालूच असल्यामुळे खेड्यातून शहरात विकायला येणारा शेतीमाल येत नव्हता. मटण, कसावा, घेवडा, शुद्ध पाणी सगळं दिवसेंदिवस दुर्मीळ होत चाललेलं होतं. मग ती जबाबदारी आम्हां अपंग मुलांवर येऊन पडली. भीक मागून आम्ही कुटुंबाच्या पोषणाला हातभार लावू लागलो. खऱ्या अर्थानं कुटुंबाचे 'Bread Winners' झालो.

कॅम्पच्या मधोमध एक मोकळी जागा होती. तिथे आम्ही सर्व जण जमून युद्धाबद्दलच्या बातम्या ऐकत असू. आम्हांला तिथेच कळलं की, अनेक वेळा बंडखोर मुलांनी रात्री कॅम्पमध्ये घुसून अन्नाचा साठा पळवलेला होता. त्यावर आमच्या कँपमध्ये राहणाऱ्या एका बाईनं सगळ्यांना सावध केलं, "हे बघा, आपण काळजी घ्यायला पाहिजे. रात्री एकट्यादुकट्या माणसानं तंबूबाहेर जायचं नाही. कुणीही एकटं झोपायचं नाही. सगळ्यांनी एकत्रच झोपायचं आणि सुरा, बंदूक, काठी असं काहीतरी नेहमी जवळ ठेवायचं."

पण मला माहीत होतं की माझ्या कुटुंबात कुणाकडेच कसलं शस्त्र नव्हतं.

आम्ही असं ऐकलं की, काही लोकांनी कॅम्पच्या समोर बाग करून

भाजीपाला वाढवायचा प्रयत्न केला होता, पण बंडखोरांनी रात्रीतून ती उखडून टाकली. अफवा तर अशाही पसरल्या होत्या की, कॅम्पमध्ये जिथे औषधं आणि वैद्यकीय साहित्य ठेवलेलं होतं, ती भांडार खोलीही बंडखोरांनी हल्ला करून लुटली. सगळी बँडेजेस, मलमं, गोळ्या, आय.व्ही. सगळा साठा पळवला. शिवाय पुन्हा येण्याच्या धमक्या देणारी पत्रंसुद्धा बंडखोर पाठवत होते म्हणे!

या बातम्या खऱ्या होत्या की वावड्या उडवल्या जात होत्या, हे नक्की कुणालाच सांगता आलं नसतं; पण त्या बंडखोरांचे शब्द ऐकले की आम्हां सगळ्यांना भीतीनं कापरं भरायचं एवढं मात्र नक्की खरं होतं.

एके दिवशी बंडखोरांनी पाठवलेलं (?) पत्रच सर्वांना मोठ्यानं वाचून दाखवण्यात आलं.

'आम्ही तुमच्याकडे येत आहोत. आता येऊन तुम्हा सगळ्यांना संपवूनच परत जाऊ. आम्हांला सरकार मदत करत नाही, पण तुमची मात्र काळजी घेतं. तुम्हाला मदत करतंय. म्हणून आम्ही राहिलेल्या सगळ्यांचे हात छाटणार. तुमची सेवा करणाऱ्यांचे पण हात छाटून टाकणार.

का? कारण सरकार तुम्हांला जो पैसा, कपडे, अन्न पुरवतं आहे, ते घेण्याची तुमची लायकी नाही. ते सगळं त्यांनी आम्हांला दिलं पाहिजे. त्याच्यावर आमचाच हक्क आहे.'

ते पत्रं ऐकून मी नखशिखान्त शहारले. भीतीनं हाडं गोठवून टाकली! मनातल्या सगळ्या भीषण आठवणी चिघळून भळभळा वाहू लागल्या.

खरंतर पत्रात लिहिलेले शब्द खोटे होते. आम्हांला सरकार पुरेशी मदत करत नव्हतं. कँपमध्ये आम्ही चारशेपेक्षा जास्त हात कापलेले युद्धग्रस्त होतो. आणि त्याच्या साधारण चौपट इतर कुटुंबीय आमची काळजी घेण्याकरता म्हणून येऊन राहिलेले होते. इतक्या सगळ्यांना पुरेसा उरण्याइतका तो कँप मोठा नव्हताच. त्याचा आकार साधारण फ्रीटाउनमधल्या सॉकर स्टेडिअमएवढा होता.

आमचे नातलग आम्हांला अन्न शिजवून खाऊ घालीत. कँपला महिन्यातून एकदा ठरावीक अन्नधान्याचा पुरवठा होई. रांगेतल्या पहिल्या दोनेकशे लोकांना वाटण्याइतकाच तो असे. घाईनं उठून आवरून रांगेत पुढे नंबर लागला तरच काही मिळण्याची आशा. नाहीतर हात हलवीत परत यावं लागे. मग मी आणि माझी भावंडं भीक मागून जो पैसा मिळवायचो त्यातूनच धान्य आणि कपडा खरेदी करावा लागे. भीक मिळाली तर ठीक. ज्या दिवशी भिकेची कमाई नाही त्या दिवशी जेवण बंद किंवा नुसता गोळाभर भात. आमची अक्षरशः उपासमार

चाललेली होती.

आम्ही कँपमध्ये गेलो, त्याला महिना झाला असेल. रात्रीची जेवणं झाली आणि आम्हांला भेटायला अब्दुल आला. आता मोहम्मद आणि इब्राहीमची काळजी घेण्यासाठी अली असल्यामुळे अब्दुल त्याच्या घरी राहायला गेला होता. पूर्ववत स्वत:चं छोटं दुकान चालवू लागला होता. त्या दिवशी तो म्हणाला, ''मला तुम्हांला सगळ्यांना एक खास गोष्ट सांगायची आहे तेव्हा उद्या तुम्ही सर्व जण रात्री एकत्र जमायचं.''

मारीनं अब्दुलला चांगलंसं जेवण देण्याचा बेत केला. आमच्या भिकेतल्या वाचवून बाजूला ठेवलेल्या पैशांतून तिनं बाजारात जाऊन मासे विकत आणले. आम्हांला वाटलं उद्या नक्कीच काहीतरी आनंद साजरा होणार.

सगळ्यांनी एकत्र बसून माशाचं जेवण जेवल्यानंतर अब्दुलनं सर्वांना गोड बातमी सांगितली. तो फातमताच्या शेजारी बसला होता आणि तिच्या हातावर थोपटत बोलत होता.

''फातमतानं आणि मी लग्न करायचं ठरवलं आहे.''

फातमता लाजून खाली बघत होती. बातमी सांगून त्यानं सर्वांसमक्ष फातमताचे गाल चुंबले.

सगळ्यांना खूप आनंद झाला. मोठ्या बायकांनी फातमताला जवळ घेऊन तिचे मुके घेतले. पुरुषांनी अब्दुलच्या पाठीवर थाप मारत त्याच्याशी हस्तांदोलन केलं. दोघांचे चेहरे आनंदानं फुलून आले होते. त्यांनी खुशीखुशीत जाहीर केलं की, त्यांचं लग्न फातमताच्या चुलत्याच्या घरी फ्रीटाउनमध्ये होणार आहे.

फातमताचं मूळ घर पोर्ट लोकोला होतं. इतक्या लांब सर्वांनी जाणं म्हणजे जीव धोक्यात घालण्यासारखं होतं आणि शिवाय त्यांना लवकर, म्हणजे एखाद्या आठवड्यातच लग्न करायचं होतं.

अब्दुल आणि सगळे पुरुष गेल्यानंतर बायकांच्या गप्पा सुरू झाल्या.

अबिबातू फातमताला चेष्टेनं म्हणाली, ''काय गं, तुझं 'बोंडो इनिसिएशन' (मुलगी पहिल्यांदा वयात आल्यावर करतात तो विधी) झाल्यापासून अगदी सारखी वाट बघत होतीस ना या दिवसाची?''

यावर फातमतानं मान खाली घातली. अपराधी आवाजात म्हणाली, ''नाही ना. माझं अजून 'इनिसिएशन'च झालेलं नाही. आय ॲम सॉरी!''

''अगं, सॉरी काय म्हणतेस? तुझा काही दोष नाही त्यात; पण हे बघ, तो विधी झाल्याशिवाय तुला लग्न नाही करता येणार. आपण असं करू, इथे कँपमध्येच करू तुझं 'इनिसिएशन.' त्याला काय झालं? आम्ही सगळ्या आहोत ना! लगेच करून टाकू आपण तो कार्यक्रम. काय? हस आता!''

मला माहीत असलेल्या सिएरा लेओनमधल्या बहुतेक सर्व मुलींचा 'बोंडो इनिसिएशन समारंभ' होऊन त्यांचा 'बोंडो गुपित समाजात (Bondo Secret Society) प्रवेश झालेला होता. मी नऊ वर्षांची असतानाच माझं इनिसिएशन झालं होतं.

तो पूर्ण आठवडा मला शेतावर जायला किंवा कुठलंही काम करायला परवानगी नव्हती. अगदी घराची साफ-सफाई किंवा मारीला स्वयंपाकासाठी मदतसुद्धा नाही.

"आराम कर बेटा." मारी म्हणाली होती. "प्रत्येक मुलीच्या आयुष्यात ही वेळ एकदाच येते बरं! जा. फिरायला जा. छान रंगीबेरंगी मणी गुंफून वेण्या घाला आणि दुपारी जेवणबिवण झालं की, मस्त ताणून द्यायची. काय? मजा आहे ना?"

मुलींचं लहान वय संपून ती तारुण्याकडे वाटचाल सुरू करते, त्या वेळचा हा समारंभ असतो. या कार्यक्रमात पुरुषांना आसपास फिरकण्याचीही बंदी असते.

माझ्या इनिसिएशनच्या आदल्या दिवशी मारीनं तांदुळाचे वेगवेगळे चविष्ट पदार्थ बनवले. मासे घालून, बकरीचं मटण घालून, घेवड्याचे दाणे घालून आणि वेगवेगळे मसाले वापरून नानापरीची पक्वान्नं शिजवली. असा स्वयंपाक ती काही सण असेल तर किंवा ईदच्या दिवशी करत असे.

दुसऱ्या दिवशी मला आणि आदमसीला घेऊन ती नदीवर गेली. तिथे आमच्यासारख्या आणखी आठ-दहा मुली आल्या होत्या. प्रत्येकीबरोबर तिची आई नाहीतर मावशी-आत्या कुणीतरी होतंच. आम्हा सगळ्या कुमारिकांना एक-एक स्वतंत्र, पांढऱ्या साबणाची वडी देण्यात आली. हे आम्हांला खूप नवीन आणि विशेष वाटलं. कारण घरी आमचा सगळ्यांचा मिळून एकच साबण असायचा. मला त्यापूर्वी कधीच स्वत:साठी एक अख्खी साबणवडी मिळाली नव्हती.

"हे बघा पोरींनो, आजवर कधीच केली नसेल, अशी मस्त अंघोळ करा बरं का! अगदी घासून-घासून." मारीनं सांगितलं.

मग आम्ही नदीच्या पाण्यात मनसोक्त मस्ती केली आणि मग बाहेर येऊन नवीन मॅचिंग आफ्रिकाना ड्रेस घातले. आमची डिग्बा– वयात आलेल्या मुलींना मार्गदर्शन करणारी जाणकार स्त्री– आधीच येऊन नदीकाठच्या झाडीत आमची वाट बघत बसली होती. नवीन कपडे घालून आम्ही तिच्याकडे गेलो.

मी आणि माझ्यासारख्या इतर मुलींना राहण्यासाठी तिथे खास झोपडी उभी केलेली होती. काही दिवसांसाठी आम्ही त्यातच राहणार होतो. फक्त संडास-बाथरूमसाठी बाहेर जायला परवानगी आणि बाहेर जाण्यापूर्वी आम्हांला आमच्या

चेहऱ्यांना आणि उघड्या अंगावर पांढरा रंग लावून जायची सक्ती होती.

पांढरा रंग ही पावित्र्याची निशाणी. आम्ही कौमार्यावस्थेतून तारुण्यावस्थेत प्रवेश करताना, पावित्र्याची जाणीव देण्यासाठी ही रंग लावण्याची पद्धत. आमचं 'इनिसिएशन' पूर्ण होईपर्यंत, पांढऱ्या रंगानं अंग झाकूनच चारचौघांत जावं लागे.

त्या झोपडीत राहणं म्हणजे मजाच होती. उत्तर अमेरिकेत मुलींचा समर कँप असतो, तसाच प्रकार. आम्ही सगळ्या जणी रात्री उशिरापर्यंत गप्पा मारत, हसत खिदळत, गोष्टी सांगत जाग्या राहायचो. या गुप्त समाजामुळे (Secret Society) आम्ही सगळ्या मुली अगदी बहिणीबहिणींप्रमाणे जवळच्या झालो.

या बोंडो इनिसिएशनमधली फक्त एक गोष्ट मला आवडली नाही. ती जंगलातल्या त्या पहिल्या रात्रीच घडली. आमच्या आया-मावश्यांनी करून आणलेले चविष्ट पदार्थ रात्री पोटभर खाल्ल्यानंतर, सर्वांची जेवणं झाल्यावर, झोपडीत एक पातळ चादर पसरून त्यावर मला झोपायला सांगितलं. खरंतर माझ्यापेक्षा काही मोठ्या मुलीसुद्धा तिथे होत्या; पण डिग्बानं कारुकुह (Karukuh) म्हणून माझीच निवड केली होती. कारुकुह म्हणजे 'आत्मिक शक्ती असणारी मुलगी' त्यामुळे सर्वांत पहिल्यांदा माझं 'इनिसिएशन' होणार होतं.

मी उताणी झोपल्यावर, माझा स्कर्ट कमरेच्या वरपर्यंत उलटा वर दुमडण्यात आला. मारी आणि दुसऱ्या चार स्त्रिया ढोल वाजवून मोठ्यानं गाणी म्हणू लागल्या. इतर दोघी-चौघींनी माझे पाय आणि हात दाबून धरले. माझ्या डोळ्यांवर पट्टी बांधली. दिसलं नाही पण मला जाणवलं की, कसल्यातरी धारदार शस्त्रानं डिग्बानं माझा योनिमार्ग कापला.

वेदना सहन करण्यापलीकडची होती. मी जीव तोडून किंचाळले. उठण्याचा प्रयत्न केला, मला दाबून खाली झोपवणाऱ्या एकीच्या दंडाचा चावासुद्धा घेतला.

तो 'बोंडोचा' म्हणजेच योनिमार्ग कापण्याचा विधी झाल्यानंतर, कापडाच्या चिंध्या जखमेच्या जागी ठेवून मला खुर्चीवर बसवण्यात आलं आणि मग माझ्यासमोर आदमसी आणि इतर सगळ्या मुलींचे 'बोंडो' पार पाडण्यात आले. त्यानंतर अनेक दिवस आम्ही वेदना सहन करीत होतो; पण प्रत्येकीची तीच अवस्था असल्यामुळे ते 'विचित्र दुःख' एकमेकींजवळ व्यक्त करीत सर्वांनी तो भयंकर अनुभव सुसह्य केला.

बरोबर चार महिने आम्ही सगळ्या जणी त्या झोपडीमध्ये राहत होतो. या काळात गावातल्या बायकांनी आम्हांला स्वयंपाक, शिवणकाम यांपासून गृहिणीला आवश्यक असणारी सगळी कामं शिकवली. ठरावीक आजार झाल्यास कोणते खाद्यपदार्थ शिजवून घालावेत; सर्दी, खोकला, जुलाब यांसारख्या सामान्य आजारांवर कोणत्या वनस्पती उपयुक्त असतात; ताप आल्यावर काय करावं,

असं सगळं आम्हांला तिथे शिकायला मिळालं.

चार महिन्यांच्या शेवटी गावकऱ्यांनी आमच्याकरता खास गोड जेवण आणि नृत्याचा कार्यक्रम ठेवला होता. त्यात आम्ही मोठ्या उत्साहानं भाग घेतला आणि गावात राहायला आलो.

फातमताचं 'बोंडो इनिसिएशन' जंगलात नाही, तर कॅम्पमधल्या एका खोलीत पार पडलं. समारंभ फक्त एक दिवसच चालला. कारण स्वयंपाक करणं, शिवण-टिपण, सेवा-शुश्रूषा हे सगळं फातमताला आधीपासूनच येत होतं.

पाश्चिमात्य देशात या पद्धतीला स्त्रीचं योनिविच्छेदन (Female Genital Mutilation) म्हणतात, आणि त्यावर खूप टीका केली जाते; पण सिएरा लिओन देशात, ज्या मुलींचं किंवा स्त्रियांचं 'इनिसिएशन' झालेलं नसेल, त्यांना परकं, परदेशी समजतात.

फातमताचं 'इनिसिएशन' झाल्यानंतर महिन्याभरानं लग्नसमारंभ झाला. एका इमामानं त्यांना आशीर्वाद दिले आणि कुरणातील सुरेचं पठण केलं. आम्ही बकरीचं मटण आणि भाताचं जेवण जेवलो आणि झालं. अब्दुल आणि फातमताचं लग्न झालं.

त्या दिवशी फातमता इतकी खूश होती! ते पाहून मलासुद्धा खूप आनंद झाला. ती म्हणजे परमेश्वरानं मला पाठवलेली भेटच होती. आयुष्यातल्या काळ्याकुट्ट क्षणी अवचित माझ्या आयुष्यात आली आणि मला माझं कुटुंब भेटेपर्यंत तिनं माझी संपूर्ण काळजी घेतली. फ्रीटाउनमध्ये ती माझी आई झाली, बहीण झाली, मैत्रीणसुद्धा झाली. पोर्ट लोकोहून येताना त्या ट्रकच्या मागच्या भागात माझ्या शेजारी बसली, हा निव्वळ योगायोग! त्या क्षणापासून ती माझ्या आयुष्याचा भागच बनली.

तिचं लग्न झालं तेव्हा मला वाईट वाटलं. मी रडलेसुद्धा. खरंतर मला तिच्या लग्नात खूप दिवस मिरवायचं होतं. पूर्वी आमच्या मग्बोरौमध्ये एकेक लग्न आठवडेच्याआठवडे चालायचं. तसंच व्हावं असं मला वाटत होतं.

पण युद्ध-परिस्थितीत तसं कसं होणार? अशा काळात आनंद वाटण्याचे आणि वाटून घेण्याचे प्रसंग क्वचितच येतात.

दहा

अशीच एका सरत्या दुपारी, रस्त्यावर भीक मागून मी परत येत होते. कोपऱ्यावरून वळतानाच मला आमच्या तंबूसमोर मुसा दिसला. मारीशी बोलत उभा होता.

एव्हाना मी बाळाच्या वजनानं चांगलीच जडावले होते. दिवस भरत आलेल्या बायांसारखी झुलत-झुलत चालत होते.

भीक मागण्याकरता मी रोज सकाळी भावाबहिणींबरोबर मोठं घड्याळ असलेल्या टॉवरकडे जात असे. शहराचा तो सर्वांत गजबजलेला भाग. भीक मागण्यासाठी उत्तम; पण परत येताना त्यांच्याशी माझा चालण्याचा वेग जुळत नसे. मी इतकी मागे पडायची की, परत कँपमध्ये येईपर्यंत शहराला अंधाराचा विळखा पडलेला असे. त्यामुळे आताशा दुपारी लवकरच परत यायला मी सुरुवात केलेली होती.

मुसाला पाहताच मी थबकले. जणू माझ्या पायाला लकवा मारल्यासारखं झालं. माझा एक भाग म्हणत होता, मागच्या मागे पळ काढ. तर दुसरा म्हणत होता, धावत जा आणि त्याच्या कुशीत शीर.

माझा कोणताही निर्णय होण्यापूर्वीच मुसानं मला लांबून पाहिलं आणि क्षणात तोंडभरून हसला. तिथूनच ओरडला, "आलीस मारिआतू? कशी आहेस?"

त्यानं पुढे होऊन मला मिठीत घेतलं. मी गप्प उभी होते. त्याच्या उबदार शरीराचा गंध मला थेट आमच्या पूर्वीच्या दिवसांत घेऊन गेला. शेतावर भर दुपारच्या उन्हात आम्ही एकमेकांचे हात धरून बसत होतो, त्या काळात. आता पुन्हा कधीही मी याच्या हातात हात गुंफू शकणार नाही, याचं त्या क्षणी मला अपार दुःख झालं!

"चल, जरा चक्कर मारून येऊ या?" त्यानं विचारलं.

"हो ऽऽऽ!"

कँपभोवती चक्कर मारताना, आम्ही शेवटचं भेटलो, त्यानंतर त्याच्या आयुष्यात काय-काय घडलं, ते त्यानं मला सांगितलं. बंडखोर गावात येण्यापूर्वीच, तो आणि त्याची आई तिथून निघाले होते आणि नंतर बंडखोरांनी त्यांचं गाव

जाळून टाकलं. सध्या ते दोघे फ्रीटाउनमध्ये एका नातलगांबरोबर छोट्या घरात दाटीवाटीनं राहत होते.

बंडखोरांना टाळण्याकरता आताशा खेड्यातले इतके लोक गाव सोडून फ्रीटाउनमध्ये येऊन राहू लागले होते की, प्रत्येकाचा शेजारी, गावाकडून ओळखीचाच निघत असे. आम्ही ज्या मानामार्च्या हल्ल्यात जखमी झालो, त्याच्या थोडे दिवस आधीच एक कुटुंब फ्रीटाउनला आलेलं होतं. ते लोक मुसाचे शेजारी होते. त्यांच्याकडून त्याला समजलं की, मग्बोरौच्या एका कुटुंबातल्या चार भावंडांचे हात बंडखोरांनी छाटले म्हणून. कदाचित ते आम्हीच तर नसू अशी काळजी वाटल्यामुळे मुसा ताबडतोब कँपमध्ये आला होता.

आम्ही तंबूभोवती चक्कर मारून परत आलो, तेव्हा मोहम्मद, इब्राहीम आणि आदमसी परत येऊन संध्याकाळचं जेवण घेत बसले होते. भात आणि शेंगदाण्याचं कालवण.

''तू जेवणार का?'' मी मुसाला विचारलं.

त्यानं मानेनंच नाही म्हटलं. म्हणून मी पुढे जाऊन त्याला माझ्यामागून येण्यासाठी खुणावलं. आम्ही माझ्या खोलीत चटईवर शेजारी-शेजारी बसलो.

''सांग मला मारिआतू, काय-काय झालं गं तुला?''

मी अडखळत माझी कर्मकहाणी सांगू लागले. तो शांतपणे ऐकत होता.

माझं सांगून झालं तेव्हा तो रडू लागला. ''मी तुझ्याजवळच राहायला पाहिजे होतं मारिआतू. आपल्या दोघांना एकत्रच पळून जाता आलं असतं. माझं तुझ्यावर प्रेम आहे मारिआतू. I love you!''

माझं शरीर ताठरलं. त्याच्या शब्दांना द्यायचा प्रतिसाद मनात उमटलासुद्धा. 'I love you too' पण ते शब्द मी ओठातून उमटू दिले नाहीत. मुसानं अजूनही माझ्यावर प्रेम करावं, असं मला वाटत नव्हतं. मी माझे तुटके हात घेता येतील तितके मागे घेतले. त्यामुळे माझं शरीर आपूसक थोडं पुढे झुकलं.

मुद्दाम अत्यंत कोरड्या आवाजात मी म्हटलं, ''मुसा, तुला कुणीतरी दुसरी मुलगी शोधायला पाहिजे.''

''नाही!'' मुसा ओरडला. त्यानं मला जवळ ओढून छातीशी धरलं, पण मी त्याला ढकलून दिलं.

''जा, निघून जा इथून. परत कधीच येऊ नकोस. तू मला या अशा अवस्थेत पाहावंस असं मला वाटत नाही.'' मी माझ्या दंडाचे खुंट त्याच्यापुढे नाचवले. पुढे आलेल्या पोटावर थापट्या मारल्या. ''तू एखादी धडधाकट मुलगी पाहा आणि तिच्याबरोबर चारचौघांसारखं आयुष्य घालव. फक्त मी अगोदर जशी होते, तशीच माझी आठवण काढत जा.''

"मला तू हवी आहेस मारिआतू!!"

"मुसा ऽऽऽ" मी किंचाळले, "मी सांगतेय ना? माझ्यावर प्रेम नको करूस. तू जा."

"पण मला तुझ्याजवळ राहायचं आहे," तो चाचरत म्हणाला. "तुझ्या मुलाचं नाव मुसा ठेव आणि एक दिवस पुन्हा माझ्याकडे ये. माझी बायको हो. आपण लग्नाची वचनं दिली होती ना एकमेकांना?"

मी त्याला माझ्यापासून दूर ढकललं. "ते आता कधीच घडणार नाही. तू इथून निघून जा. परत मला भेटू नकोस."

मुसानं माझं म्हणणं खोडून काढणं चालूच ठेवलं; पण प्रत्येक शब्दागणिक मी त्याच्यापासून दूर होत राहिले. त्यानंतर मी त्याच्या बोलण्याकडे दुर्लक्षच केलं. त्याच्याशी वाद घालावा, असं देखील मला वाटेना. तो बोलला, बोलला आणि केव्हातरी थांबला.

तंबूत शांतता पसरली. काही वेळानं मुसानं माझ्या कपाळाचं चुंबन घेतलं आणि सावकाश उठला.

"मी परत येईन. बघ. मी तुला पटवून देईन. आपण दोघं अजूनही एकत्र राहू शकतो."

तो निघून जाईपर्यंत मी त्याच्याकडे पाहिलंसुद्धा नाही.

बाळाचा जन्म होण्यापूर्वी मुसा दोनदा येऊन गेला. दोन्ही वेळा सूर्यास्ताच्या वेळेला, मी भीक मागणं आटोपून परत आले तेव्हाच. दोन्ही वेळेला मी त्याला सांगितलं की, मी खूप थकले आहे. माझ्या अंगात बोलण्याचं त्राण नाही. मी त्याला शेकोटीजवळ मोहम्मद आणि इब्राहीमपाशी सोडून एकटी आत निघून जायची. एकदाही मी रडले नाही. नंतर त्याचा विचार डोक्यात आला की, डोकं हलवून तो झटकून टाकत असे. तरीसुद्धा जेव्हा तो 'गुडबाय' म्हणून जायला निघत असे, तेव्हा मला आतल्याआत पोकळी जाणवत राहायची.

मुसा तिसऱ्यांदा भेटून गेल्यावर दोन-तीन दिवसानंतरची गोष्ट. सकाळी मला खूप लवकर जाग आली. बाहेर अंधार होता. अजून नीट उजाडलंही नव्हतं. मला दरदरून घाम फुटला होता. इतका की, कपडे घामानं आले झाले होते. अचानक मला हुडहुडी भरली. एवढ्या उकाड्यातही मला थंडी वाजायला लागली. मी उठण्याच्या प्रयत्नात असताना पोटातून जोरात कळ निघाली आणि थेट पायापर्यंत पोहोचली.

"आऊच, आऊच" मी ओरडले. चटईवर गडबडा लोळत अबिबातू, मारी आणि फातमता यांना किंचाळून हाका मारीत सुटले.

अबिबातूनं स्वच्छ पांढऱ्या चादरीची फडकी फाडून एका टोपलीत तयार

ठेवली होती. मी जेव्हा बाळंतीण होईन, तेव्हा ती लागतील हे तिला अगोदरच माहिती होतं. फातमतानं होणाऱ्या बाळासाठी जुने वापरलेले कपडे जमवायचा सपाटा लावला होता. आमच्या कँपमध्ये एक इटालियन धर्मगुरू काम करीत. डोक्याला टक्कल आणि सदा हसतमुख – फादर मौरीझिओ. त्यांच्याकडून तिनं पुष्कळ कपडे मिळवले होते.

माझा आवाज ऐकून मारी धावतच माझ्या खोलीत आली. तिनं मला तपासलं. ''मारिआतू, काहीतरी गडबड आहे, तुझं अंग अजून फाकलं नाही. बाळाचं डोकं कसं बाहेर येणार?''

तिनं ताबडतोब कँपमध्ये काम करणाऱ्या नर्सला बोलावलं. तिचंही तेच मत पडलं, ''हिची डिलिव्हरी हॉस्पिटलमध्येच करावी लागेल. थांबा! मी अँब्युलन्स बोलावून घेते.''

आम्ही कित्येक तास अँब्युलन्सची वाट पाहत होतो. शेवटी रेडक्रॉसची एक जीप आली. फ्रीटाउनच्या गजबजलेल्या गल्ल्यांतून ती मुंगीच्या गतीनं चालत होती. शेवटी आम्ही एकदाचे त्या हॉस्पिटलमध्ये पोहोचलो, तेव्हा दुपार झाली होती. आता मला भराभर आणि फार जोरात कळा सुरू झाल्या होत्या.

तिथल्या लेडी डॉक्टरनं सांगितलं, ''हिचा योनिमार्ग फारच अरुंद आहे आणि बाळ चांगलं मोठं आहे. त्याला बाहेर यायला जागा नाही. आपल्याला हिचं आपरेशन करावं लागेल. त्याला 'C-Section' (सीझेरिअन) म्हणतात.'' तिनं माझ्या बेंबीपासून खालपर्यंत सरळ बोटं फिरवून पोट कसं कापणार ते दाखवलं.

डॉक्टरांनी मला इंजेक्शन दिलं, ते माझ्या लक्षात राहिलं. नंतर मी बहुधा बेशुद्ध झाले असेन.

अनेक तासांनी मला जाग आली, तेव्हा खोली लख्ख प्रकाशानं भरलेली होती. मोठ्या उघड्या खिडकीतून उजेड येत होता. आत आलेल्या उन्हाच्या कवडशात धुळीचे कण चमचम नाचत होते. त्यांच्याकडे पाहताना माझे डोळे दिपले. डोळे मिटतामिटताच माझ्या अचानक लक्षात आलं की, मी कुठे आहे आणि कशासाठी आले आहे. उठायला लागले तर पोटात खूप दुखलं. पांघरूण दूर करून बघितलं, तर माझ्या पोटाला बऱ्याच चिकटपट्ट्या लावून वरून बँडेज बांधलं होतं.

मी रडायला सुरुवात केली. तेव्हा खोलीतल्या दुसऱ्या मुलीनं मदतीसाठी पुकारा केला. अबिबातू लगबगीनं खोलीत आली आणि मला शांत करू लागली. दुसऱ्याच मिनिटाला मारी आली. तिच्या हातात माझं बाळ होतं. पुढे होऊन त्याला घेत अबिबातू उद्गारली, ''मुलगा आहे!''

'मुलगा'. माझ्या स्वप्नात येऊन सालेऊनं सांगितलं होतं, तसंच घडलं होतं.

बाळाला निळ्या ब्लँकेटमध्ये गुंडाळलं होतं. मला फक्त त्याचा गोल चेहरा

आणि काळंभोर जावळ दिसलं. तो अगदी हळू, कोमल आवाजात ऊंऽ ऊंऽ म्हणत ओठ काढत होता. त्या इवल्या जीवाकडे पाहिलं, आणि माझा सारा राग वितळून गेला. बाळ किती छान दिसत होता! माझ्या कल्पनेतल्या देवदूतासारखा. त्याचे मऊ-मऊ गुबगुबतीत गाल. "मी याला सांभाळीन. त्याची काळजी घेईन. इतक्या गोड मुलावर कोण प्रेम करणार नाही?"

"मारिआतू, याचं नाव काय ठेवणार तू?" मारीनं विचारलं.

"अब्दुल." मी बरळले.

याबद्दल मी अगोदर काहीच ठरवलेलं नव्हतं; पण त्या क्षणी जे वाटलं ते सांगितलं. अब्दुल फातमताचा नवरा, मोहम्मदचा चुलता होता, त्याचंच नाव ठेवायचं म्हणून.

अबिबातूनं मला बसतं केलं. मागे टेकायला उश्या ठेवल्या. मग माझ्या दोन्ही दंडांचा पाळण्यासारखा आकार करून त्यात बाळाला ठेवलं. यापूर्वी माझ्या हृदयात कधीच असं प्रेम उचंबळून आलं नव्हतं. छोट्या माशासारखे ओठ उघडून अब्दुल चोखल्यासारखे आवाज काढू लागला. मी खिदळत विचारलं, "हा असं काय करतोय?"

"त्याला भूक लागलेली दिसतेय. दूध पाजायला पाहिजे."

"चला छोटी मम्मी ऽऽ" असं गमतीनं म्हणत मारीनं बाळाला घेतलं. अबिबातूनं माझा टॉप वर केला.

"एऽऽऽ काय करतेस?" मी ओरडले.

"हं! आता तू या तुझ्या बाळाला पाजायचं!" असं म्हणून मारीनं बाळ पुन्हा बाहूंमध्ये ठेवलं. त्याचं तोंड माझ्या स्तनापाशी आणलं आणि पुढचं बोंड त्याच्या ओठात खुपसलं.

एकाएकी माझ्या मनातली वात्सल्यभावनेची जागा रागानं घेतली.

"का? तुमच्यापैकी कुणी नाही याला दूध पाजू शकणार?" मारी आणि अबिबातू यांना मी विचारलं. मला या जबाबदारीबद्दल कुणीच काही सांगितलं नव्हतं.

मारी हसू लागली. "मारिआतू, आता मी बुड्ढी झाले. आता माझ्या छातीत दूध नाही राहिलं आणि अबिबातूला तर बाळच नाही झालं. ती कशी त्याला दूध पाजणार? फक्त तूच त्याला दूध पाजू शकतेस."

मी जवळजवळ दोन आठवडे हॉस्पिटलमध्ये होते. माझ्या पोटाची जखम पूर्ण बरी होऊन मी अब्दुलला व्यवस्थित दूध पाजू शकते की नाही, याची खातरी करून मगच त्यांनी मला ॲबरदीनला परत पाठवलं.

एक नर्स सांगत होती, "हे बघ, तुमच्या कँपमध्ये पुष्कळ रोग आहेत. मलेरिया, जुलाब, थंडी ताप, फ्लू. तू निरोगी राहिलीस तर तुझं दूध पिऊन,

या सगळ्यांशी सामना करण्याची ताकद अब्दुलमध्ये येईल.''

''कँपमध्ये अन्नाचा तुटवडा आहे. त्यामुळे तू इथे हॉस्पिटलमध्ये मिळेल तेवढं खाऊन घे,'' अबिबातूनं भर घातली.

हे खरंच हातं. कँपमध्ये काही लोक इतके बारीक झाले होते की, टी शर्टवरून त्यांच्या बरगड्या मोजता यायच्या. चालता-चालता त्यांना खोकला यायचा आणि छातीतून आवाज यायचा. काही-काही जण तर हातांच्या जखमा सडल्यामुळे त्यांच्या खोलीतच मरून पडले होते. रोज रात्री कुणाच्या ना कुणाच्या विव्हळण्याचा आवाज यायचाच; पण मला त्या आवाजांची सवय झाली होती. मात्र एका माणसाचा रोग दुसऱ्याला लागू शकतो, याची मला कल्पना नव्हती.

अब्दुल माझ्या कॉटशेजारी छोट्या पाळण्यात झोपलेला असे. अबिबातू, मारी, फातमता यांना वाटायचं की बाळ सतत माझ्याजवळ असलं की, मला त्याच्याबद्दल प्रेम वाटायला लागेल; पण तसं कधीच झालं नाही. तो पाळण्यात रडायला लागला, तरी मला उठून त्याला घेता येत नसे. तिघींपैकी एक जणीनं त्याला उचलून छातीशी लावीपर्यंत मी नुसतीच त्याच्याकडे बघत राही. मी कधीच त्याला डोलवलं नाही, झुलवलं नाही, कधी त्याला गाणं म्हणून झोपवलं नाही, त्याच्याशी बोलले नाही. का कुणास ठाऊक!

जेव्हा माझ्या पोटावरचा तो C-sectionचा भला मोठा व्रण पाहिला, तेव्हा मला भडभडून आलं. ''अल्लाऽऽऽ, आणखी किती जखमा होणारेत माझ्या शरीरावर?''

नर्सनं टाके काढल्यानंतर मी सरळ हॉलमधून बाथरूमकडे गेले. तिथे जाऊन दात आणि दंडांचा वापर करून त्या पट्ट्या आणि बँडेज ओढून काढायचा प्रयत्न केला. ते काढून चांगले पोटात गुद्दे मारून घ्यावेत म्हणजे भरपूर रक्तस्राव होऊन एकदाचं मरण तरी येईल असा विचार होता; पण पट्ट्या निघाल्या नाहीत. शेवटी तो प्रयत्न सोडून, भिंतीवर डोकं टेकून स्वस्थ उभी राहिले.

मी गरोदर आहे हे समजलं, तेव्हापासून मी तीव्र खिन्नतेमध्येच असे. निराशेचे अनेक झटके मुकाट्यानं सोसले होते. त्याचबरोबर काही अत्यंत आनंदाचे क्षणही मी अनुभवले आणि त्या वेळेला बंडखोर, त्यांचा तो लढा सगळं-सगळं मी पार विसरले होते. अब्दुल आणि फातमताचं लग्न हा असाच प्रसंग. त्या वेळेला मला खूप आशा वाटू लागली. मला स्वप्नात दिसलं की, एक दिवस माझीही आफ्रिकन नववधूचा सुंदर पोशाख घालायची वेळ आलेली होती.

पण त्या बाथरूमच्या भिंतीला डोकं टेकवून उभी असताना माझी नजर त्याच्या छताकडे गेली तेव्हा मनात विचार आला, पुन्हा असा एखादा आनंदाचा प्रसंग यायची शक्यताच नष्ट झालेली आहे!

अकरा

मी हॉस्पिटलमधून कँपमध्ये परत आले. आदमसी, मोहम्मद, इब्राहीम सगळे माझ्याशी खूप प्रेमाने वागत. आळीपाळीनं बाळाला घेत आणि सारखे मला बाळाच्या जन्माविषयी प्रश्न विचारीत. "खरंच मला माहिती नाही. मला भूल देऊन झोपवलं होतं," मी सांगायची. सगळे मला स्वत:मधलं जेवण आणून देत. खास करून भाज्या.

रात्री सगळे जेवायला बसलो की, भावंडं त्यांचा दिवस कसा गेला, भीक मागायच्या वेळी कशी मुलं भेटली, कशा गमती झाल्या किंवा फळविक्रेत्याकडून अननस चोरताना एखाद्यानं कसा मार खाल्ला ते सांगायची. त्यात मी अगदी रमून जात असे. मध्येच अब्दुल रडत उठायचा. लगेच अबिबातू नाहीतर मारी त्याला माझ्याकडे आणून देत. मग भावंडं तिथून निघून जात. अशा वेळी शेकोटीचा उजेडसुद्धा माझ्या पडलेल्या चेहऱ्याला उजाळा देऊ शकत नसे.

आता भीक मागण्याची मला पूर्ण बंदी करण्यात आली. माझी जाण्याची खूप इच्छा होती. मी परोपरीनं मारीची परवानगी काढायचा प्रयत्न केला.

"मला तुम्ही किती जास्त खायला देता. मग जास्त पैसे मिळवायला नकोत का?"

"नाही."

तशात मोहम्मद माझी थट्टा करायचा. "मारिआतू, आता तू मोठी बाई झालीस. एका मुलाची आई. आता कशाला तू आम्हा मुलांच्याबरोबर भटकायला येतेस? मोठ्या माणसांबरोबर घरी राहा आणि बाळाला दूध पाज. आम्ही घेऊ तुमची काळजी!" हे ऐकून तर मला जखमेवर मीठ चोळल्यासारखं वाटायचं.

भावंडांबरोबर जाण्याची माझी इच्छा इतकी तीव्र झाली की, एक दिवस सकाळी अब्दुलला दूध पाजून मी फातमताजवळ दिलं आणि उठून जाहीरच करून टाकलं की, मी उद्यापासून सगळ्यांबरोबर भीक मागायला जाणार.

"मारिआतू, तुला नाही जाता येणार बेटा, अब्दुलला तुझी गरजच आहे." मारीनं विरोध केला.

अबिबातू मध्येच बोलायला लागली. "मला तर बाई काळजीच वाटायला

लागलीय गं! आईला बाळाची ओढ असायला पाहिजे. तसं काहीच दिसत नाहीय मला तुमचं. तोसुद्धा जास्तीत जास्त वेळ आमच्या तिघींकडे चांगला राहतो.''

इतक्यात आमच्या तंबूच्या दारातून आवाज आला. ''मी जाईन मारिआतू बरोबर.'' आम्ही सगळ्यांनी आश्चर्यानं पाहिलं, तर तिथे आपल्या जाडजूड कमरेवर हात ठेवून 'माबिंती' उभी असलेली दिसली.

माबिंती ही वयस्कर स्त्री आमच्या पलीकडच्या खोलीत राहत होती. बंडखोरांनी तिला जखमी केलं नव्हतं; पण दंगलीत तिचं घरदार जळालं होतं. तिच्या गावाहून बेघर होऊन आलेल्या गावकऱ्यांसोबत ती फ्रीटाउनला आली होती. तिची मुलगी आपल्या नवऱ्याबरोबर सिएरा लेओनच्या उत्तर भागातल्या एका खेड्यात राहत होती. तिची माबिंतीला फार आठवण येत असे. ''मी न घाबरता मुलीच्या गावापर्यंत गेले असते; पण मी मेली डरपोक. मनात घाबरत राहिले. ते बंडखोर भेटतील, मला मारतील, पकडून ठेवतील. कसचं काय नि कसलं काय; पण आता उद्या नक्की जाईन,'' म्हातारी बडबडत राही.

बंडखोरांचे खेड्यांवरती अजूनही हल्ले चालूच होते. पूर्वीपेक्षा त्याचं प्रमाण कमी झालं असलं, तरी पूर्ण बंद झालेले नव्हते.

पण हॉस्पिटलमध्ये भरती होणाऱ्यांचं प्रमाण कमी झालं होतं. ECOMOGचे लोक अजूनही सावधगिरीचा उपाय म्हणून लोकांना मुख्य रस्त्यानं आणि पश्चिमेकडच्या भागात प्रवास करू देत नव्हते.

माबिंतीला कॅंपमध्ये विशेष काम नव्हतं. त्यामुळे ती कधी-कधी अब्दुलला प्लॅस्टिकच्या टबमध्ये अंघोळ घालणं किंवा टेम्ने गाणी म्हणून झोपवणं अशी कामं करायची.

''मी जाईन मारिआतूबरोबर,'' माबिंतीनं पुन्हा सांगितलं. ''ती इतरांबरोबर जाईल, तेव्हा मी सांभाळीन अब्दुलला. आमच्या गावात मी स्वयंपाक करायची, शिवण शिवायची आणि कितीतरी बाळांना सांभाळायला मदत करत होते. कितीतरी मुलांची मी आज्जी होते आणि इथे काय? मला काही कामच नाही. तुम्ही तरण्या पोरी स्वयंपाक करता, मी आपली बसून बघत राहते.''

मी धावतच माबिंतीजवळ गेले. तिला घट्ट मिठी मारली. ''थॅंक्यू माबिंती! थॅंक्यू! थॅंक्यू!!'' मी अनेकवार तिचे आभार मानले. अबिबातू, फातमता आणि मारी तिघीही आनंदल्या.

''आता यापुढे आम्ही काय बोलणार तुला मारिआतू ऽ?'' मारी उद्गारली.

दुसऱ्या दिवसापासून माझं भीक मागणं पूर्ववत सुरू झालं. आदमसी मला सकाळी लवकर उठवायची. अब्दुल अजून झोपलेला असला, तर मी माझं आवरायला बाहेर पडायची. दात-बित घासून घ्यायची. तो उठल्यावर त्याला

दूध पाजलं की, लगेच आम्ही सगळे एकदमच कँपच्या बाहेर पडत असू. आदमसी, इब्राहीम, मोहम्मद, माबिंती, अब्दुल आणि मी.

भीक मागायच्या वेळी आदमसी आणि मी मुलांपासून वेगळ्या होत असू कारण फ्रीटाउनचे लोक मुलींना जास्त भीक घालीत. आम्ही थेट फ्रीटाउनच्या मध्यभागी असणाऱ्या उंच, घड्याळाच्या टॉवरपर्यंत जाऊन तिथे आमच्या पिशव्या पसरून लेओनची भीक मागत असू आणि तिथून परत येताना पूर्ण रस्ताभर आम्हाला भीक मिळत असे. माबिंती अब्दुलला घेऊन आमच्या जवळपास राही. अब्दुलला भूक लागली की, आम्ही एखाद्या दुकानाच्या मागे किंवा चिंचोळ्या गल्लीत घुसत असू. तिथे धुळीत बसून मी त्याला दूध पाजायची. इतरांनी बघू नये म्हणून माबिंती माझ्या समोर उभी राहायची. मग त्याचं पोट भरल्यावर मी पुन्हा अब्दुलला माबिंतीकडे द्यायची. साधारण तासा-दीड तासानं भूक लागली की, तो ओठ काढून कुरकुरायला लागायचा की पुन्हा हाच क्रम.

माझे काही दिवस असे गेले. अशाच एका दुपारी मी अब्दुलला घेऊन उभी होते. माबिंती पलीकडेच एका म्हातारीशी बोलत होती. आता ती कधी येऊन याला घेतेय म्हणून मी अस्वस्थ उभी होते. त्या वेळेला ध्यानी मनी नसताना एका माणसानं चाळीस हजार लेओन (सुमारे बारा डॉलर्स) माझ्या काळ्या पिशवीत टाकले. एका वेळेला एवढी भीक मिळायची माझी ती पहिलीच वेळ होती.

"अरेरे! गरीब बिचारी!" तो माणूस म्हणाला आणि अब्दुलला थोपटल्यासारखं करून निघून गेला.

हे सगळं ताबडतोब मी खुशीखुशीनं माबिंतीला सांगितलं. ती म्हणाली, "त्याला तुझी दया आली असेल."

"का बरं?"

"कारण तुला तुझ्याबरोबर बाळाचंही पोट भरावं लागणार म्हणून. मी तुला सांगते, इथून पुढे बाळाला घेऊन भीक मागून पाहा. तुला सगळ्यांपेक्षा जास्त भीक मिळत जाईल."

आणि खरंच, माझ्याबरोबर अब्दुल असला की, जाणारे-येणारे माझ्याकडे थबकून पाहत. त्या दिवसानंतर दररोज मला इतर भावंडांपेक्षा जास्त पैसे मिळू लागले. त्या तिघांचे मिळवूनसुद्धा माझ्यापेक्षा कमी भरत.

अब्दुल काही महिन्यांचा झाला, तेव्हा एका रात्री आमच्या कँपच्या ऑफिसमधला एक जण आमच्या तंबूत आला. तो मलाच शोधत होता. तो

क्रिओमध्ये बोलत होता. फ्रीटाउनमध्ये आल्यापासून सतत कानावर पडल्यामुळे एव्हाना क्रिओ भाषा समजू लागली होती. तो सांगत होता की, दुसऱ्या दिवशी काही परदेशी पत्रकार येणार होते. बंडखोर हल्ल्यात जायबंदी झालेल्या लोकांचे ते फोटो घेणार होते आणि मुलाखती घेणार होते. ''त्यासाठी तू उद्या सकाळी अब्दुलला घेऊन कँपच्या मधल्या भागात येशील का?'' त्यानं विचारलं.

त्याचं बोलणं ऐकून मी गोंधळले.

''पत्रकार म्हणजे काय असतं?'' मी विचारलं.

''हे लोक तुमची कहाणी इतर देशांमधल्या लोकांना सांगतात,'' त्या माणसानं सांगितलं.

''पण या लोकांना मारिआतूकडून काय हवंय? ती तर एक छोटीशी खेडवळ मुलगी आहे बिचारी!'' मारीनं विचारलं.

''होती. आता नाही. आणि खेड्यातलीपण नाही. बंडखोरांनी तिचं गाव उद्ध्वस्त केलं आणि तिचा अमानुष छळ केला. जगातल्या लोकांना तिची कहाणी जाणून घ्यायची आहे. सिएरा लेओनच्या बंडखोर लढ्याबद्दल सगळ्या जगाला कुतूहल वाटतंय.''

अबिबातूनं मध्येच विचारलं, ''आणि याबद्दल तिला काय मिळणार?''

''तिच्याबद्दल सगळे लोक वाचतील. कुणी सांगावं, त्यातल्या काहींना दयेचा पाझर फुटेल आणि तिला पैशाची मदत पाठवतील.'' मला वाटतं, त्या वेळेपर्यंत परदेशातील लोकांकडून कँपमधल्या मुलांसाठी पैसे आणि वस्तू यायला सुरुवातही झालेली होती. ''आता इथली काही मुलं परदेशातच राहायला जाणार आहेत. श्रीमंत देशात. तिथे युद्ध नाही. सगळी रेलचेल आहे. आणि हे सगळं कशामुळे होतंय माहिती आहे? हे पत्रकार लोक आपल्या अडचणींबद्दल जगाला लिहून कळवतात, म्हणून!''

मी पहिल्यांदा त्या माणसाला 'जमणार नाही' म्हणून सांगितलं. म्हटलं, भीक मागायला गेले नाहीतर तेवढे पैसे बुडतील ना! पण मारी आणि फातमतानं मला आग्रह केला.

''मारिआतू जा अगं! कुणाला तरी तुझी दया येईल आणि तुला नक्की पैसे देतील,'' फातमता म्हणाली.

झालं! दुसऱ्या दिवशी सकाळीच आमची स्वारी अब्दुलसह कँपच्या मध्यभागी हजर. पण भीक मागायला भावंडांबरोबर जायला मिळालं नाही म्हणून मनातून खट्टूच होते. तिथे जाऊन धप्पकन बाकावर बसले. कालचा तो कँप ऑफिसमधला माणूस पत्रकारांशी बोलत बसलेला दुरून दिसत होता.

मला पाहून तो हसला आणि लगबगीनं पुढे आला. मला घेऊन एका

हॉलमध्ये गेला. तिथे एका मोठ्या टेबलापाशी चौघे जण बसले होते. क्षणभर मी अवाक होऊन बघतच राहिले. आयुष्यात पहिल्यांदाच मी निळे डोळे, हिरवे डोळे, पिवळे केस, पिंगट केस पाहत होते आणि इतक्या गोऱ्या रंगाची माणसं, तर मी कधीच पाहिली नव्हती.

त्यातली लाल केस कापलेली एक बाई माझ्याकडे आली. माझ्या खांद्यावर हात ठेवून "हॅलो ऽ" असं म्हणाली आणि माझ्याशी क्रिओमधून बोलू लागली. ते मला आवडलं. कारण मारी आणि अलीनं आम्हाला सांगून ठेवलं होतं की, परदेशातले लोक आपल्या सिएरा लेओनमधल्या टेम्ने, मेंडे, क्रिओ या भाषा बोलत नाहीत म्हणून. ती बाई दिसायला सुंदर होती आणि मोकळेपणानं बोलत होती. मलाही तिच्याशी बोलताना संकोच वाटला नाही.

"तुझ्यावर काय प्रसंग आला होता, काय-काय झालं, ते जरा सांगतेस का यांना?"

कँपच्या ऑफिसमधल्या माणसानं सरळ मुद्द्यालाच हात घातला. कुठून सुरुवात करायची ते मला माहिती नव्हतं, त्यामुळे विचार करत शांत बसले होते. त्या लाल केसांच्या बाईनं ऑफिसमधल्या माणसाला काहीतरी सांगितलं. तो माझ्याकडे वळून म्हणाला, "त्या विचारताहेत, तू तुझ्या कुटुंबाबरोबरच राहतेस का?" सोपा प्रश्न होता. मी म्हटलं, "होय."

"तुला काही पाहिजे का?"

"भाज्या, स्वच्छ पाणी, साबण, नवे कपडे, जेवायला ताटं..." मला कुठून सुचलं माहिती नाही, पण ज्या वस्तू खेड्यात आमच्याकडे होत्या पण कँपमध्ये मिळत नव्हत्या त्यांची एक लांबलचक यादीच मी त्यांच्यापुढे म्हणून दाखवली.

मग मला हळूहळू कंठ फुटला. मी माझी हकिकत सांगायला सुरुवात केली....

"माझं नाव मारिआतू. मानार्माच्या बंडखोर हल्ल्याची बळी ठरलेली मी एक मुलगी. बंडखोर तरुणांनी (child soldiers) मला दहा तास ओलीस म्हणून बांधून ठेवलं आणि नंतर माझे दोन्ही हात कापले. आता मी ॲबरदीनच्या मदत छावणीत माझ्या आते, मामे भावंडासोबत राहते. आदमसी, इब्राहीम आणि मोहम्मद. तेसुद्धा माझ्यासारखेच हल्ल्यात सापडले. बंडखोरांनी त्या तिघांचेही दोन्ही हात कापले."

"तुझं बाळ केवढं आहे?"

"त्याचं नाव अब्दुल. तो पाच महिन्यांचा आहे." प्रसिद्धिमाध्यमांबरोबरची ती माझी पहिली मुलाखत पंधरा मिनिटं चालली. त्यानंतर ऑफिसच्या माणसानं पत्रकारांना कँप दाखवायला नेलं. मलाही त्यांच्यामागून यायला सांगितलं. एका

ठिकाणी त्यानं मला थांबायला सांगितलं. पत्रकारांना माझे अब्दुलबरोबर फोटो काढायचे होते. मला चांगलं आठवतं – माझे अनवाणी पाय चिखलात लडबडलेले होते. मागे एक कुत्रा जोरजोरात भुंकत होता आणि भिंतीशी बांधलेल्या एका दोरीवर कपडे वाळत घातले होते.

त्या ऑफिसच्या माणसानं मला थोडे लिओन दिले आणि पुन्हा बोलावीन म्हणून सांगितलं.

त्या दिवशी आणि नंतर माझ्यावर छापून आलेले लेख मला पुढे काही वर्षांनंतर वाचायला मिळाले. त्यातल्या प्रत्येक लेखानं मला भुतासारखं झपाटलं.

सर्व पत्रकारांनी सरसकट छापलं होतं की, हल्ल्याच्या वेळी माझ्यावर बंडखोरांनी बलात्कार केला आणि त्याचं फलित म्हणजेच, हा अब्दुल होय.

बारा

"मारिआतू, अब्दुल आजारी आहे. फार जास्त आजारी आहे तो. डॉक्टर म्हणतात, त्याच्या अंगातलं सगळं रक्त बदलावं लागेल नाहीतर तो मरेल."

तेव्हा अब्दुल दहा महिन्यांचा होता. काही आठवड्यांपासून त्याचं पोट फुगायला लागलं होतं. हळूहळू ते इतकं फुगलं, जणू काय त्याच्या पोटात गर्भच वाढत असावा. आधी मला वाटलं, माझ्या दुधामुळे तो गुबगुबीत होतो आहे; पण आता तो लहानपणीइतकं दूधही घेईनासा झाला होता आणि त्याचं रडणंही खूप वाढलं होतं. सारखा किरकिर करायचा.

कॅंपमधली नर्स त्याला कसलं तरी व्हिटॅमिनचं इंजेक्शन द्यायची. त्याचा त्याला उपयोग व्हायला पाहिजे होता; पण आम्ही त्याला रोज इंजेक्शन देऊन आणलं तरी काही फरक पडत नव्हता. त्याचं पोट फुगतच राहिलं आणि चेहराही सुजल्यासारखा झाला. पायांवरचं सगळं बाळसं जाऊन नुसत्या हाडाच्या काड्या उरल्या. काही ठिकाणी अगदी सुकलेला आणि काही ठिकाणी सुजलेला असा तो विचित्र दिसायला लागला.

पहिल्यांदा जेव्हा नर्सनं मला सांगितलं की, हे सगळं त्याला कुपोषणामुळे होतंय, तेव्हा मी जेवढं जास्त खाता येईल तेवढं खाऊ लागले. म्हणजे तरी माझं दूध सकस होईल या आशेनं. मी इतका जास्त भात खायची की, कधी-कधी उलटून पडेल की काय असं वाटू लागे.

मी आदमसीबरोबर माबिंतीला घेऊन भीक मागायला जाणं सोडलं. कॅम्पमध्येच राहून पूर्ण वेळ अब्दुलबरोबर घालवू लागले. त्याला झोप लागेपर्यंत, माझ्या दंडाच्या पाळण्यात झुलवू लागले. हळूहळू गाणीपण म्हणायची कारण माझा बेसूर आवाज इतर कुणी ऐकू नये, असं मला वाटायचं.

पण कशानंच काही फरक पडत नव्हता. एके दिवशी नर्सनं सांगितलं की, अब्दुलला हॉस्पिटलमध्ये ठेवावं लागेल.

अबिबातू, मारी आणि फातमता माझ्याबरोबर हॉस्पिटलमध्ये आल्या. मी पहिल्यांदा फ्रीटाउनला आले, तेव्हा जिथे होते, त्या कॅनॉट हॉस्पिटलमध्येच त्याला ठेवलं; पण हा लहान बाळांचा वॉर्ड होता.

माझ्या मनात विचार येऊ लागले. 'जर अब्दुल गेला, तर सगळा माझाच दोष ठरेल. मी त्याच्यावर पुरेसं प्रेम का केलं नाही?'

मला सारखा स्वत:चा राग यायचा. पण त्यातून भानावर आले, की मी विचार करू लागायची. आता याच्या रक्तबदलासाठी लागणारी रक्कम कशी जमा करता येईल? 'मी बाहेर जाऊन भीक तर नक्की मागू शकते. जो भेटेल त्याला विनंती करत राहायचं. आदमसी, इब्राहीम, मोहम्मद हे तिघेही मला त्यात मदत करतील. नाहीच जमले पैसे, तर कापड विक्रेत्याच्या गल्ल्यावर डल्ला मारू. मग काय करणार?'

मग एक विवेकपूर्ण विचार मनात आला. ज्यांनी अब्दुलसाठी पुष्कळ कपडे मिळवून दिले होते, त्या इटालियन फादर मौरिझिओ यांची आठवण आली. मी त्यांच्याकडे जायचं ठरवलं. फातमता, अबिबातू आणि मारीलासुद्धा हा विचार पटला. अब्दुलच्या कपाळाचा एकदा मुका घेतला आणि मी निघाले.

आजपर्यंत इतकी वेगानं मी कधीच धावले नसेन. हॉस्पिटलच्या आवाराबाहेर, फ्रीटाउनच्या बाजार गल्ल्यांमधून वाट काढत फेरी बोटीकडे आणि तिथून सरळ धावत फादर मौरीझिओ यांच्या घराकडे.

त्यांना पाहताच धापा टाकत त्यांच्यासमोर जाऊन उभी राहिले. "फादर... फादर, मला तुमची मदत पाहिजे, फादर!"

फादर मौरीझिओ डोळे विस्फारून माझ्याकडे पाहू लागले. मी तिथल्या तिथे माझ्या येण्याचं कारण सांगून टाकलं. "ठीक आहे मारिआतू, बघतो काय करता येतं ते!" फादरनी आश्वासन दिलं.

फादर त्यांच्या मिशनमध्ये आई-वडिलांपासून दुरावलेल्या अनाथ बालकांचं संगोपन करीत. त्यांच्या इटलीमधील अनेक धनवंतांशी ओळखी होत्या. ते त्या मुलांसाठी कपडे आणि गरजेच्या वस्तू पाठवीत. फादरच्या विविध प्रकल्पांसाठी, ते लोक पैसेही पाठवीत असत. फादरनी मला एक कप पाणी प्यायला दिलं आणि त्यांच्या एका माणसाबरोबर गाडीतून हॉस्पिटलला पोहोचवून दिलं.

निघण्यापूर्वी मी फादर मौरीझिओंपुढे ढसढसा रडले. "फादर, हा सगळा माझा दोष आहे. मी जर त्याला प्रेम दिलं असतं, तर त्याला जगावंसं वाटलं असतं. आता तो जर मेला, तर मी समजेन की माझं प्रेम मिळालं नाही, म्हणूनच तो गेला. मीच त्याला मारलं."

मी हॉस्पिटलला पोहोचल्यानंतर कित्येक तासांनी फादर स्वत: तिकडे आले. एका इटालियन माणसाकडून त्यांनी पैसे आणले होते. डॉक्टरांनी ताबडतोब अब्दुलच्या शरीरातलं संपूर्ण रक्त बदललं; पण त्यांनतर उलट अब्दुलची प्रकृती खालावत गेली.

तो माझ्या बाहूंत मलूल पडून होता. मोठेमोठे करड्या रंगाचे डोळे कुठेतरीच पाहत होते... त्याच्या अंगात रडण्याचंदेखील त्राण नव्हतं. अगदी भूक लागली हे सांगण्यासाठीसुद्धा तो रडला नाही.

तीन दिवसांनंतर अगदी हलकं झालेलं त्याचं शरीर निश्चेष्ट झालं. श्वासोच्छ्वास मंद झाला होता. सारखे डोळे उघडझाक करू लागले; पण अगदी सावकाश. मी त्याला घट्ट आवळून धरलं होतं.

मारी माझ्याजवळ येऊन हलकेच म्हणाली, "बेटा, त्याची वेळ आलेली दिसते." तिनं अब्दुलला माझ्या बाहूंतून उचललं. मला बाहेर जाण्याची खूण करून, माझ्यामागे दरवाजा बंद केला.

हॉलमधून जाताना मी माझी नजर समोर ठेवली होती. वॉर्डमधल्या इतर बाळांकडे अजिबात बघत नव्हते. कुणाकडेही पाहिलं तरी मला अब्दुलचाच चेहरा दिसू लागे.

त्या दिवशी दुपारी कँपमध्ये परतल्यानंतर मी सरळ माझ्या खोलीत जाऊन चटईवर पडले. कुणीही माझ्याशी बोलायला आलं की मी सांगायची, "प्लीज, मला एकटीला राहू द्या." त्यानंतरचे काही दिवस मी फक्त लघवीला आणि संडासला जाण्यापुरतीच उठत होते. येतानाच चार चमचे भात पोटात ढकलून पुन्हा येऊन झोपत होते.

माझ्या कुटुंबीयांनी कँपमधल्या मशिदीतच अब्दुलचा दिवस केला. इमामांनी प्रार्थना म्हटली आणि मग प्रत्येकानं अब्दुलला शांती मिळण्यासाठी प्रार्थना केली. अल्लाचे आशीर्वाद घेतले. मी निश्चल बसून होते. शब्द कानांवर पडत होते, पण मी ऐकत नव्हते. आम्हाला कुराणातील काही भाग इमामाच्या मागून म्हणायला सांगत, तेव्हा मी ते शब्द मनातल्या मनात म्हणे. मनोमन माझी प्रार्थना सुरू होती.

'अल्लाऽऽह, मला चांगली व्यक्ती होण्यासाठी मदत कर.'

त्यानंतरचे दोन-तीन आठवडे मी झोपूनच घालवले. अबिबातू, फातमता आणि मारी माझं परोपरीनं सांत्वन करायच्या. पुन्हा-पुन्हा भात-भाजीचं ताट समोर आणायच्या आणि पुन्हा-पुन्हा मी ते दूर लोटायची. मारी बळेच मला मग्बोरौच्या गोष्टी सांगत बसायची. "एक दिवस आपण सगळे नक्की मग्बोरौला परत जाऊ. बघ तू. तो दिवस लवकरच येईल."

अबिबातूचा मात्र सात्त्विक संताप होई. "मारिआतू, ऊठ. तुला स्वतःला सावरलंच पाहिजे. या अशा जगण्याला काय अर्थ आहे? त्यापेक्षा त्या बंडखोरांनी तुला तिथल्यातिथे मारून टाकलं असतं, तरी बरं झालं असतं."

फातमता आता अब्दुलकडे राहत होती, पण निम्मा वेळ ती कँपमध्येच

असायची. तिचं म्हणणं वेगळंच होतं. ती म्हणायची, ‘‘ठीक आहे आता. झालं ते होऊन गेलं. तो थोडाच परत येणार आहे? पण तो गेला म्हणजे तुझं आयुष्य संपलेलं नाही. इतर खूप गोष्टी आहेत, मारिआतू. आता तू तिकडे लक्ष द्यायला हवंस.’’

‘‘कसल्या? काय गोष्टी आहेत गं माझ्यासमोर?’’ मी घुश्शातच विचारलं.

माझ्या आयुष्यात आता होतं तरी काय? भीक मागायची आणि दुसऱ्यांच्या मेहेरबानीवर जगायचं. हेच ना? मी कुठेतरी निघून गेले तर घरातले माझ्या कटकटीतून सुटतील! पण जाणार कुठे? आहे मला कुठे जायला जागा?

झोपण्यासाठी डोळे मिटले की, सारखा अब्दुलचा चेहरा समोर दिसे. झोपेत मी स्वत:शीच बोलायची, ‘अब्दुलसुद्धा लहान असला तरी माणूसच होता. आपली आई आपल्यावर प्रेम करत नाही, हे त्याला कळत होतं. आपल्या आईला आपण नकोसे आहोत हे कळलं, म्हणूनच तो हे जग सोडून निघून गेला.’

मला त्याच्या रडण्याचा आवाज यायचा आणि मी दचकून झोपेतून जागी व्हायची. ते स्वप्नच होतं, हे लक्षात यायचं, तेव्हा कुठे मी सुटकेचा नि:श्वास टाकायची. अब्दुल माझ्या पोटावर झोपला आहे, असं तर झोपेत कित्येक दिवस मला वाटत होतं. जाग आली की, अभावितपणे त्याला मिठीत घ्यायला दंड सरसावत आणि तो आता नाही, कधीच येणार नाही, या जाणिवेनं मन कष्टी होई.

अबिबातूनं आणि मारीनं अब्दुलचे सगळे कपडे, खेळणी गोळा केली आणि ती फादर मौरीझिओंना परत करून आल्या. लवकरच माझ्या पोटावरच्या मधोमध घातलेल्या ऑपरेशनच्या शिवणीखेरीज त्याची आठवण यावी, अशी एकही वस्तू आजूबाजूला राहिली नाही. हे जेव्हा माझ्या लक्षात आलं तेव्हा जवळजवळ अर्धा दिवस मी नुसती रडत होते. रड-रड रडले आणि मग त्राणच संपलं, तेव्हा मुडद्यासारखी निपचित पडले. कधीतरी डोळा लागला.

त्या दिवशी दुसऱ्यांदा सालेऊ माझ्या स्वप्नात आला. पहिल्या वेळेसारखा माझ्या शेजारी बसला.

‘तू खूप रागावला असशील ना माझ्यावर?’

‘नाही गं! मुळीच नाही रागावलो.’

‘पण मी अब्दुलला मारलं. माझ्यामुळेच गेला तो.’

‘नाही-नाही. तसं म्हणून नकोस. तू खूप लहान होतीस मारिआतू. मीच तुझ्याशी फार स्वार्थीपणानं वागलो. माझ्यामुळे तुला खूप त्रास भोगावा लागला. मी तुला वेदना दिल्या. मला क्षमा कर मारिआतू. पण आता अब्दुल माझ्याजवळ आहे.’

इतक्यात अब्दुल दिसला. सालेऊच्या मांडीवर बसून माझ्याकडे पाहून खुदुखुदु हसत हाता. त्याचे खालचे दोन दात मला स्पष्ट दिसले. तो आजारी पडायच्या अगोदर नुकतेच उगवले होते. अब्दुल अगदी पूर्वीच्याच रूपात होता. गुटगुटीत हात-पाय, सपाट पोट आणि गोल-गोल हसरे डोळे.

'यानंतर सगळं चांगलं घडणार आहे. उगीच अब्दुलच्या मरणाचा दोष स्वत:वर घेऊन कष्टी होऊ नकोस. पुन्हा कधीही तसं म्हणून नकोस' अब्दुलला कडेवर घेऊन सालेऊ निघून गेला.

त्या रात्री मी स्वप्नात सालेऊला बघितलं ते शेवटचं. नंतर तो परत कधीही माझ्या जीवनात आला नाही.

खरं तर सालेऊच्या शब्दांनी मला बरं वाटायला पाहिजे होतं. मी स्वस्थ व्हायला हवं होतं; पण नाही होऊ शकले. त्यानं माझ्याशी जे काय वर्तन केलेलं होतं, त्याबद्दल मला त्याचा तिरस्कार वाटतच राहिला. अब्दुलला मी विसरू शकत नव्हते; पण ते स्वप्न पडलं, त्यामुळे माझं दु:ख थोडं हलकं झालं हे नक्की.

दुसऱ्या दिवशी सकाळी लवकर उठले, झाडाच्या काडीनं दात घासले, तोंड धुतलं, स्वच्छ कपडे घातले (टी शर्ट आणि रॅप स्कर्ट) आणि आदमसीबरोबर घड्याळाच्या टॉवरपाशी जाऊन भीक मागायला सुरुवात केली. तिनं माझ्याशी बोलायचा बराच प्रयत्न केला; पण मी जास्त बोलले नाही. एका श्रीमंत माणसानं तिच्या झोळीत थोडे लिओन टाकताच ती बाजाराकडे पळाली आणि एक आंबा विकत घेऊन आली. तिनं तो माझ्यापुढे केला; पण मी घेतला नाही. तिला म्हटलं, ''तूच खा.'' मी सुस्कारा टाकून गप्प राहिले. तिच्या प्रेमळपणाचा लाभ घेण्याची माझी लायकी नाही, असं मला वाटलं.

माझी भीक मागण्याची काळी प्लॅस्टिकची पिशवी एका खांद्याला लावून मी त्या दिवशी सगळ्या गल्ल्या पालथ्या घातल्या; पण एकही लेओन मिळाला नाही. दुसऱ्या दिवशी मी काळी पिशवी उघडून थोडी वर धरली, तेव्हा मला भीकही मिळू लागली आणि माझं आदमसीबरोबर बोलणंही सुरू झालं.

एके दिवशी दुपारी परत येताना तिनं मला सांगितलं, ''माझी एका कार्यक्रमासाठी निवड झालीय. कदाचित मला जर्मनीला जावं लागेल.'' हे ऐकून मला खूप आनंद झाला. आमच्या कँपमधल्या बऱ्याच मुलांना, परदेशातल्या सेवाभावी संस्था मदतकार्यासाठी नेऊ लागल्या होत्या. त्या सर्वांबद्दल मला खूप बरं वाटत असे. त्या कँप ऑफिसमधल्या माणसाचं म्हणणं खरं निघालं. तो सांगत होता, पाश्चिमात्य देशातल्या लोकांचं लक्ष आपल्या सिएरा लिओनकडे वळलं आहे.

''ही काही दत्तक योजना नाहीये.'' आदमसी जरा निराशेनंच सांगू लागली.

“मी फक्त काही वर्षांकरता जर्मनीत जाणार शाळा शिकायला.”

“जर्मनी कुठं आहे?” मी विचारलं.

“जर्मनी युरोपमध्ये आहे.” आदमसीनं उत्तरेकडे हात केला. जणू काही जर्मनी नावाचा देश, फ्रीटाउनच्या डोंगरापलीकडेच होता.

“तिथे सगळं हिरवंगार आहे म्हणतात.”

“अरे वा!” असं मी म्हटलं खरं; पण मन मात्र खट्टू झालं. आदमसी जाणार, आपल्याला तिच्याशिवाय राहावं लागणार हे पहिल्यांदाच जाणवलं मला.

“काळजी करू नको मारिआतू!” ती थांबली आणि तिच्या रुंद खांद्यांची माझ्याभोवती मिठी घालत म्हणाली. मी तर तिला घट्ट धरूनच ठेवलं. खूप वेळ मी तिला बिलगून, तिच्या मांसल खांद्यात माझा चेहरा लपवून उभी राहिले होते. तिच्या अंगाला गवताचा परिचित सुगंध येत होता. मला एकदम मग्बोरौची आठवण झाली. वाटलं धावत मग्बोरौला जावं. आदमसी आणि मारिआतूसोबत फळ्यांवरून घसरावं, चिखलाच्या भाकऱ्या करून मारीला फसवून खाऊ घालण्याची गंमत करावी.

पुढच्या शनिवारी मारिआतू नावाची आणखी एक मुलगी मला भेटली. ती आमच्या कँपमध्येच राहत होती. माझ्याच वयाची, दिसायलासुद्धा माझ्यासारखी होती. तिलापण हात नव्हते. बंडखोरांनी फ्रीटाउनवर हल्ला केला, तेव्हा तिचे हात तोडले होते.

आम्ही शनिवारी-रविवारी भीक मागायला जात नसू. कारण त्या दिवशी सगळी ऑफिसं, दुकानं बंद असत. त्या दिवशी रस्त्यांवर गर्दी असायची, ती हल्ल्यात घरदार गमावून आलेल्या गरीब खेडुतांची. तेच आमच्याकडे पैसे मागायचे. त्यामुळे सुटीच्या दिवशी शहरात जाण्यात काही अर्थ नसे.

शनिवारी-रविवारी आम्ही आमच्या तंबूच्या आसपासच वेळ घालवत असू. जे थोडे कपडे होते, ते धुवत असू, कसावाचं पीठ दळत असू आणि उरलेल्या वेळात लढाईच्या बातम्या आणि अफवा ऐकत बसत असू.

ती दुसरी मारिआतू नेहमी आमच्याबरोबर भीक मागायला यायची. त्यामुळे मी तिला चांगली ओळखत होते. त्या दिवशी मी न्याहरी संपवली, तेव्हा ती माझ्या शेजारी येऊन बसली. बोलता-बोलता म्हणाली, “व्हिक्टर म्हणतो, तुम्ही जर आमच्या थिएटर ग्रुपमध्ये आलात, तर तुमचा उत्साह वाढेल.”

त्याच्याआधीसुद्धा एकदा मारिआतूनं मला थिएटर ग्रुपबद्दल सांगितलं होतं. त्या वेळी मी गरोदर होते. एकदा मी तिच्यासोबत नाटकाची तालीम बघायलाही गेले होते. तेव्हा मला आठवा महिना लागला होता. थिएटर ग्रुपचे पंचवीसेक सदस्य होते. सगळे बंडखोरांच्या हल्ल्यात हात-पाय गमावलेले अपंग. दर

शनिवारी-रविवारी ते कँपच्या मध्यभागी एकत्र जमत. काही जणांनी एकेक पाय गमावलेला होता. बाकीच्यांना हात नव्हते. बहुतेक सगळे माझ्या वयाचे होते, पण काही म्हातारे पुरुष आणि स्त्रियाही होत्या.

मी गेले त्या वेळेला ते बंडखोरांच्या हल्ल्यांवरच नाटक करत होते. मारिआतू त्यातल्या लहान मुलीची भूमिका करत होती. ही मुलगी उत्तर पश्चिमेकडच्या एका खेड्यामधून आपल्या आईबरोबर बंडखोरांच्या तावडीतून सुटण्याकरता फ्रीटाउनला आलेली असते. दोन मुलं, बंडखोर सैनिकांच्या भूमिका करत होती. त्यांनीच तिला हात छाटून खुळपं केलेलं असतं. त्यांच्या तोंडचे संवाद माझ्या ओळखीचेच होते.

''जा, आता तुमच्या प्रेसिडेंटकडे,'' एक जण म्हणाला.

''मागा त्याच्याकडे नवीन हात.'' दुसरा बोलला.

तालीम संपल्यावर मारिआतूनं माझी व्हिक्टरशी ओळख करून दिली. त्यानंच हा थिएटर ग्रुप जमवला होता. आम्हा सर्वांना जे विदारक अनुभव आले, त्याबद्दल त्याला सगळीच माहिती होती. बंडखोरांनी त्याला इजा केली नव्हती, पण त्याचे बरेच मित्र आणि नातलग त्या हल्ल्यात मारले गेले होते. आणि त्याच्या गावाची तर पुरती राखरांगोळी झाली होती.

ते नाटक पाहताना माझ्या त्या सगळ्या भयंकर कटू आठवणी जागृत झाल्या आणि मला त्रास होऊ लागला म्हणून मी मारिआतूला आणि व्हिक्टरला नम्रपणे सांगितलं की, मला तुमच्या ग्रुपमध्ये यायला जमणार नाही. मी म्हटलं, ''आता मला बाळ होईल. त्याचं सगळं करावं लागेल; पण तुम्ही मला विचारलंत त्याबद्दल थँक्यू! बघू या पुढे केव्हातरी!''

ती केव्हातरीची वेळ आता आली होती. आता मारिआतू माझा नकार घ्यायला तयार नव्हती. मला लाडीगोडी लावत म्हणाली, ''तू आलीस, तर तुझं मन रमेल. सारखा अब्दुलचा विचार करत बसतेस. त्यात थोडा बदल होईल. तुला बरं वाटेल बघ.''

''अगं पण मला कुठे अभिनय करता येतो?'' मी सबब सांगितली.

''हरकत नाही. मग तू गाणं म्हण,'' मारिआतूनं बिनतोड उत्तर दिलं.

''छे, छे! मला गाणंसुद्धा चांगलं नाही म्हणता येत.'' मी मान हलवली.

''पण नाच तर करता येतो? आपल्या सिएरा लिओनमधली एकतरी मुलगी मला दाखव, जिला नाचता येत नाही,'' तिनं आग्रह चालूच ठेवला.

याच्यापुढे मात्र मी काही बोलूच शकले नाही. सिएरा लिओनमधली प्रत्येक मुलगी चालायला आणि नृत्य करायला एकदमच शिकत असते. आम्ही रोजच रात्री शेकोटीभोवती नाच करत होतो. मी आणि माझ्या मैत्रिणी गवताचे स्कर्ट

अंगावर चढवायचो, गळ्यात आफ्रिकन मण्यांच्या माळा घालायचो. आणि दोन-दोन किंवा तीन-तीन जणी पाळीपाळीनं नाचायचो. त्या वेळी गावातली काही मुलं ड्रम वाजवायची आणि गावातली उरलेली सगळी माणसं टाळ्या वाजवून गाणी म्हणत असत.

''बरं बाई! मी आज येते तुमची तालीम बघायला; पण मी बाकी काही भाग घेणार नाही बरं का त्यात!'' मी मारिआतूला बजावलं.

न्याहरी झाल्यावर मी अंघोळ केली आणि आम्ही दोघी तंबूंमधून वाट काढत कँपच्या मध्यभागी पोहोचलो. तिथे थिएटर ग्रुपचे सगळे सदस्य जमले होते. ते एचआयव्ही/एड्सवरचं एक नाटुकलं सादर करणार होते.

मी अगोदर असं ऐकलेलं होतं की, एक प्रकारचा व्हायरस असतो आणि त्याची बाधा झाली की माणूस मरतो, पण आमच्या कुटुंबापैकी कुणाला एड्स झाला नव्हता. त्यामुळे आमच्याकडे त्यासंबंधी कधी बोलणं होत नसे. त्या दुपारी त्यांचं ते एचआयव्ही/एड्सवरचं नाटुकलं पाहीपर्यंत, हा रोग कशामुळे होतो, त्याची मला अजिबात कल्पना नव्हती.

नाटकाची गोष्ट अशी होती की, एक बाई नुकतीच एड्सनं मेलेली असते आणि तिचे अत्यंविधी चालू असताना एक पोक्त वयाची बाई आणि पुरुष दोघं जण जमलेल्या लोकांना समजावून सांगत असतात की, लैंगिक समागमामधून एड्सचा प्रसार होतो. त्यांचं बोलणं संपतं आणि मुख्य नाटकाला सुरुवात होते.

मारिआतूनं मृत स्त्रीच्या सर्वस्व हिरावलं गेलेल्या मुलीचं काम केलं होतं. ती चांगला अभिनय करत होती. तिचे अश्रू खरे वाटत होते. नाटकात ती म्हणत होती, ''लय मायेची व्हती माझी माय! अख्ख्या घरादाराला सांभाळायची.''

अंत्यविधी पूर्ण झाल्यानंतर नाटकातली सर्व पात्रं एकत्र येऊन एड्सवरचं गाणं म्हणू लागली –

आता कसं आवरायचं ह्याला?
अख्ख्या आफ्रिकेला की हा डसला!
आता एकच रस्ता उरला,
एकच बायको आन् एकच नवरा!
विचार पक्का ठरला, पक्का विचार ठरला
घरी चला, तुम्ही घरी चला,
ह्या एड्सला लगाम घाला
लवकर-लवकर पावलं उचला,
एचआयव्हीला लावा टाळा!

नाटक संपल्यानंतर मारिआतू आणि व्हिक्टर माझ्याकडे आले. ''अच्छा! म्हणजे अखेर तू खोलीच्या बाहेर पडलीस हां!'' मित्रत्वानं माझ्या खांद्यावर थोपटत व्हिक्टर हसून म्हणाला.

''हो मी फक्त तुमचं नाटक पाहायला आलेय.''

''पण आम्हांला आवडेल तू आमच्या ग्रुपमध्ये आलीस तर!'' व्हिक्टर उंच, देखणा तरुण होता. लंबगोल चेहरा आणि अगदी बारीक कापलेले केस. हसताना त्याच्या पापण्या किंचित खाली झुकत. त्यामुळे तो निरागस वाटत असे. त्यापूर्वी मी त्याला एक-दोनदाच भेटले असेन, पण मला तो एकदम आवडून गेला.

''नुकत्याच माझ्या आयुष्यात काही वाईट घटना घडल्या आहेत,'' मी गंभीरपणे सांगितलं, ''माहीत नाही अभिनय, गाणं, नृत्य सध्या करू शकेन की नाही.''

''हो, मला कळलं ते. मुलगा झाला आणि काही महिन्यांचा होऊन वारला,'' तो प्रेमळपणे म्हणाला, ''खरं म्हणजे फार पूर्वीच मला वाटत होतं की तू ग्रुपमध्ये यावंस म्हणून; पण मग लक्षात आलं की, त्या वेळी ते शक्यही झालं नसतं. बाराव्या वर्षी मुलाला जन्म म्हणजे साधी गोष्ट नव्हती. फार त्रास झाला असेल तुला.''

मला व्हिक्टरला सांगायचं होतं की, मीच मारलं अब्दुलला. मी फार वाईट मुलगी आहे. तुझ्याशी बोलण्याची लायकी नाही माझी; पण त्याऐवजी मी म्हटलं, ''हं! फारच कठीण होतं सगळं. पण त्याच्या मृत्यूमुळे मात्र मी पुरती घायाळ होऊन गेले!!''

''खरं आहे. पण मी म्हणतो, तू आमच्या ग्रुपमध्ये सामील हो आणि नाटकातून तुझ्या व्यथेला वाट करून दे. असं का करत नाहीस? आम्ही सगळी चांगली माणसं आहोत!'' हे सांगताना त्याचा हात मागे गोलाकार फिरला. सगळे कलाकार खाली बसून आपापसात हलक्या आवाजात बोलत होते.

कसं कोण जाणे, पण मी पटकन म्हटलं, ''बघते प्रयत्न करून.''

त्याच नाटकात व्हिक्टरनं माझ्याकरता एक भूमिका निर्माण केली. ती बाई मेल्यावर शोक करणाऱ्या एका गावातल्या मुलीची. मला फक्त स्टेजवर रडायचं होतं. छोटंसंच काम होतं, पण मला आवडलं. आम्ही आणखी दोनदा नाटकाची संहिता वाचून काढली आणि तालीम संपली.

मी मारिआतूचे आभार मानले, व्हिक्टरला गुडबाय म्हणून आपल्या तंबूत परत गेले. मी खूश झाले असं म्हणता येणार नाही, पण माझ्या आतला जड-बधिरपणा थोडा कमी होऊ लागला. व्हिक्टरचं बरोबर होतं. स्टेजवर खोटं

रडता-रडता माझ्या खऱ्या दु:खाला जरा-जरा उतार पडेल, असं वाटायला लागलं.

पुढच्या रविवारी मी पुन्हा थिएटर ग्रुपमध्ये गेले. मी घरच्यांना कुठे जातेय ते न सांगता, थोड्या वेळासाठी जाऊन येते, माझी काळजी करू नका म्हणून सांगितलं नि गेले.

त्याच्या पुढच्या रविवारी तसंच केलं. चार वेळा नाटकाचं वाचन केल्यानंतर आम्ही गाण्याची आणि नाचाची तालीम केली. काही मुलं ड्रम घेऊन आली होती. त्यांनाही हात नव्हते, तरी काहीच व्यंग नसल्यासारखी ती ड्रम वाजवत होती. ते पाहून मलाही स्फुरण चढलं. मी गाण्याच्या तालावर ठेका धरत झुलू लागले आणि प्रसिद्ध टेम्ने गाण्याच्या 'कोरस'मध्ये गायलेसुद्धा. हे सगळं होईपर्यंत रात्रीच्या जेवणाची वेळ झाली. व्हिक्टर मला तंबूपर्यंत सोडायला आला. वाटेत त्याचा तंबू लागला. त्याच्या बायकोनं मलाही भात खायला आग्रहानं बसवलं.

जेवता-जेवता मी सांगितलं, "व्हिक्टर, माझ्यावर बलात्कार झाला होता."

"हं! कल्पना आहे मला," व्हिक्टर म्हणाला.

"मग मीपण एचआयव्ही टेस्ट करून घेणं जरुरीचं आहे का?"

"होय मारिआतू. ते आवश्यक आहे."

कॅंपमधल्या नर्सनं तपासणीकरता रक्त काढून घेतलं तेव्हा मी भीतीनं थरथर कापत होते. माझ्या बाबतीत असं व्हायचं की, काही चांगलं घडलं की त्यापाठोपाठ काहीतरी वाईट घडायचं. त्यामुळे मला वाटलं की, आता या तपासणीत नक्कीच मी एचआयव्ही पॉझिटिव्ह आहे असं कळणार. मला जणू शाप मिळालेला होता. माझं एक मन म्हणत होतं, असं झालं तर बरंच होईल. मी अब्दुलला प्रेम दिलं नाही म्हणून तो मेला. मी मारलं त्याला. त्यामुळे माझं वाईटच होणार. तीच लायकी आहे माझी.

मला कॅंपमधली एक बाई आठवली. तिला एड्स झाला होता. तिचं एके काळी धष्टपुष्ट असलेलं शरीर आकसून अर्धं झालं होतं. डोळे हाडांच्या खोबणीत गेले होते. चेहऱ्यावर आणि दंडावर चट्टे उठले होते. सुरुवातीला ती हातात काठी घेऊन कॅंपभोवती चालताना दिसायची. आता ती तिच्या तंबूबाहेर एका चटईवर विव्हळत पडलेली असायची. माझा थिएटरग्रुपकडे जाण्याचा रस्ता तिच्या तंबूसमोरूनच जात होता.

बंडखोरांचा हल्ला झाला त्या रात्री केली होती, तशीच मी डोळे मिटून प्रार्थना केली – 'या अल्ला, मला माहिती आहे. मी चांगली आई होऊ शकले नाही. छोट्याशा गोड अब्दुलची आई होण्याची माझी लायकी नव्हती. म्हणून

तू त्याला माझ्यापासून दूर नेलंस; पण कृपा कर, मला हा व्हायरस देऊ नकोस. कॅंपमधल्या या एड्स झालेल्या बाईसारखं मला झिजून-झिजून मरायचं नाहीये. एवढ्या मानार्माच्या हल्ल्यातून तू मला जिवंत ठेवलंस, त्यामागे काहीतरी चांगलंच कारण असेल. अल्ला, मी वचन देते, या क्षणापासून, जिवात जीव असेपर्यंत मी चांगलाच विचार करीन. एक चांगली व्यक्ती होऊन राहीन. फक्त मला या व्हायरसपासून वाचव.'

पुढचे काही आठवडे मी जणू काट्याच्या अणीवर उभी राहून तपासणीच्या रिपोर्टची वाट बघत होते. अल्लाला कबूल केल्याप्रमाणे चांगलं वागायला सुरुवात केली होती. जेव्हा आदमसी, फातमता, अबिबातू किंवा मारी माझ्याशी बोलायला येत तेव्हा पूर्ण लक्ष देऊन ऐकायचा प्रयत्न करीत असे. मोठ्या बायकांना स्वयंपाकात मदत करायची, बाजारातून तांदूळ आणू लागायचं, कसावाची भाजी ढवळायची अशी मदत करू लागले. तांदूळ आणि कसावा कांडायलासुद्धा मदत करायची. माझ्या दंडांमधून मुसळ सारखं खाली घसरायचं. तरी सोडत नसे. जेवायच्या वेळेला माझा बसायचा दगड कुणातरी भावंडाला देऊन मी स्वत: जमिनीवर बसू लागले. आम्ही सगळे नेहमी एका मोठ्या थाळ्यातच जेवायचो; पण आता मी त्या तिघांचं जेवण होईपर्यंत थांबायची आणि नंतर जेवायची. एक मोठा चांदीचा चमचा वेलक्रोनं दंडाला बांधून जेवायची मी सवय केली होती.

एका रात्री जेवणाच्या वेळी मोहम्मदनं विचारलं, "काय झालंय काय मारिआतू तुला?"

आपलं नेहमीचं विशिष्ट हसू फेकत इब्राहीम म्हणाला, "नेहमी तर सगळ्यात पहिल्यांदा तूच तुटून पडायचीस जेवणावर, आणि आता?"

"हां-हां! समजलो. आमच्याकडून काहीतरी हवं असेल तुला. काय गं? सोरीला भेटायचंय का?"

सोरी हा काही महिन्यांपूर्वीच कॅंपमध्ये आलेला मुलगा. त्याच्याशी त्या दोघांची मैत्री झाली होती. सोरी छान होता. निरोगी, नम्र, हसतमुख – अगदी मोहम्मदसारखाच.

मी शांतपणे उत्तर दिलं, "नाही. मला पुन्हा कधीच कुठल्याही मुलाशी संबंध नको आहेत. झालं तेवढं पुष्कळ झालं; पण अब्दुल होता, तेव्हा तुम्ही सगळ्यांनी मला किती मदत केलीत, किती प्रेमानं वागलात माझ्याशी. म्हणून मीही आता ठरवलंय की, इथून पुढे होता होईल तितकी, सगळ्यांना मदत करत राहायचं."

मोहम्मद आणि इब्राहीम जेवून उठले. त्यांनी प्लॅस्टिकच्या किटलीतल्या

पाण्यानं एकमेकांचे दंड धुवायला मदत केली आणि तसेच मजेनं माझ्यावर चाल करून आले. मला खाली पाडलं. एक जण माझ्या वेण्या ओढू लागला आणि दुसऱ्यानं पोटावर गुदगुल्या करायला सुरुवात केली. तिघांचं पोटभर हसून झाल्यावर दोघांनी पुन्हा मला बसत केलं आणि पळाले.

एकमेकांना गमतीनं पोटावर, खांद्यावर मारल्यासारखं करत ते हसत-हसत निळ्या तंबूमधल्या वाटेनं जात होते. बघता-बघता माझ्या मनात आलं, किती प्रेम वाटतं मला या दोघांबद्दल! अन् त्यांचीपण तितकीच माया आहे माझ्यावर. आमच्या कँपपासून जवळच घराचा एक मोकळा प्लॉट होता. तिथे इतर मुलांबरोबर सॉकरबॉल खेळायला ते चालले होते. ते नजरेआड गेल्यावर, मीपण झोपायला गेले. उताणी झोपून मी आकाशातल्या गुबगुबीत ढगांकडे पाहत बसले होते. एकदम मला वाटलं, आपल्याला मरण येईल, ते तडकाफडकी आलं पाहिजे. उगीच वेदना सहन करत खितपत पडायला नको. मी मनोमन प्रार्थना करू लागले, 'सालेऊ, तुझं माझ्याकडे लक्ष असेल, असं तू सांगितलं होतंस. आत्ता तू जर माझं बोलणं ऐकत असशील, तर ऐकून ठेव. मला खूप दीर्घ आणि निरोगी, चांगलं आयुष्य जगायचं आहे आणि त्यामध्ये लोकांच्या उपयोगी पडतील अशी चांगली कामं मला करायची आहेत.'

मी जेव्हा एड्स चाचणीचा रिपोर्ट आणायला गेले तेव्हा मला लांबच लांब रांगेत उभं राहावं लागलं. दोन तासांनंतर मला आत प्रवेश मिळाला. मी तिथल्या तपासणी टेबलवर बसून घेतलं. इतक्यात नर्स आली. हातातल्या क्लिपबोर्डवरचा कागद वाचत म्हणाली, ''मारिआतू, तुझी टेस्ट निगेटिव्ह आलीय. तुला एचआयव्ही किंवा एड्स नाही.''

सुटकेचा निःश्वास टाकून मी तंबूकडे परत आले.

'चलाऽऽ! म्हणजे माझं नशीब एकदाचं बदलायला लागलं तर!'

त्यानंतर दर शनिवारी-रविवारी मी कँपच्या मध्यावर जमणाऱ्या थिएटर ग्रुपमध्ये जाऊ लागले.

एचआयव्ही/एड्सच्या नाटुकल्याबरोबर आम्ही एका नव्या नाटुकल्यावरही काम करत होतो. त्यांचा विषय होता, 'माफी आणि समेट' त्यात आम्ही एका बंडखोर हल्ल्याचं दृश्य उभं करत असू. काही जण युद्धबळी व्हायचे, तर काही बंडखोर सैनिक. मी मागे पाहिलं होतं, त्याप्रमाणे बंडखोर, युद्धबळींचे हात तोडण्याचा अभिनय करायचे. मग खेडेगाव जाळण्याचं दृश्य व्हायचं; पण नव्या नाटकाचा शेवट थोडा वेगळा होता.

एकानं बंडखोरांच्या म्होरक्याचं काम केलं होतं. तो इतर पोरसवदा बंडखोरांना हुकूम देत राहायचा. ''तुम्ही लढवय्ये झालं पाहिजे. सहज माणसं

मारता आली पाहिजेत. हे घ्या ह्याच्यामुळे तुम्हाला जोर येईल.'' असं म्हणून तो त्यांना अमली पदार्थ देत असे.

एक बंडखोर पोरगा ते घ्यायला नकार देतो, म्हणून तो म्होरक्या त्याला मारहाण करतो, असं दाखवलं होतं.

शेवटची दोन दृश्यं छान घेतली होती. एका दृश्यात सगळी बंडखोर मुलं एकत्र जमतात. आपलं वागणं कसं चुकतंय त्याची एकमेकांपाशी रडत-रडत कबुली देतात. आपण गुन्हे करतो आहोत, याचा त्यांना पश्चात्ताप होतो आणि आपापल्या गावाकडे परत जायचं आहे, आपलं पूर्वीचं साधं जीवन जगायचं आहे, अशी इच्छा व्यक्त करतात.

आबरदीन कॅंपमधल्या आम्हा सगळ्यांनासुद्धा असंच गावाकडे परत जाऊन पहिल्यासारखं शांततेनं जगावंसं वाटत होतं.

नाटकाच्या शेवटच्या दृश्यात बंडखोर सैनिक आणि त्यांच्या अत्याचाराचे बळी ठरलेले लोक, एकत्र येतात आणि हातात हात घालून शांततेचं गाणं गातात.

तिथे समोर बसून नाटक बघता-बघता मला जाणीव झाली की, माझे हात तोडणाऱ्या बंडखोरांनादेखील कुठे ना कुठे कुटुंब, नातलग असतीलच. मला पकडून ठेवणारा एक जण म्हणालाच होता ना, तुला आमच्याबरोबर जंगलात राहावं लागेल म्हणून. मग त्यांनी मलासुद्धा त्यांच्यासारखं माणसांना ठार मारायला लावलं असतं का?

मारिआतूनं माझ्या विचारांची तंद्री मोडली. ती माझ्याजवळ आली आणि दंडात दंड गुंफून तिनं मला उभं केलं आणि सरळ ओढत स्टेजवरच नेलं. ती गाऊ लागली, ''It's the time to dance....''

मुलं ड्रम वाजवू लागली. पूर्वी मग्बोरौमध्ये वाजवायची, तसंच. दोघी-दोघी मुली पुढे येऊन नाचू लागल्या. आम्ही बाकीच्या त्यांना गाऊन आणि जागच्या जागी ताल धरून साथ देऊ लागलो. माझी नाचण्याची पाळी आली. मी डोळे मिटले. गुडघे वाकवून खाली बसले, परत वर आले. या बाजूकडून त्या बाजूकडे माझं शरीर हलू लागलं. पुन्हा-पुन्हा तशाच हालचाली लवचिकपणे होऊ लागल्या आणि मी स्वत:ला त्या संगीतात झोकून दिलं. कित्येक महिन्यांनंतर पहिल्यांदाच मला जिवंत असल्यासारखं वाटलं!

अशाच एका रविवारी, आमची तालीम संपल्यावर, व्हिक्टरनं सर्वांना शांत बसून ऐकायला सांगितलं. तो थोडा वेळ गप्पच राहिला. शांतता रहस्यमय होऊ लागली. काय सांगायचं असेल याला?

''ए, बोलून टाक ना व्हिक्टर!'' मारिआतू बोललीच.

“ऐका तर. आता आपण आपलं नाटक प्रेक्षकांसमोर करण्याची वेळ आली आहे,” व्हिक्टरनं जाहीर केलं. बोलताना त्याच्या डोळ्यांत वेगळीच चमक होती.

“बस इतकंच?” मारिआतू डोळे फिरवत म्हणाली, “या वेळेला कोण येणार आहे, कँपला भेट द्यायला?”

एखाद्या मदत करणाऱ्या संस्थेचे पदाधिकारी किंवा कुणी राजकीय पुढारी आले की, त्यांच्यापुढे थिएटर ग्रुप नाटक सादर करीत असे. मागे एकदा अब्दुल असताना मला पत्रकारांसमोर असंच उभं करण्यात आलं होतं. मी माझी कहाणी सांगत असताना त्या पत्रकारांनी भराभर स्वत:च्या छोट्या वह्यांमध्ये सगळं लिहून घेतलं होतं. आता थिएटर ग्रुपसुद्धा नाटुकल्यांतून, गाण्यांतून, नृत्यातून आमची कहाणीच सांगणार असेल, असं मला वाटलं.

“नाही, नाही. या वेळेला आपल्याला ब्रुकफील्ड्स स्टेडियमवर आपलं नाटक सादर करायचं आहे. मोठा जाहीर कार्यक्रम आहे. सरकारचे काही मंत्रीसुद्धा येणार आहेत. पंधरा दिवसच राहिलेत या कार्यक्रमाला.”

बाप रे! माझ्या छातीत आवळल्यासारखं झालं. “मी नाही बाबा, एवढ्या लोकांसमोर बोलू शकणार” मी सांगून टाकलं. ब्रुकफील्ड्स स्टेडियम हे फ्रीटाउनमधलं सर्वांत मोठं मैदान होतं.

“अरे वा! का नाही? तू नक्कीच करू शकशील. तुम्ही सगळेच नाटक करू शकाल आणि आपल्याला करायचंच आहे. आपण इतकं चांगलं काम करून दाखवू की, ही लढाई-बिढाई संपेल आणि आपल्या सिएरा लिओनमध्ये पुन्हा एकदा शांतता नांदायला येईल.”

“व्हिक्टर, उगीच कशाला एवढं आशेला लावतो आहेस?” मारिआतू म्हणाली, “तसं काही होणार नाही.”

मीपण असंच म्हणू लागले; पण माझं कारण वेगळं होतं. मला त्यातून अंग काढून घ्यायचं होतं, त्यासाठी मी सबब शोधत होते; पण, त्याच वेळेला माझ्या मनातून ठामपणे अशी ऊर्मी आली की ‘काही नाही, आपण देऊ या सगळ्यांना साथ’ आणि मी सर्वांबरोबर मोठ्या कार्यक्रमात भाग घेण्याचा निश्चय केला. कारण त्याचा उद्देश महत्त्वाचा आणि चांगला होता – ‘माझ्या देशाच्या समस्यांची लोकांना जाणीव करून देऊन जागृती करणे.’

तेरा

"मारिआतूऽऽ! एऽऽ मारिआतूऽऽऽ!!" मोहम्मद हाका मारत आला.

दिवसभर घड्याळाच्या टॉवरपाशी भीक मागून मी दमून-भागून कँपकडे परत येत होते. सर्वांगावर धूळ होती. आता फक्त आंघोळ करायची, आणि जेवून झोपायचं असा विचार होता. मारी आणि अबिबातूनं भाजी केली असेल तर ठीकच; नाहीतर सॉसबरोबर भात खावा आणि द्यावी ताणून. आजकाल सॉकर स्टेडियमवर होणाऱ्या आमच्या नाटकाच्या तालमीमुळे मी खूप दमायची आणि रात्री लवकर झोपत असे. मला खरंतर अजूनही धाकधूकच वाटत होती. वाटायचं, आपली फजिती होईल; पण त्या कार्यक्रमाबद्दल मारिआतू इतकी उत्साहात होती की, तिच्या उत्साहावर विरजण घालायला मला नको वाटायचं. कधी-कधी तर ती अशी काही रंगात यायची, सारखी टणाटण उड्या मारू लागायची. मग मीपण तिला साथ द्यायची. एकमेकीकडे तोंड करून आम्ही उड्या मारू लागत असू. जलद, आणखी जलद! उंच, अजून उंच! शेवटी आमचा खेळच सुरू व्हायचा. कोण जास्तीत जास्त उंच उडी मारतंय!

"मारिआतू, एक लेडी मड्डम आली आहे तुला भेटायला," धावत माझ्याजवळ आल्यामुळे मोहम्मद धापा टाकत बोलू लागला.

कँपमध्ये राहायला आल्यानंतर मोहम्मदचा लहानपणीचा गुटगुटीतपणा गेला होता. हळूहळू तो छान देखणा तरुण दिसायला लागला होता. त्याचं हसणं, तर कुणीही मोहित व्हावं इतकं सुरेख होतं. एकदा पांढरेशुभ्र दात चमकले की, पाहणारा खूश!

"अगं, चल-चल लवकर. त्या मॅडम आपल्या तंबूत बसल्या आहेत. तुझीच वाट बघतायत." या पायावरून त्या पायावर नाचतच तो बोलत होता. "मारिआतू मला वाटतं, तुझे चांगले दिवस आले बरं का! चल-चल, पाय उचल."

आदमसी त्याच महिन्यात जर्मनीला जाणार होती. कँपमधली सहा मुलं-मुली अमेरिकेला गेली होती. इतर बऱ्याच जणांची नावं पुनर्वसनाच्या यादीत होती; पण अजून माझ्यामध्ये कुणीच स्वारस्य दाखवलेलं नव्हतं.

"मोहम्मद, तू म्हणजे जोकरच आहेस! उगाच मला आशेला लावून ठेवू नकोस हां! सांगून ठेवतेय." रस्त्यावर लावलेली दुकानं, प्लॅस्टिकचे टब, मोठाली खोकी, वाटेत येणारी कुत्री, मांजरं यांना टाळून भराभर चालता-चालता मी म्हटलं.

"अगं, खरंच सांगतोय मारिआतू. चेष्टा नाही, एक मॅडम खरंच आल्यात. आपल्याच खोलीत बसून तुझी वाट पाहतायत. मारी आणि अबिबातू बोलतायत त्यांच्याशी. म्हणून तर मी आलो ना तुला बोलवायला!"

माझ्या काळजाचा ठोका चुकला. मोहम्मद सांगतोय ते खरं असलं तर? ही दारिद्र्यानं, दु:खानं भरलेली वसाहत सोडून मी खरंच जाऊ शकेन? श्रीमंत लोकांपुढे भिकेसाठी हात पसरताना स्वत:ला कवडीमोल समजणं आता संपणार?

अजूनही अब्दुल रोज माझ्या स्वप्नात यायचा. आईच्या पाठीला बांधून चाललेली इतर बाळं कँपमध्ये पाहिली की, झटकन मान फिरवून मी तिथून निघून जायची. परदेशात जायला मिळालं, तर कदाचित मनाला रोजच्या रोज बोचणारी ही अपराधाची भावनाही कमी होईल.

त्या दिवशी जेवढे जवळचे रस्ते माहिती होते, ते सगळे आम्ही वापरले. गल्ली बोळातून, इतर तंबूंच्या मागून, पुढून आम्ही नुसते झपाझप अंतर कापत होतो. वाटेत कुणीतरी लांबून ओरडलंदेखील, "अरे, अरे! एवढ्या घाईनं निघालात कुठे? तुम्हांला थोडंच कुठे परदेशाला जायचंय?"

मला मोठ्यानं ओरडून प्रत्युत्तर द्यावंसं वाटलं, "हो, हो. मला जायचंय अमेरिकेला!"

आम्ही तंबूत पोहोचलो तेव्हा मारी चुलाणं पेटवत होती. तिच्याशेजारी करड्या रंगाचा लांब स्कर्ट आणि पांढरं पोलकं घातलेली बाई उभी होती. उंचीला मारीएवढी असेल पण अंगानं आडवी होती, आणि तिचे कापलेले कुरळे केस होते.

मी तिच्यासमोर जाऊन उभी राहिल्याबरोबर, म्हणाली, "हॅलो! माझं नाव कंफर्ट. तू मारिआतू ना?"

धावत आल्यामुळे दम लागला होता. म्हणून मी धापा टाकत म्हटलं, "हो!"

"अच्छा! तर मग मारिआतू कामारा, तुझ्यासाठी एक निरोप आहे."

"काय, काय निरोप आहे?"

"तू उद्या सकाळी माझ्या ऑफिसमध्ये ये. मग आपण सविस्तर बोलू."

एवढं बोलून तिनं तिच्या ऑफिसमध्ये कसं पोहोचायचं, ते मला समजावून दिलं आणि ती निघून गेली.

मी विचार करत उभी राहिले. लोक म्हणतात, जगात राहण्यासाठी सर्वोत्कृष्ट जागा म्हणजे 'युनायटेड स्टेट्स ऑफ अमेरिका.' मी खरोखर जाणार आहे, अमेरिकेत राहायला?

दुसऱ्या दिवशी सकाळी मी उशिरा उठले असते तरी चालण्यासारखं होतं; पण मी आदमसीबरोबरच उठले. ते तिघं घराबाहेर पडल्यानंतर मी माझ्याजवळ असलेला सगळ्यात चांगला ड्रेस घालून तयार झाले. लाल रंगाचा. आफ्रिकन

डॉकेट आणि लप्पा. केशरी रंगाच्या एकुलत्या एक चपला पाण्यानं स्वच्छ धुऊन पायात घातल्या आणि कंफर्टनं सांगितलेल्या रस्त्यानं तिच्या ऑफिसकडे निघाले.

तिचं ऑफिस आमच्या कँपपासून जवळच होतं. मी त्या इमारतीच्या आत कधी गेलेली नव्हते. अशा ऑफिससारख्या इमारतींमध्ये माझी आणि आदमसीची मजल फक्त बाहेरच्या मेनगेटपर्यंतच असायची. ऑफिस सुटायच्या वेळेला गेटच्या बाहेर उभं राहायचं आणि कामावरून घरी निघालेल्या लोकांपुढे पैशासाठी हात पसरायचा. बहुतेक वेळा तिथला वॉचमन आम्हांला हाकलून देत असे.

त्या दिवशीसुद्धा मी मेनगेटपाशी पोहोचले, तेव्हा वाटलं, हा सुरक्षारक्षक आपल्याला आता हाकलणार; पण नाही. त्याऐवजी त्यानं हसून, माझ्यासाठी दरवाजा उघडून दिला.

आतमधल्या हॉलच्या शेवटच्या टोकाला, कंफर्टनं सांगितला होता, तो जिना दिसला. त्यावरून चढत मजले मोजून मी बरोबर चौथ्या मजल्यावर पोहोचले. तिथे कंफर्ट होतीच.

"ये, अगदी वेळेवर पोहोचलीस," ती कौतुकानं म्हणाली. आज तिनं निळा आफ्रिकन पोशाख घातला होता. डॉकेट आणि लप्पा. त्यावर करड्या रंगाचे मोठमोठे मणी लावलेले होते.

"तुम्ही कित्ती छान दिसताय!" न राहवून मी म्हटलं.

"थँक्यू!" तिनं सांगितलं, "मला दोन्ही कपडे आवडतात. वेस्टर्न आणि आफ्रिकन."

कंफर्टचं ऑफिस म्हणजे एक भली मोठी खोली होती. पुस्तकांची शेल्फ, फुलांची चित्रं, फ्रेम केलेली सर्टिफिकेट्स यांनी भिंती सजल्या होत्या. मी जवळ जाऊन बघत होते तेव्हा कंफर्टनं सांगितलं की, ती एक समाजसेविका होती. ती कँपमधल्या निराधार अपंगांना वैद्यकीय सेवेव्यतिरिक्त इतर बाबतीत मदत करत होती. त्यांच्या कुटुंबांचा शोध घेऊन भेट घडवणे वगैरे. ती सांगत होती, "काही कुटुंबांना, बंडखोरांनी अपंग करून सोडलेल्या नातलगांची लाज वाटते. सुरुवातीला ते या लोकांशी असलेले नातेसंबंध नाकारू पाहतात. त्यांना त्यांच्याशी संपर्कसुद्धा नको असतो. मग मी त्यांची मनं वळवते आणि युद्धात अपंग झालेल्या नातलगांचा स्वीकार करायला भाग पाडते."

मला तिचं सांगणं ऐकून जरा नवलच वाटलं. कालपर्यंत या कंफर्टला कँपमध्ये आलेलं मी कधी पाहिलं नव्हतं. माझे नातलग पूर्वी जसं वागत होते, त्यापेक्षा वेगळं काही ते माझ्याशी वागले नव्हते. आजही ते मला तसेच हुकूम सोडायचे, "मारिआतू, जा थोडं पाणी भरून ठेव. दुकानातून थोडी काळी मिरी घेऊन ये बरं. लवकर दात घासून घे!"

मग ही कंफर्ट नक्की कुणाला मदत करत होती? पण मी तिला काही विचारलं नाही.

तिनं मला तिच्या टेबलाशी, एका खुर्चीवर बसायला सांगितलं. ''त्याचं असं झालं,'' ती सांगू लागली. ''कॅनडातून एका माणसाचा फोन आला. त्याचं नाव बिल. तिथल्या पेपरमध्ये त्यानं एक लेख वाचला. त्यात जिची कहाणी छापून आलीय, त्या मुलीला भेटायचंय म्हणून सांगत होता तो.'' तिनं माझ्या हातात वृत्तपत्रामधून कापून ठेवलेलं कात्रण ठेवलं. पाहते तर काय आश्चर्य! तो माझाच फोटो होता! मी अब्दुलला घेऊन उभी होते.

''ही तूच आहेस ना?''

''हो,'' फोटोतल्या माझ्या तान्हुल्याकडे निरखून बघत मी म्हटलं. ''मीच आहे ही.'' डोळ्यांत येऊ पाहणारं पाणी मी निकरानं आवरलं; पण माझी अवस्था कंफर्टच्या लक्षात आली नाही.

''जर तू या फोटोतली मुलगी असशील, तर हा बिल नावाचा माणूस तुला मदत करणार आहे. तुझी पेपरमध्ये छापून आलेली कहाणी त्याच्या घरातल्यांनी वाचली आणि आता तुला अन्न, कपडे यांसाठी पैसे पाठवायची त्यांची इच्छा आहे.''

''कॅनडा म्हणजे काय?'' मी विचारलं.

कंफर्टनं मागच्या कपाटातून एक भलं मोठं पुस्तक काढलं. त्याला ती 'अॅटलास' म्हणत होती. त्यातलं एक पान उघडून नकाशावर हात फिरवत ती म्हणाली, ''हे बघ. इथे हा आहे उत्तर अमेरिका आणि त्याच्या उत्तरेकडे बाजूला या ठिकाणी कॅनडा नावाचा देश आहे.''

''असं. पण कॅनडा देश सुरक्षित आहे का?''

''हो-हो. पूर्ण सुरक्षित आहे आणि चांगला श्रीमंत देश आहे; पण खूप थंडी असते तिकडे. वर्षातले सहा महिने तर जिकडे-तिकडे नुसता हिमवर्षाव होत असतो.''

'हिम' हा शब्द मी कधी ऐकलेला नव्हता. मग कंफर्टनं मला वर्णन करून सांगितलं की, जेव्हा खूप थंडी पडते, तेव्हा आभाळातून मिठासारखी बर्फाची पांढरी पावडर पडायला लागते. मग मी कल्पना करू लागले. तेव्हा मला चित्र दिसलं की, सिएरा लिओनमधली वसंत ऋतूतली रात्र आहे. थंडी पडली आहे आणि आभाळातून सगळीकडे पांढरं मीठ पडायला लागलंय.

''इथल्या सर्वांत जास्त थंडीच्या रात्रीपेक्षाही तिथे जास्त थंडी असते. सिएरा लिओनमधल्या कोणत्याही दिवसाशी किंवा रात्रीशी तिकडची तुलना करण्यात अर्थच नाही,'' कंफर्ट म्हणाली. जसे काही माझ्या मनातले विचार तिनं वाचलेच होते.

''म्हणजे, ते बिल नावाचे कुणीतरी आहेत, ते मला कॅनडाला नेणार आहेत?''

''नाही; पण तू प्रार्थना करत राहिलीस त्यासाठी, तर कुणी सांगावं? कदाचित घेऊन जातीलही.''

कँपमध्ये परतल्यावर मी मारी आणि अली यांना बिलबद्दल सांगितलं. त्यांना आनंद झाला. माझ्यासाठी आणि स्वत:साठीसुद्धा. या माणसाकडून पैसे येऊ लागले की, कोणकोणते अन्नपदार्थ विकत घेता येतील, याचे ती दोघं बेत करू लागली.

''पण मला कॅनडालाच जायचं आहे. मला वाटतं त्यांनी मला घेऊनच जावं कॅनडाला.''

माझ्या बोलण्याकडे दुर्लक्ष करीत अलीनं स्वत:चं बोलणं चालू ठेवलं, ''पैसे आले की, अननस, नारळ, इतर फळं आणता येतील. कितीतरी दिवसांत फळांची गोडी चाखलेलीच नाही आपण.''

मग त्यांनी अपंगांना मिळणाऱ्या नव्या घरांविषयी सांगितलं. नॉर्वेमधली एक सेवाभावी संस्था, बंडखोरांच्या हल्ल्यात अपंग झालेल्यांसाठी नवीन घरं बांधून देणार होती. अलीनं सांगितलं की, आपण नक्कीच त्या घरासाठी पात्र ठरू, कारण आपल्या कुटुंबातले चार जण अपंग झालेत आणि आपल्याला राहायला घर नाही. बंडखोरांनी मारी आणि अली यांच्या झोपडीसहित मग्बोरौमधली बहुतेक घरं उद्ध्वस्त केलेली होती.

''बिलकडून पैसे यायला लागले की, आपण नव्या घरात राहायला जाऊ,'' अली म्हणाला.

''शाब्बास पोरी! खरंच बाजी मारलीस गं तू!!'' असं म्हणत मारीनं माझी पाठ थोपटली.

त्यांना दोघांना बिलबद्दल बोलत तिथेच सोडून मी सरळ कँपमधल्या मशिदीकडे मोर्चा वळवला. मशीद म्हणजे निळ्या रंगाचा मोठा तंबू होता. आतल्या पुरुषांच्या विभागात काही जण नमाज पढत होते. मागे स्त्रियांच्या विभागात मी एकटीच होते. मी गुडघ्यांवर बसले. पुढे झुकून जमिनीला डोकं टेकलं. डोळे मिटून वारंवार म्हणत राहिले, ''अल्ला, मी कृतज्ञ आहे. परवर दिगार, तेरा लाख-लाख शुक्रिया!''

एका आठवड्यानं मी पुन्हा कंफर्टच्या ऑफिसमध्ये बसले होते. धडधडत्या अंत:करणानं बिलच्या फोनची वाट पाहत होते. मनात भीती होती. मी बिलला आवडले नाही तर? मला इंग्लिश बोलताही येत नव्हतं. मग त्याच्याशी नीट बोलू

शकणाऱ्या दुसऱ्या मुलीची तर तो निवड करणार नाही ना? कँपमधल्या काही मुली शाळेत गेलेल्या होत्या. त्यामुळे त्यांना थोडेफार इंग्रजी शब्द बोलता येत होते.

पोर्ट लोकोमधल्या दवाखान्यात मला टेलिफोन म्हणजे काय ते कळलं होतं. तिथे फक्त एकाच डॉक्टरची नेमणूक केली होती आणि पेशंट मात्र दररोज शंभराच्या वर असायचे. त्यामुळे तिथल्या नर्सेस फ्रीटाउनच्या डॉक्टरांना फोन करून त्यांचा सल्ला घेत. ते माहिती होतं; पण टेलिफोन मी कधी प्रत्यक्ष पाहिला नव्हता. आमच्या गावात टेलिफोन नव्हता. वीजसुद्धा नव्हती. जनरेटरही नव्हते; पण फ्रीटाउनमध्ये बरेच लोक जनरेटरचा वापर करीत, कारण बंडखोर – संघर्ष सुरू झाल्यापासून वारंवार वीजपुरवठा खंडित होत असे.

काही मिनिटं अशी वाट पाहण्यात गेली आणि टेलिफोन घणघणला. ''आला बघ त्याचा फोन.'' कंफर्टनं फोनचा वरचा भाग उचलून कानाला लावला. थोडा वेळ बिलशी बोलल्यानंतर बोलण्याच्या भागावर हात ठेवून मला म्हणाली, ''हे बघ, बिल काही टेम्ने किंवा क्रिओमध्ये बोलणार नाही. त्यामुळे तुम्हाला एकमेकांशी बोलता येणार नाही; पण निदान त्याचा आवाज तरी कसा आहे ते तुला कळेल.'' तिनं फोन माझ्या कानाला लावला.

मी क्रिओमध्ये म्हटलं, ''हॅलो....''

''चाऽ चाऽ चा.... चूऽ चूऽ चूऽ चूऽऽऽ.'' बिल म्हणाला. म्हणजे मला त्याचं इंग्लिशमधलं बोलणं तसं वाटलं.

मी पुन्हा टेम्नेमध्ये बोलले, ''माझं नाव मारिआतू. मला मदत केल्याबद्दल 'थँक यू.' फार आभारी आहे आपली.''

कंफर्टनं फोन घेतला आणि ती बिलशी इंग्लिशमध्ये बोलू लागली. ऑफिसच्या भिंतीवर लावलेल्या तिच्या सर्टिफिकेट्सकडे बघत मी बसले होते. अशाच प्रकारे फ्रेम केलेले कागद मी फ्रीटाउनच्या हॉस्पिटलमध्ये पाहिले होते. 'अमूक-अमूक नावाच्या नर्सने तिचे प्रशिक्षण पूर्ण केले.' असा मजकूर त्यात लिहिलेला असतो, असं मला नर्सनं सांगितलं होतं.

एकदा मी तिला विचारलं, ''शाळा शिकणं कसं असतं? काय असतं शाळा म्हणजे?''

''कधी-कधी शाळेत जाऊन शिक्षण घेणं खूप अवघड वाटतं; पण मुलींनी शिक्षण घेतलं, तर त्यांच्यासाठी नव्या जगाची दारं उघडली जातात. आपण शाळेत गेलो आणि शिकलो, तर महत्त्वाची कामं करून आपण इतरांना मदत करू शकतो. मग आपल्याला नुसतं खेड्यात राहून, एकापाठोपाठ मुलांना जन्म देत राहावं लागत नाही.''

हे ऐकून मी ठरवलं, 'मीसुद्धा एक दिवस शाळेत जाईन.' कंफर्टचं बोलणं

संपलं. तिनं फोन जागेवर ठेवला. मला म्हणाली, ''मारिआतू, बिलनं एक खोकंभर कपडे आणि काही पैसे तुझ्यासाठी पाठवलेत. महिनाभरात ते इथे पोहोचतील. ते पार्सल आलं की, मी तुझ्याकडे पोहोचवून देईन.''

पुढचे काही आठवडे वादळासारखे गेले. बिलनं माझ्यासाठी पाठवलेलं खोकं कधी येतं, याची मी अत्यंत अधीरपणे वाट पाहत होते.

त्याच वेळेला सॉकर स्टेडियमवर होणाऱ्या कार्यक्रमासाठी आम्ही जोरदार सराव करत होतो. आठवड्याच्या शेवटी फक्त एकदा न भेटता, आम्ही थिएटरग्रुपचे लोक आठवड्यातून दोन-तीन रात्री एकत्र जमत होतो. नाटकाची तालीम लवकर संपवून आम्ही बरेचदा कार्यक्रमाची जाहिरात करणारी पोस्टर्स रंगवत बसायचो.

ज्यांना पोस्टर्स कशी लिहायची, रंगवायची ते माहिती होतं, ते पोस्टर्स तयार करायचे आणि बाकी आम्ही सगळे ती फ्रीटाउनमध्ये वाटत असू.

एचआयव्ही – एड्सच्या नाटकात व्हिक्टरनं मला एक वाक्य बोलायला सांगितलं होतं. जी बाई एड्सनं मेलेली असते तिच्याबद्दल मी म्हणते, ''हो ना! किती चांगली बाई होती, होऽऽ ती!'' त्याशिवाय नृत्यासाठी आणि गाण्यासाठी मी अनेक वेळा रंगमंचावर येत असे.

कार्यक्रमाच्या दिवशी सकाळी व्हिक्टरनं आम्हा सर्वांना नाटकात घालायचे पोशाख दिले. त्याच्या बायकोनं कँपमधल्या इतर बायकांच्या मदतीनं ते खास आमच्याकरता शिवले होते. एचआयव्ही/एड्सच्या दृश्यात मी केशरी रंगाचा आफ्रिकन पोशाख करणार होते. तांदळाच्या पोत्यांच्या पट्ट्या कापून तिनं आमच्यासाठी स्कर्ट शिवले होते. तसला स्कर्ट मी गाण्याच्या आणि नृत्याच्या वेळी घालणार होते.

वेळेच्या आधी एक तास आम्ही सगळे कँपच्या मुख्य भागात जमलो. व्हिक्टरनं आमच्याकरता मिनी बस ठरवली होती. त्यात बसून आम्ही स्टेडियमपर्यंत जाणार होतो. मी खूपच नर्व्हस होते. आम्ही सगळ्यांनी आपापले कपडे काळ्या प्लॅस्टिक पिशव्यांमध्ये घालून बरोबर घेतले होते. पिशव्या त्याच. भीक मागण्यासाठी वापरत होतो त्या.

''का गं? तुला भीती वाटतेय का?'' मारिआतूनं मला विचारलं.

''हो, गं! नाचता-नाचता तोल जाऊन मी स्टेजच्या खाली पडले तर?''

''असं का? थांब आता. मीच तुला ढकलते स्टेजवरून खाली!'' ती खट्याळपणे म्हणाली.

मग मीही तिला चिडवत म्हटलं, ''पण त्याच्याअगोदर मीच तुला लोटते की नाही बघ खाली!''

स्टेजवर आम्ही दोघी लठ्ठालठ्ठी करतो आहोत, हे दृश्य नजरेसमोर आलं आणि आम्ही हसत सुटलो. हसता-हसता ती मिश्कीलपणे म्हणाली, ''हो ना.

आपल्या सरकारला हेच तर दाखवायचं असेल, त्या परदेशी संस्थांच्या लोकांना की बघा, आमच्या पोरी कशा मारामाऱ्या करतात!''

आमचं खिदळणं व्हिक्टरनं थांबवलं. तो सांगू लागला की, शहरातल्या सर्व फलकांवर, मोक्याच्या इमारतींवर, प्रवेशद्वारांवर आपली पोस्टर्स लागली आहेत. त्यामुळे हजारच्यावर तरी प्रेक्षक कार्यक्रम बघायला येतीलच. शिवाय आपल्याला कँपमध्ये वेगवेगळ्या प्रकारची मदत करणाऱ्या संस्थांचे प्रमुखही येणार आहेत.

हे ऐकल्यावर माझ्या छातीत पुन्हा धडकी भरली. मनात भीतीची पाल सरपटू लागली. आपली नक्की फजिती होणार! मी व्हिक्टरला बाजूला घेतलं. ''व्हिक्टर, तू आपला इतरांना घेऊनच नाटक कर बाबा. त्यांना सगळ्यांना कसं नाचायचं, गाणं म्हणायचं, अभिनय करायचा ते माहिती आहे. त्यांच्यासारखं मला नाही रे जमायचं! प्लीज व्हिक्टर....''

इतक्यात मिनी बस आली. मला आशा होती की, सगळे बसतील आणि मला जागाच उरणार नाही. व्हिक्टर मला तसं सांगेल, पण त्याऐवजी तो मला धीर देत म्हणाला, ''मारिआतू, मला तुझा अभिमान वाटतो. तू खूप झपाट्यानं प्रगती करते आहेस. कसले-कसले प्रसंग आले तुझ्यावर... पण सगळा त्रास सोसून तू पुन्हा ताठ उभी राहिलीस. आणि आज? आज तर तू स्टेजवर जाऊन नाटकात भाग घेते आहेस! खरंच कौतुक करण्यासारखी गोष्ट आहे.''

''पण तुला नाही वाटत, मी वेंधळ्यासारखं वागून सगळ्यांनाच लाज आणीन म्हणून?''

''अजिबात नाही. त्याच्या अगदी उलट वाटतं मला. अगं, आपण सगळे, नाटकातून, युद्धात अपंग झालेल्यांना मदत करायचा प्रयत्न करतो आहोत. फार चांगलं काम आहे हे. तुला बघून, मदत करणाऱ्या संस्थांनाही पटेल की, नाटकाचं किती महत्त्व आहे ते. मग ते देशातल्या इतर भागातही नाटकं करण्यासाठी मदत देऊ लागतील. आणि शिवाय...'' तो माझ्याजवळ आला. ममतेनं खांद्यावर हात ठेवून बोलू लागला, ''तुझ्याशिवाय आम्ही नाटक नाही करू शकत मारिआतू! आपण सगळे एक आहोत, एकत्र आहोत ना, एखाद्या कुटुंबासारखे! जे काय करू ते मिळूनच. तू थोडी नर्व्हस झालीस म्हणून लगेच आपण एकमेकांना नाही सोडू शकत आणि अगं, नर्व्हस वाटणं अगदी साहजिक आहे. तू या वेळी नर्व्हस झाली नसतीस ना, तर मला वाटलं असतं की, काहीतरी गडबड आहे. मारिआतू अजून बरी झालेली नाही.''

स्टेडियमवर पोहोचल्यानंतर मी पडद्याआडून हळूच प्रेक्षागृहात डोकावून बघितलं. तिथे मांडलेल्या सर्व खुर्च्या भरल्या होत्या. मी प्रेक्षकांचे चेहरे न्याहाळण्याचा प्रयत्न केला. सुलेमान आणि त्याची बायको येणार होते. त्यांनी

कबूल केलं होतं; पण कुणीच दिसलं नाही. तिथे बसलेल्यांपैकी एकही चेहरा माझ्या ओळखीचा नव्हता. कदाचित सुलेमान आणि त्याची बायको मारिआतू तिथेच कुठेतरी गर्दीत असतील.

पुष्कळसे पुरुष सुटाबुटात होते. त्यातले पत्रकारांसारखे काही गोरे होते. त्या दिवशी हवा गरम होती. त्यामुळे भारी-भारी झुळझुळीत आफ्रिकन पोशाखातल्या स्त्रिया आम्ही दिलेल्या पोस्टर्सनीच वारा घेत बसलेल्या होत्या.

आमच्यातली काही मुलं रंगमंचावर गेली आणि बंद पडद्यामागे उभी राहून ड्रम वाजवू लागली. त्याचा अर्थ – आम्ही आता लवकरच कार्यक्रम सुरू करणार आहोत.

कार्यक्रमाची सुरुवात, आम्ही सर्व जण एकत्र उभे राहून व्हिक्टरनं लिहिलेलं गाणं गाऊन करणार होतो. गाणं युद्धाबद्दल होतं. मी छोटी असल्यामुळे सर्वांत पुढे उभी राहणार होते.

पडदा वर गेला. सगळ्यात प्रथम मी रंगमंचावर जाणार होते, पण मी बिचकले. मारिआतू माझ्या मागेच उभी होती. तिनं मला स्टेजवर ढकललं. प्रखर दिव्यांनी मी थोडी बावरले. त्या वेळी मी एखाद्या मोठ्या डोळ्यांच्या हरिणीसारखी दिसत असेन.

तरीपण कशीबशी मी माझी जागा शोधून उभी राहिले आणि इतरांबरोबर गाणं म्हणू लागले. लवकरच आपण इतक्या साऱ्या अनोळखी लोकांसमोर उभं राहून गातो आहोत याचा मला विसर पडला आणि तालमीच्या वेळी करत असे, तशीच मी सर्वांबरोबर गायले आणि नृत्य केलं.

एचआयव्ही/एड्सवरच्या नाटकात माझं वाक्य बोलून मी रडले. 'माफी आणि समेट' या आमच्या नाटुकल्याचं प्रेक्षकांनी उभं राहून टाळ्या वाजवून कौतुक केलं. शेवटच्या दृश्यात आम्ही सर्व जण पुन्हा दंडात दंड अडकवून प्रेक्षकांच्या समोर उभे राहिलो आणि पडदा पडला.

प्रयोग संपल्यानंतर सुलेमान आणि मारिआतू मला भेटायला आले. मी आमच्या मारिआतू आणि मेमूनातूसोबत खिदळत बसले होते. मेमूनातूला फ्रीटाउनवरच्या बंडखोर हल्ल्याच्या वेळी एक हात गमवावा लागला होता.

सुलेमाननं मला जवळ घेऊन कवटाळलं. स्वत:च्या डोळ्यातलं पाणी पुसून तो म्हणाला, ''फार गुणाची पोर आहेस. मला तुझा अभिमान वाटतो बेटा! तू कॅनडाला गेलीस की, तुझी खूप आठवण येणार आहे.

त्यावर मी हसत-हसत म्हटलं, ''काळजी करू नकोस. मी कुठेही जाणार नाहीये.''

किती चुकीचं बोलले होते मी!

चौदा

''मऽग? काय गं मुली, तुला इंग्लंडला यायला आवडेल का?'' समोर बसलेली तरुण बाई विचारत होती. तिचं नाव 'याबोम' असल्याचं आम्हाला तिनंच सांगितलं होतं.

''अं ऽ ऽ? मला माहिती नाही,'' मी पुटपुटले. ''पण... मी ते तुम्हाला आत्ताच सांगायला पाहिजे का?''

मारी माझ्याकडे डोळे वटारून पाहायला लागली. जणू ती म्हणत होती, ''चुकीचं उत्तर दिलंस.''

त्या दिवशी संध्याकाळीच आमचं या विषयावर पुष्कळ बोलणं झालेलं होतं की, मला कॅनडाला जायला मिळालं तर बरं होईल. मला तिथे राहायला मिळेल; हे तर चांगलंच; शिवाय आर्थिकदृष्टीनं माझ्या कुटुंबासाठी ती फार फायद्याची गोष्ट ठरली असती. परदेशात गेलेली मुलं त्यांच्या आई-वडिलांसाठी दर महिन्याला तीन लाख लेओन किंवा शंभर डॉलर्स पाठवत होती आणि आम्ही कधी ज्यांची नावंसुद्धा ऐकलेली नव्हती अशा वस्तू पोस्टानं पाठवत होती. चॉकलेट वगैरे.

आणि आता अचानक समोर येऊन टपकलेली ही गोरी बाई मला 'इंग्लंडला चल' म्हणत होती!

मग मी लगेच सूर बदलून शक्य तेवढ्या उत्साही आवाजात म्हटलं, ''काय म्हणालात? इंग्लंड? आवडेल की मला तिकडे यायला. मजाच येईल तिकडे.''

खरं म्हणजे मला लवकरात लवकर कॅंपमधून बाहेर पडावंसं वाटत होतं; पण आदमसीचं जर्मनीला जाणं बारगळलं होतं आणि तिनं माझ्याआधी इथून बाहेर पडावं अशी माझी इच्छा होती, कारण ती नेहमी माझ्यासाठी खूप चांगलं काहीतरी करायची. रात्री मला वाईट स्वप्न पडलं, तर मला मिठीत घेऊन शांत करायची. अशी माझी चांगली बहीण, तिला माझ्याआधी बाहेर पडायला मिळावं, असं मला वाटणं साहजिकच होतं.

''आपण उद्यापासून कागदपत्रं गोळा करायला सुरुवात करू या. काय?'' याबोम म्हणाली.

''तुला तुझा जन्माचा दाखला आणि पासपोर्ट लागेल.''

"पण तिच्याजवळ असली कोणतीच कागदपत्रं नाहीयेत," मारी चटकन पुढे येत मध्ये बोलली.

"हो. मला कल्पना आहे त्याची. त्या अर्जासोबत जी काय कागदपत्रं लागतील, ती जमवायला मी मारिआतूला मदत करीन."

"वा! मग मी तुम्ही सांगाल तसं करीन," मी चेहऱ्यावर बळेच हसू आणत, उसन्या उत्साहानं म्हटलं.

कँपमध्ये राहायला लागून आता आम्हाला जवळजवळ दोन वर्षं होत आली होती. मारी, अबिबातू आणि फातमता यांचा रोजचा उद्योग असे – एकत्र बसून गप्पा मारायच्या आणि मी आणि माझी भावंडं भीक मागून काय मिळवून आणतो, याची वाट बघत बसायचं. आम्ही मिळालेल्या पैशातून बाजारातून काही ना काही खरेदी करून आणायचो. मग या बायका सगळ्यांसाठी जेवण तयार करीत. आता फातमता आणि अब्दुलही पूर्ण वेळ कँपमध्येच राहायला आलेले होते; पण मारीला मात्र खेड्यात जायची फार-फार इच्छा होती. मग कुठल्याही खेड्यात जायला मिळालं असतं, तरी तिला चाललं असतं. माबिंतीप्रमाणे तिलाही भरपूर काम करण्याची इच्छा होती.

युद्धात अपंग झालेल्यांसाठी बांधल्या जाणाऱ्या घरांपैकी एखादं आपल्याला मिळेल, अशी मारी आणि अलीला फार आशा वाटत होती. तिकडे राहायला जाण्यासाठी काही पैशांचीही गरज पडेल याचीही त्यांना कल्पना होती.

बिल माझ्याशी टेलिफोनवर बोलला, त्याला चार महिने झाले होते. दरम्यान त्यानं पाश्चात्त्य पद्धतीचे काही कपडे (टी शर्ट्स आणि पँट्स) तसंच दीड लाख लेओन म्हणजे पन्नास डॉलर्स पाठवले होते. त्यातल्या पँट आणि शर्ट माझ्या आकाराच्या दुप्पट मोठे होते. कंफर्टच्या म्हणण्यानुसार त्यानं आणखी एक असंच पार्सल पाठवलं होतं; पण मला कॅनडाला घेऊन जाण्याबद्दल त्यानं अजून काहीच सांगितलं नव्हतं. त्यामुळे मारी आणि अली जरा नाराजच होते.

"खरंच मारिआतू, तुझ्यावर जो प्रसंग ओढवला, तो फारच वाईट होता; पण आपण प्रत्येक घटनेच्या चांगल्या बाजूकडे पाहावं," मारी मला समजावून सांगत असे.

"आता सध्या सकारात्मक बाजू कोणती पाहायची? तर परदेशातला असा कुणी माणूस शोधून काढायचा, जो तुला परदेशात घेऊन जाईल आणि नोकरी करण्याकरता लागणारं शिक्षण देईल. ते शिक्षण तू घेतलंस की, तुला काम करून पैसे मिळवता येतील आणि ते तुझ्या कुटुंबाला म्हणजेच आम्हाला पाठवता येतील. हो की नाही?"

मला मारीला सुखी करायचं होतं. त्यासाठी जे लागेल ते सर्व करायला मी तयार होते.

याबोम सांगत होती की, ती कंफर्टसारखीच सामाजिक कार्यकर्ती होती; पण मी तर तिला कँपमध्ये कधीच पाहिलं नव्हतं. सुरुवातीचं तिचं बोलणं बरंचसं कंफर्टसारखं होतं.

"हे बघ, एक माणूस आहे." याबोम बोलताना खूपच हातवारे करायची. इतके हातवारे करणारं माणूस मी कधी पाहिलेलं नव्हतं. जणू ती हातांनीच बोलत होती. पहिल्यांदा थोडा वेळ मी तिच्या हातांकडे बघत राहिले आणि नंतर तिची चमकदार कातडी आणि त्या मोठ्या गोलगोल डोळ्यांकडे.

"तो लंडनला राहतो आणि त्यानं तुझ्या लंडनला जाण्याच्या प्रवासखर्चाएवढे पैसे गोळा केले आहेत. म्हणजे तुला लंडनला जाऊन वैद्यकीय उपचार करून घेता येतील."

"कसले वैद्यकीय उपचार?"

"अं ऽ ऽ ऽ, हे पाहा. हा जो माणूस आहे ना, त्याचं नाव डेव्हिड. त्याची इच्छा आहे की, तुला अशा एका हॉस्पिटलमध्ये ठेवायचं. तिथं अपघातात हात किंवा पाय गमावलेल्या लोकांवर उपचार केले जातात. तुला तिथे कृत्रिम हात बसवून देतील. त्याचा सगळा खर्च डेव्हिड देईल. तुला कृत्रिम हात म्हणजे काय माहिती आहे का?"

"नाही," मी म्हणाले. मी तो शब्द कधी ऐकलासुद्धा नव्हता.

"हे बघ. कृत्रिम हात म्हणजे..." याबोम शब्द शोधायला चाचपडत होती. "कसं काय सांगावं तुला?... हं! कृत्रिम हात म्हणजे खोटे हात. ते आपण खऱ्या हातांसारखेच वापरू शकतो. खायला, लिहायला. जे काय खऱ्या हातांनी करतो, ते सगळं आपण त्या खोट्या हातांनी करू शकतो."

खोटे हात? ते कसे असतील? मला तर कल्पना करता येईना. आमच्या कँपमध्ये काही लहान मुलं होती. बडखोरांनी त्यांचे पाय छाटले होते. कुणाचा अर्धा, कुणाचा पाव पाय तोडलेला होता. त्यांना मिळाले होते खोटे पाय. पाय म्हणजे लाकडाचे ठोकळेच होते आणि ते लांब टेप लावून पायाला जोडायचे; पण ते सारखे निघून येत. त्यापेक्षा एका तुटक्या पायानंच मुलं सगळीकडे चांगली धावू शकायची. लंगडी घातल्यासारखी. त्यामुळे मला लाकडी हातांचा आणि बोटांचा कितपत उपयोग होईल याची शंकाच होती; पण हेही माहिती होतं की, माझ्या घरच्या माणसांकरता मला ते कृत्रिम हात बसवून घ्यावेच लागणार होते.

पहिल्या दिवशी याबोम मला एका सरकारी ऑफिसमध्ये घेऊन गेली. हे ऑफिस राष्ट्राध्यक्ष भवनाजवळ होतं. पुढच्या मुख्य गेटमधून आत गेल्यावर एका उंच खांबावर सिएरा लिओनचा राष्ट्रध्वज फडकत होता. तो पाहण्यासाठी मी तिथे रेंगाळले. आमचा राष्ट्रध्वज साधा आहे. निळा, हिरवा आणि पांढरा पट्टा असलेला. त्या आधी मी फक्त दोन वेळा फ्रीटाउनमध्ये राष्ट्रध्वज पाहिला होता.

"तुला सिएरा लिओनचा इतिहास माहीत आहे का?" आम्ही झेंड्याकडे पाहत

उभ्या असताना याबोमनं मला विचारलं.

"नाही. तसं जास्त काही माहीत नाही. फक्त कँपमध्ये बंडखोर हल्ल्याबद्दल कानावर येतं तेवढंच."

"बरं. मग चल तिकडे बसून सांगते तुला," इमारतीजवळच्या एका बाकावर आम्ही जाऊन बसलो.

गेटच्या आत शांतता होती. बाहेरच्या रस्त्यावरची वर्दळ आणि आवाज यांचा मागमूसही नव्हता. पक्ष्यांचे आवाज ऐकू येत होते. मग्बोरौ सोडल्यापासून मी पक्ष्यांचे आवाजच ऐकलेले नव्हते. फ्रीटाउनमध्ये मिनीबसेस, कार्स यांच्या हॉर्नचे आवाज आणि असंख्य लोकांच्या बोलण्याचे आवाज यात बिचाऱ्या पक्ष्यांची गाणी कुठल्याकुठे बुडून जायची.

"पूर्वी सोळाव्या शतकात एक पोर्तुगीज समन्वेषक आफ्रिकेच्या पश्चिम किनाऱ्याची सफर करत होता. प्रवास करता-करता तो आज आपण ज्याला फ्रीटाउन म्हणून ओळखतो, त्या बंदरापाशी पोहोचला. त्या वेळेला वादळ आलेलं होतं. विजा कडाडत होत्या. इथल्या पर्वताशिखरांमधून त्या आवाजांचे प्रचंड प्रतिध्वनी उमटत होते. त्याला ते आवाज सिंहाच्या गर्जनेसारखे वाटले. म्हणून या भागाचं त्यानं नाव ठेवलं 'सिएरा ल्योआ' म्हणजेच mountain lion किंवा सिंहाचा डोंगर."

एकवार झेंड्याकडे पाहून याबोम पुन्हा सांगू लागली. "तसा अलीकडचा इतिहास पाहिला, तर सिएरा लिओन जास्त काळ परकीयांच्याच ताब्यात राहिला. तू आता जाणार आहेस, त्या ब्रिटिश लोकांची ही वसाहत होती. ब्रिटिश म्हणजेच इंग्रज लोक. सिएरा लिओन देश ही ब्रिटिशांची मालमत्ता समजली जात असे. ब्रिटिशांनी इथे घरं बांधली, खाणी खोदल्या आणि इथली खनिजसंपत्ती शोधून काढली. त्यांनी सिएरा लिओनमध्ये खूप सुधारणा केल्या आणि आधुनिक युरोपीय देशांप्रमाणे या देशाचा कारभार चालवण्याचा प्रयत्न केला."

"म्हणजे काय केलं?" माझा प्रश्न.

"ते जरा गुंतागुंतीचं आहे." ती बहुधा शब्द शोधण्याकरता थांबली मग पुन्हा म्हणाली, "त्याचं काय होतं की, युरोपियन लोकांनी सिएरा लिओनमधल्या लोकांकडे आणि आफ्रिकेतल्या इतर लोकांकडे उपयोगाचं साधन म्हणून पाहिलं... थोडक्यात सांगायचं तर त्यांना गुलाम बनवलं."

याबोमनं मला सविस्तर वर्णन करून सांगितलं की, आफ्रिकेतल्या लोकांना कसं जबरदस्तीनं जहाजात भरून उत्तर अमेरिकेत नेण्यात आलं आणि तिथे त्यांना निव्वळ अन्नावारी, कसं फुकटात राबवून घेण्यात आलं.

"कित्येक लोक तर जहाजप्रवासातच मेले. जगले वाचले, त्यांना कमालीचे काबाडकष्ट करावे लागले. तेही कुटुंबापासून दूर राहून. दूधपिती बाळं आयांपासून

हिरावली गेली, नवरा-बायकोंची जबरदस्तीनं ताटातूट करण्यात आली. जेव्हा पुढे गुलामगिरी बंद झाली, तेव्हा त्यातून मुक्त झालेले अनेक लोक फ्रीटाउनला परत आले. म्हणून या शहराला 'फ्रीटाउन' म्हणजे 'मुक्त शहर' असं नाव देण्यात आलं.

''सुरुवातीला गुलामगिरीतून सुटून आलेले लोक फक्त सिएरा लिओनमधले नव्हते. संपूर्ण आफ्रिकेतले होते. त्यामुळे ते टेम्ने किंवा मेंडे भाषा बोलत नव्हते. ते क्रिओ भाषा बोलायचे. ही क्रिओ भाषा म्हणजे पाश्चात्त्य देशात ते जी इंग्रजी भाषा शिकले तिचंच तोडकंमोडकं रूप होतं.''

याबोमनं माझ्या खांद्यावर हात ठेवला. ''सिएरा लिओनला ब्रिटिशांकडून स्वातंत्र्य मिळालं, १९६० साली. म्हणजे तुझ्या आईच्या जन्माच्या थोडंसं आधी मिळालं असेल. त्यानंतर साधारण दहा वर्षांनी सिएरा लिओन स्वतंत्र देश म्हणून ओळखला जाऊ लागला. त्या वेळच्या सरकारी नोकरांमध्ये लाचलुचपत खूपच बोकाळली होती.

''बघ. आजूबाजूला चोहीकडे नजर टाकलीस तर तुझ्या लक्षात येईल की, आपला देश समृद्ध आहे. नैसर्गिक संपत्तीनं भरलेला. हिऱ्यांपासून बॉक्साइटपर्यंत सर्व प्रकारची खनिजं इथे भरलेली आहेत. तरीपण आपण फार गरीब आहोत. इथली खनिज-संपत्ती विकून येणारा पैसा सामान्य माणसापर्यंत पोहोचत नाही. सिएरा लिओनच्या पूर्वेकडे लायबेरिया म्हणून प्रदेश आहे. आपल्या इथे बंडखोर युद्धाला तोंड फुटलं, त्याच्या आधीच तिथे नागरी युद्ध सुरू झालेलं होतं. 'फॉडे संकोह' नावाच्या माणसानं लायबेरियामध्ये १९९१ साली रिव्होल्युशनरी युनायटेड फ्रंटची स्थापना केली. त्या वेळी तू असशील चार-पाच वर्षांची. संकोह सांगत होता की, सिएरा लिओनच्या राजकारण्यांनी सत्तेच्या जोरावर चालवलेला जनतेचा छळ आम्हाला थांबवायचा आहे. त्याचं म्हणणं होतं की, इथली साधनसंपत्ती परकीयांना विकून, सत्ताधारी लोक स्वत:च्या तुंबड्या भरताहेत आणि देशाला लुटतायत; पण ज्यांच्यावर आरोप करत होता त्यांच्यापेक्षाही तो संकोह फार वाईट माणूस निघाला. ती जुनी म्हण ठाऊक आहे ना तुला? तुम्ही जेव्हा दुसऱ्याकडे बोट दाखवता, तेव्हा हाताची तीन बोटं तुमच्या स्वत:वरच रोखलेली असतात!''

मी होकारार्थी मान हलवली. मारीच्या तोंडून आम्ही नेहमी या प्रकारच्या म्हणी ऐकल्या होत्या. 'तो जास्त खाऊ घेतोय' अशी कुणी तक्रार करायला लागलं की, ती सांगायची, ''हे बघ बाळा, तो चुकीचं वागतोय म्हणून तू तक्रार करते आहेस खरी; पण तसंच वागायचा तू तर विचार करत नाहीस ना?''

''संकोहनं स्वत:च्या बोटांकडे पाहायला हवं होतं,'' याबोम पुढे बोलू लागली. ''त्यानं खाणीतून हिरे काढून विकायला सुरुवात केली आणि त्या पैशातून शस्त्रं खरेदी करून लढा उभारला. तरुण मुलांची माथी भडकवून त्यांना बंडखोर सैनिक बनवायला सुरुवात केली. खरं तर तरुण मुलं आधीपासून निराश होतीच, कारण

सिएरा लिओनमध्ये इतकं दारिद्र्य आहे की, शाळा नाहीत, नोकऱ्या-धंदे नाहीत. तरुणांनी करायचं तरी काय? त्यामुळे अशी मुलं सहजपणे संकोहला सामील होऊ लागली. त्याच्या सांगण्याला बळी पडली.

"खरंच मारिआतू, आपला देश हा जगातल्या सर्वांत गरीब देशांमध्ये गणला जातो. आता तू लवकरच इंग्लंडला जाशील, तेव्हा तुला पाहायला मिळेल. काय त्या लंडनकरांचे भारी भारी कपडे, त्यांची मोठी मोठी महागडी घरं, त्यांचं राजेशाही खाणं, त्यांची ती नाटकाची थिएटर्स आणि ती विस्तीर्ण संग्रहालयं! आपल्याकडे आहेत फक्त आपले सुंदर-सुंदर समुद्रकिनारे आणि निसर्गाची शोभा. ही एकच गोष्ट अशी आहे की, फ्रीटाउनकडे आहे पण इंग्लंडकडे नाही."

आम्ही एक तासभर बाहेर बोलत बसलो होतो. एव्हाना सकाळचे उबदार वारे वाहायचं बंद झालं होतं. त्यामुळे सिएरा लिओनचा राष्ट्रध्वज आता फडकत नव्हता.

"चल आता. आत जाऊन तुझी कागदपत्रं पूर्ण करायला हवीत." मग आकाशाकडे पाहून सूर्याचा अंदाज घेत ती म्हणाली, "घाई करायला पाहिजे. दुपार व्हायला आलीय. आजच हे सगळं केलं नाही, तर मग राहिलं तुझं लंडनला जाणं!"

माझा जन्मदाखला करण्यासाठी मला काही प्रश्नांची उत्तरं द्यावी लागली. पहिल्या मजल्यावरच्या ऑफिसमधल्या एका बाईसमोर आम्ही म्हणजे मी आणि याबोम बसलो होतो. तिनं पांढरा ब्लाउज आणि दाट करड्या रंगाचा स्कर्ट घातला होता. पायात उंच टाचांचे काळे बूट होते. हा त्यांचा गणवेश असल्याचं आता मला माहीत झालं होतं.

पहिले काही प्रश्न सोपे होते.

"तुझा जन्म कुठे झाला?" "तुम्ही सध्या कुठे राहता?" "तुझ्या आईचं पूर्ण नाव काय?"

पुढचा प्रश्न होता, "तुझी जन्मतारीख कोणती?" या प्रश्नाशी मी अडले. पहिल्यांदा त्या बाईकडे पाहिलं. मग याबोमकडे पाहिलं आणि उत्तर दिलं, "मला नाही माहीत."

"काही हरकत नाही," बाई म्हणाली. "तू काही अशी एकटीच नाहीस. सिएरा लिओनच्या बऱ्याच भागात, मुलांच्या जन्मतारखेची नोंदच ठेवलेली नसते; पण आपल्याला इथे एखादी तारीख लिहावीच लागेल. आपण अंदाज करू या का?"

याबोमनं विचारलं, "तुझा जन्म कोणत्या ऋतूमध्ये झाला होता? त्याबद्दल काही माहितीय तुला?"

मी बराच वेळ पुष्कळ विचार केला. मग सांगितलं, "माझ्या वडिलांनी मला सांगितलं की, मी जन्मले त्या वेळी पाऊस पडत होता; पण त्यांनी ज्या रीतीनं ती हकिकत सांगितली, त्यावरून असं वाटतं की, तो पावसाळा नव्हता. कदाचित उन्हाळ्याचे शेवटचे दिवस असावेत." मी अंदाज बांधला.

"हं! आपण मे महिना धरू या." याबोम म्हणाली. त्या स्त्रीनं तसं लिहिलं.

"बरं. तुझी आवडती संख्या कोणती? कारण मे महिन्यातली एक तारीख लिहावी लागेल ना."

मला फ्रीटाउनमध्ये आल्यावरच कळलं होतं की, एक-दोन-तीन वगैरे असे आकडे आणि संख्या असतात आणि भीक मागायला लागल्यावर उलगडा झाला होता की, लेओन्स हे वेगवेगळ्या नाण्यांमध्ये येतात. त्या प्रत्येक नाण्याची किंमत वेगवेगळी असते.

"मला तसं नाही माहिती पण मला 'पंचवीस' आवडतात," मी ठोकून दिलं.

"ठीक आहे. तुझी जन्मातरीख २५ मे," बाई म्हणाली.

माझा वाढदिवस कधीच साजरा झाला नसला, तरी मी चौदा वर्षांची आहे, हे मला माहिती होतं. त्यामुळे २५ मे १९८६ ही माझी अधिकृत जन्मतारीख ठरली.

सगळे प्रश्न विचारून झाल्यानंतर ऑफिसमधल्या त्या बाईनं मला सही करायला सांगितलं.

"मला लिहिता येत नाही," मी म्हणाले.

"सरकारी कामासाठी जन्मदाखला, पासपोर्ट अशी अधिकृत कागदपत्रे लागतात. म्हणजे तुमच्या सहीची खातरी पटवता येते; पण या लढाईत अनेक लोकांनी त्यांचे हात गमावले. त्यामुळे त्यांना पायानं सही करण्याची परवानगी देण्यात आली आहे; पण तुला तेही जमणार नाही. आपण असं करू, तुझ्या पायाचा अंगठा अर्जावर उठवू या."

याबोमनं खाली वाकून माझ्या पायातली चप्पल काढली आणि एका कोरड्या टॉवेलनं माझा अंगठा पुसून घेतला आणि त्याला निळी शाई लावली मग तो अंगठा वेगवेगळ्या कागदांवर उमटवला.

"छान!" ते सगळं झाल्यावर ती बाई म्हणाली. आता साधारण सहा आठवड्यांनी तुला तुझा जन्मदाखला मिळेल."

"हो आणि त्यानंतर लवकरच तुला इंग्लंडला जायला मिळेल," याबोम म्हणाली आणि आम्ही तिथून निघालो.

याबोमची भेट झाल्यानंतर अनेकदा माझ्या मनात येऊन गेलं की, तिला बिलबद्दल सांगावं; पण पुन्हा मन माघार घ्यायचं. माझा तिच्यावर विश्वास नव्हता, असं नाही. उलट तिचं ते प्रेमळ वागणं, मला फातमतासारखं वाटायचं. फातमतानं माझ्यासाठी इतकं काही केलं, पण त्याबदल्यात कधी कशाची अपेक्षा केली नाही; पण मला दर वेळी असं वाटायचं की, दुसऱ्या एका परदेशी माणसाला मला मदत करण्यात स्वारस्य आहे, हे जर मी याबोमला सांगितलं, तर मला इंग्लंडला जायला मिळणार नाही.

आमच्या घरातल्या स्त्रियांनी माझ्यासाठी पाश्चिमात्य कपडे जमवायला सुरुवात केली होती. तशी मी आहे लहान चणीची. इकडे उत्तर अमेरिकेत राहायला आल्यानंतर मला समजलं की, माझा साइझ 'चार' आहे म्हणून.

कँपमध्ये दान म्हणून आलेले सगळे कपडे मोठे-मोठे होते. त्यामुळे फातमता आणि अबिबातूनं फादर मौरीझिओंची मदत घेतली. त्यांनी लवकरच माझ्यासाठी इटालियन पद्धतीच्या जीन्स आणि टी शर्ट पाठवले. जीन मला घट्ट झाल्या. टी शर्टही तंग होते. दोन्ही एखाद्या स्विमिंग सूटप्रमाणे माझ्या शरीराला घट्ट बसत होते.

पहिल्यांदा जीन पँट घालून पाहिली, तेव्हा मी किंचाळलेच!

''बापरे! कशा काय बायका पँट घालून चालतात कुणास ठाऊक? मला तर गुडघेदेखील वाकवता येत नाहीत पँट घातल्यावर.''

त्यावर फातमता हसून म्हणाली, ''आम्हाला मात्र तुझ्या शरीराची प्रत्येक गोलाई आणि उंचवटा अगदी स्पष्ट दिसतोय या कपड्यात!''

लवकरच आमच्या तंबूतल्या खोलीत पाय ठेवायलाही जागा उरली नाही. कारण भिंतीशी आधीच दोऱ्या बांधून आमचे कपडे लटकत होते, जास्तीची भांडी तांदळाच्या पिशव्या, इतर वाणसामान यांची पावसाळ्यासाठी बेगमी करून ठेवलेली होती. त्यातच याबोमनं माझ्याकरता खरेदी करून आणलेल्या मोठ्या काळ्या सुटकेसची भर पडली. फादर मौरीझिओंकडून मिळालेले कपडे मी त्यात भरून ठेवले.

एकदा अशाच संध्याकाळच्या वेळी मारी, अबिबातू, फातमता, आदमसी आणि मी शेकोटीभोवती बसलो होतो. पुरुष आणि मुलगे सगळे मशिदीत गेले होते. आम्ही बायकाबायकाच असलो की, एरवी नुसता गलबलाट असायचा. सगळ्या जणी एकाच वेळेला बडबड करत बसायच्या; पण त्या संध्याकाळी प्रत्येक जण शांत होती.

अचानक शेकोटीत लाकूड खुपसताना मारी बोलू लागली. ''मारिआतू, आठवतंय एके दिवशी तुला पाम तेलाचं स्वप्न पडलं होतं? तेव्हा मी तुझं म्हणणं ऐकायला पाहिजे होतं. चुकलंच माझं. मला माफ कर.''

तिनं अशी अचानक माफी मागितली. मी थक्क होऊन पाहतच राहिले. काय बोलावं ते कळेना.

''आता आपल्यापैकी कुणालाच आपली घरं पुन्हा पाहायला मिळणार नाहीत,'' अबिबातू म्हणाली. ''ही बंडखोरांची लढाई फारच लांबली. सगळ्यांना फार सोसावं लागतंय; पण मारिआतू, तुला संधी चालून आली आहे. तू स्वतःचं काहीतरी कल्याण करून घेऊ शकशील.''

''मला वाटतं, मलापण असं परदेशी जायला मिळायला हवं.'' आदमसी बारीक आवाजात बोलली. तिच्या गालावरून आसवं ओघळत होती. वाटलं तिला घट्ट पोटाशी धरावं आणि म्हणावं, 'तू जा माझ्याऐवजी.'

"आठवतंय? त्या दिवशी मानार्माचा हल्ला झाल्यानंतर, जंगलातून रस्ता शोधत यायला मला तब्बल आठ दिवस लागले होते?" ती म्हणाली.

मी सावकाश मान हलवली. ती पोर्ट लोकोच्या दवाखान्यात येऊन पोहोचली, तेव्हा तिच्या हातांच्या जखमा सडल्या होत्या. त्याच्या आजूबाजूचं मांस खराब होऊन त्यात गँगरीन झालं होतं. त्यामुळे डॉक्टरांना तिच्या डाव्या हाताचा उरलेला भागही कापून टाकावा लागला होता.

"तू माझ्यापेक्षा फार हुशार आहेस मारिआतू!" आदमसी बोलतच होती, "तुला रस्त्यांच्या दिशा बरोबर समजतात आणि पाहिल्यापासून, लोक कोणत्या उद्देशानं काय करतात हेही तुला अगोदरच कळून येत असतं. तुझ्या हुशारीचा थोडा माझ्यासाठीही वापर कर ना. तिकडे इंग्लंडला गेलीस की, सगळ्या गोष्टींचा नीट अंदाज घेऊन मलाही सांगशील, मी तिकडे येण्यासाठी काय करू ते?"

"मारिआतू, तुझ्यावर आमच्या सगळ्यांच्या आशा एकवटल्या आहेत बघ. तिकडे गेल्यावर चांगले उपचार करून घे, हात बसवून घे, शाळेत जाऊन शीक आणि नोकरी धर." मारी म्हणाली.

थोडा वेळ कुणीच काही बोललं नाही. शेकोटीच्या वर उसळणाऱ्या ठिणग्यांकडे पाहत साऱ्या जणी बसल्या होत्या. पुन्हा मारीनंच शांततेचा भंग केला. "कधीही मागे बघू नकोस मारिआतू! मागे पाहिलंस तर तुला दु:ख होईल. पश्चात्ताप होत राहील. 'असं केलं असतं, तर तसं झालं नसतं' असले विचार पाऊल पुढे पडू देणार नाहीत. म्हणून नेहमी पुढचा विचार करायचा. पुढे पाहून चालायचं."

झालं! अखेर माझा इंग्लंडला जाण्याचा दिवस उगवला. मला निरोप देण्यासाठी घरचे सगळे जण, शिवाय व्हिक्टर आणि थिएटरग्रुपचे काही जण आलेले होते. मला त्या दिवशी मारिआतूची खूप आठवण येत होती; पण आमचा सॉकर स्टेडिअमवर कार्यक्रम झाला, त्यानंतर थोड्याच दिवसांनी ती अमेरिकेला गेली होती.

"आम्हाला विसरू नको हं मारिआतू," मला निरोप देताना व्हिक्टर म्हणाला.

"कसं शक्य आहे तुम्हाला विसरणं?" मी म्हटलं. खरंच होतं ते. त्याला तर नाहीच, पण थिएटरग्रुपमधल्या कुणालाही मी विसरणं शक्य नव्हतं. हे मला माहिती होतं. मेमूनातू आणि इतरांनी 'गुड बाय साँग' (निरोपाचं गाणं) म्हटलं. मीही त्यांच्या नाचण्यात सामील झाले.

घरच्यांपैकी, मोहम्मद सगळ्यात पहिल्यांदा पुढे आला. आपल्या बळकट, मांसल बाहूंनी मला कवेत घेत म्हणाला, "गुडबाय मारिआतू!"

अबिबातूनं ओल्या डोळ्यांनी एक झाकलेली ताटली माझ्यापुढे केली. "घे. बोटीतून जाताना भूक लागेल तुला. असू दे जवळ." भात आणि सॉस! मोठ्या

कष्टानं मी येणारं रडू आवरलं.

"चल मारिआतू," असं म्हणून मारी माझी भलीमोठी सुटकेस उचलू लागली. आमची मारी तर माझ्यापेक्षाही लहानखोर. तिचा तो प्रयत्न पाहून मला हसूच आलं.

"अरे ए, मोहम्मद, इब्राहीम! तिला मदत करा ना!" मी ओरडले.

"अरे हो-हो! मारिआतू, तू गेल्यावर तुझ्या या बॉसिंगची आम्हाला फार आठवण येईल बघ!" इब्राहीम असं म्हणतोय तोच दोघांनी दोन्हीकडून दंड लावून ती अजस्त्र बॅग दोघांच्या डोक्यावर घेतली.

मी खिदळत नेहमीप्रमाणे त्याच्या अंगावर झोकून देत त्याला पाडायचा प्रयत्न केला पण मग दोघांच्याही गालाचे मुके घेऊन दूर झाले.

सगळे जण रस्त्यावर उभ्या केलेल्या भाड्याच्या मिनी बसपाशी मला पोहोचवायला आले. याबोम अगोदर त्यात बसूनच आली होती. माझी सूटकेस बसमध्ये व्यवस्थित ठेवली गेली. मग मी बसमध्ये चढून ड्रायव्हरशेजारच्या सीटवर बसले. खिडकीतून सगळ्यांना हात केला. माझे कुटुंबीय आणि इष्टमित्र हसऱ्या चेहऱ्यांनी मला निरोप द्यायला उभे होते.

आतून मला कापरं भरलं होतं, तरी वरकरणी मी हसून दंड हलवत होते. माझ्या खांद्यावर जणू कुणीतरी मोठं ओझं दिलं होतं. बस हलताना मन म्हणत होतं, 'तुमच्यापैकी कुणाला मी पुन्हा पाहू शकेन? तुमच्या अपेक्षा मी थोड्याफार तरी पूर्ण करू शकेन का?'

मी माझ्या डोळ्यातल्या पाण्याला परतवून लावण्यात यशस्वी झाले. धुळीच्या रस्त्यावरून बस धावू लागताच मला मारीचे शब्द आठवले –

'कधीही मागे बघू नकोस मारिआतू. पुढचा विचार कर. नेहमी पुढेच पाहून चालायचं.'

पंधरा

अंथरुणातून घरंगळत उठून डोळे चोळता-चोळता मी जराशा घुश्शातच म्हटलं, ‘‘शी! परत आज पाऊस!!’’

स्वयंपाकघराच्या खिडकीतून पाहिलं. खाली टेम्स नदी फुसांडत वाहत होती.

‘‘बाप रे! आत्तापर्यंत इतक्या वर्षांत मी सिएरा लिओनमध्ये जितका पाऊस पाहिला, त्याच्याहून जास्तच आहे लंडनमधला पाऊस,’’ मी याबोमला म्हटलं. ती कॉफी घेत बसली होती. ‘‘आज कुठे जायचंय का आपल्याला?’’

‘‘हं! काहीतरी केलं पाहिजे आज,’’ याबोम म्हणाली. आम्ही कोणकोणत्या ठिकाणांना भेटी द्यायच्यात ते डेव्हिडनं सांगितलं होतं. त्याची एक यादी करून ती फ्रीजवर लावून ठेवलेली होती. ‘‘नॅचरल हिस्ट्री म्युझियम इथे जाऊ या का?’’

आम्हाला लंडनमध्ये येऊन दोन आठवडे झाले होते. त्यातला एकही दिवस पावसाविना गेला नव्हता. मला हॉस्पिटलमध्ये भरती व्हायला अजून अवकाश होता. त्यामुळे डेव्हिडनं सुचवलं की, मोकळे दिवस आहेत तोवर मी शहर पाहून घ्यावं. त्यानं सुचवलेल्या प्रेक्षणीय स्थळांमध्ये पार्लमेंट हाउसेस, ‘बिग बेन’ नावाचं मोठं घड्याळ, वेस्टमिन्स्टर ॲबी, सेंट पॉल कॅथेड्रल, आणि मादाम तुसाँ यांचा समावेश होता.

‘‘हे मादाम तुसाँ काय आहे?’’ मी याबोमला विचारलं.

‘‘डेव्हिड म्हणत होता, तिथे जगातल्या सर्व सुप्रसिद्ध व्यक्तींचे हुबेहूब मेणाचे पुतळे करून ठेवलेले आहेत.’’

‘‘सुप्रसिद्ध व्यक्ती म्हणजे?’’

‘‘ते नाही मला माहिती बाई!’’ याबोमनं मान हलवत सांगितलं.

आम्ही ज्या दोन बेडरूमच्या अपार्टमेंटमध्ये राहत होतो, ते मारियामा नावाच्या एका सिएरा लिओनीयन स्त्रीच्या मालकीचं होतं. तिच्या मदतीनंच डेव्हिडनं मला लंडनला आणण्याचा बेत केला होता.

याबोमनं मला टी.व्ही. लावून दिला. खाली मांडी घालून बसून मी टी. व्ही. पाहत होते. ‘एन सिंक’ नावाचा बँड काहीतरी वाजवत होता, आणि लोक गात होते. मला त्यातला एक शब्दही समजला नाही. तो तालसुद्धा विचित्रच होता.

मारियामानं मला टी.व्ही. कसा लावायचा, बंद करायचा ते शिकवून ठेवलं

होतं. त्याप्रमाणे मी टी.व्ही. बंद करून स्वयंपाकघरात याबोमकडे गेले. ती आमच्या नाश्त्याच्या कपबश्या धूत होती.

"या युरोपियन लोकांच्या संगीताला खरा ताल नाहीच, नाही का? इथे तर ड्रम वाजवणारे कुठेच दिसले नाहीत. मला नाही आवडला बाई हा देश. नेहमी आपला सगळीकडे राखाडी रंग. आपल्या सिएरा लिओनमध्ये कसं, सगळं रंगीत असतं. लोकांचे कपडे, झाडं, फुलं सगळं रंगीबेरंगी."

"होईल. इथलीही सवय होईल तुला. इंग्लंडमध्ये सगळं कसं चालतं ते समजायला आणि इथल्या वेगवेगळ्या रंगांचं कौतुक वाटायला काही वेळ लागेल; पण होईल तेही," याबोम म्हणाली.

मी हसले, "राखाडी रंगाचं कौतुक करायचं म्हणजे अवघडच आहे."

लंडनच्या रस्त्यांवरून लोक भराभर चालत. कुणी कुणाकडे बघत नसे की, 'हॅलो' म्हणत नसे. एखाद्याला बघितलं, तर मानसुद्धा न हालवता लोक पुढे निघून जात. मारियामाच्या अपार्टमेंटमधून बाहेर पडताना आम्हाला एक विचित्र बूट घालावे लागत. त्यांचं नाव वेलिंग्टन, तसंच अंगात रबराचे कोट घालावे लागत. मला तरी ते गैरसोयीचे वाटत.

याबोमनं बळेच मला बाहेर जाण्यासाठी तयार केलं. माझे तर दात थंडीनं कडकड वाजायला लागले होते. मी माझे दंड छातीवरती घट्ट आवळून धरले होते. लंडनला फक्त पाऊसच नव्हता, कडाक्याची थंडीही पडली होती.

"याबोम, आपण जाणार तिथे घराच्या आतच असणार आहोत ना?"

"आज आपण बसची सफर करू," ती म्हणाली.

"हो-हो," मी उत्साहात म्हणाले, "वरच्या मजल्यावर बसायचं का आपण?"

मी पहिल्यांदा इथली लाल दुमजली बस पाहिली, तेव्हाच याबोमला सांगून ठेवलं होतं की, एकदा आपल्याला या बसमधून जायचंय. सिएरा लिओनच्या 'पोडा-पोडा'मध्ये पंधरा जण बसू शकतात; पण पुढे-मागे लटकणारे आणि खाली बसलेले धरून आणखी दहा जण मावतात. मात्र या लंडनच्या दुमजली बसमध्ये इतकी माणसं मावत होती की, ती संख्या मी मोजण्याच्या पलीकडची होती.

बंडखोरांच्या लढाईपूर्वीच मारियामा लंडनमध्ये राहायला आलेली होती. लंडनच्या सिएरा लिओनियन समाजासाठी ती बरंच काम करत होती. जेवणावळी आयोजित करायच्या, नवीन आलेल्या लोकांना नोकऱ्या, घरं शोधायला मदत करायची वगैरे. इथे राहायला आलेल्या सिएरा लिओनियन लोकांकडून तिनंच माझ्या वैद्यकीय उपचाराकरता पैसे गोळा केले होते.

"वृत्तपत्रांतून आम्हाला हात-पाय तुटलेल्या लोकांबद्दल वाचायला मिळू लागलं, तेव्हाच ठरवलं की, आपण या लोकांसाठी काहीतरी करायलाच पाहिजे," मारियामा

मला सांगत होती.

याअगोदर आमच्या घरात मला कधीच झोपायला स्वतंत्र खोली नव्हती; पण मारियामाच्या अपार्टमेंटमध्ये मला एकटीला एक बेडरूम देण्यात आली. पण तिची खिडकी दुसऱ्या एका उदासरंगी इमारतीसमोर येत असल्यानं खोलीत अंधार होता आणि मला तर एकटं झोपायला आवडायचंच नाही. एवढ्या मोठ्या खोलीत मी एकटीच म्हणजे मोठ्या पोकळ, गुहेत पडल्यासारखं वाटायचं. दोन्ही बाजूंनी दोन जणी आणि मध्ये मी, असं झोपायची मला सवय होती. रात्री दोघींच्या श्वासाच्या आवाजामुळे, मला सुरक्षित वाटायचं; पण लंडनमध्ये माझ्या बेडरूममध्ये सुनसान अर्ध्या रात्री फक्त दोनच आवाज कानावर पडायचे. फ्रीझचा आणि इलेक्ट्रिक वायरचा 'हूं ऽ ऽ ऽ ऽ' असा आवाज.

इंग्लंडमध्ये आल्यापासून दररोज मला बंडखोरांबद्दलची वाईट-साईट स्वप्नं पडू लागली. स्वप्नात मला दिसायचं की, बंडखोर माझा पाठलाग करताहेत. कधी मी एकटीच, जखमी हातांनिशी धुळीच्या रस्त्यावरून पोर्ट लोकोकडे जाताना दिसायची. एखादं घुबड मला पाहून दूरवरून घूत्कार टाकत जणू धोक्याचा इशारा द्यायचं. उंच-उंच वाढलेल्या हत्ती गवतात मला बंडखोरांचा म्होरक्या उभा असलेला दिसायचा. तो हात वर करून म्हणायचा, 'अॅटॅक!' आणि मग मला त्या एकेका बंडखोराचा चेहरा दिसायचा. भयंकर लाल डोळे, बाहेर आलेले गाल. सगळे जण रक्तानं न्हालेले दिसायचे. माझ्या रक्तानं. मोठमोठ्यानं ओरडत ते जंगलातून बाहेर पडायचे आणि माझ्यावर चाल करून यायचे. काही कळायच्या आत, मला खाली पाडून, माझ्या अंगावर उभे राहून हातातले पलिते नाचवायचे.

मोठ्यानं किंचाळत मी झोपेतून जागी व्हायची. पलीकडच्या बेडरूममध्ये मारियामा आणि याबोम असायच्या. माझा आवाज ऐकून याबोम धावत यायची. नाइट ड्रेस चुरगाळलेला, केस विस्कटलेले... तशीच यायची, पटकन माझ्या पांघरुणात शिरायची. डोक्यावर थोपटून मला शांत करायची. मग तिला बिलगून मी पुन्हा झोपी जात असे. हॉस्पिटलमध्ये असताना फातमता किंवा अबिबातू असंच करीत असत. झोप लागल्यावर मला पुन्हा स्वप्नं पडायची.

अशाच एका रात्री याबोम मला म्हणाली, "आता तू बंडखोरांपासून खूप दूर, सुरक्षित ठिकाणी आली आहेस ना, म्हणून आता तुझ्या मनात साचलेल्या सगळ्या भावना स्वप्नाच्या रूपानं वर येतायत. खरं म्हणजे त्या घटनांबद्दल कुणाजवळ तरी तू बोलून, मन मोकळं करून टाकायला पाहिजेस."

"खरं सांगू? आजपर्यंत कुणाजवळही, त्या दिवशी काय-काय घडलं ते मी सगळं सांगितलेलंच नाही. बोलले ती फक्त डॉक्टरांजवळ आणि पत्रकारांपुढे; पण ते सगळे जण लिहून घेण्यात इतके गुंग होते की, माझ्याकडे पाहायलासुद्धा त्यांना

फुरसत नव्हती. निम्मा वेळ तर मला वाटायचं की आपण सांगतो आहोत, पण हे ऐकताहेत का नाही, कुणास ठाऊक!''

''मग मला सांग सगळं,'' याबोम माझ्याकडे तोंड करून कुशीवर वळत म्हणाली. मला तिचं हळुवार बोलणं आणि तिच्या अंगाला येणारा साबणाचा वास खूप आवडला. तिच्या शेजारी किती छान, उबदार वाटत होतं झोपायला. तिनं एक हात माझ्या अंगावर टाकला आणि मी माझी कहाणी सांगू लागले.

पहिल्यांदा मी आमच्या मग्बोरौ गावाबद्दल सांगितलं, मी मारी आणि अली यांच्याजवळ कशी राहायला आले, ते सांगितलं. मग बंडखोरांबद्दल जे-जे आठवलं, ते-ते सांगत गेले. जंगलात भेटलेल्या एका भल्या माणसानं मला पोर्ट लोकोचा रस्ता कसा दाखवला ते सांगितलं. त्यानंतर सालेऊबद्दल बोलले आणि माझ्या अगोदर आदमसीला परदेशी जायला मिळालं नाही, याबद्दल वाटणारी खंतही व्यक्त केली.

''खरं तर माझ्याऐवजी तिचीच निवड व्हायला हवी होती. ती किती चांगली आहे! मी वाईट आहे. मी अब्दुलला मारून टाकलं!!''

आजवर फार थोड्या लोकांनी माझं बोलणं याबोमइतक्या शांतपणे ऐकून घेतलं होतं.

माझं सांगून झाल्यावर तिनंही स्वत:बद्दल सांगितलं. तिचं लग्न झालेलं होतं. आपल्याला मुलं असावीत असं तिला वाटत होतं; पण युद्ध संपेपर्यंत ती मुलं होऊ देणार नव्हती. ''सगळं सुरक्षित झाल्यानंतरच मला मुलगा किंवा मुलगी होईल,'' ती म्हणाली. ''आणि तुझं काय? तुला पुढे मुलं व्हावीत असं वाटतं का?''

''हो. मला पहिल्यापासून वाटायचं की, आपल्याला चार मुलं पाहिजेत. अजूनही वाटतं.''

''तुला एक सांगू? अब्दुल काही तुझ्यामुळे नाही गेला. सिएरा लिओनमध्ये खूप लहान मुलं मरतात. आजारामुळे, कुपोषणामुळे आणि तो झाला तेव्हा तू स्वत:च एक लहान मुलगी होतीस. लहान मुलींना थोडीच बाळं होतात? शिवाय तुझ्या सांगण्यावरून असं वाटतं की, मारी, अबिबातू, फातमता, माबिंती या सगळ्या जणी त्याचं खूप प्रेमानं करत होत्या. आता तुझ्यावरूनच बघ ना. तू लहान असतानाच मारी आणि अली यांच्याकडे राहायला आलीस; पण म्हणून तुझ्या आईचं तुझ्यावर प्रेम नव्हतं असं थोडंच आहे? तसं एकदा तरी कधी तुझ्या मनात आलं का?''

''नाही.'' खरोखर तसं कधीच आलं नव्हतं मनात. मग मी माझ्या मनातली भीती तिला बोलून दाखवली. ''घरच्या लोकांना वाटतं, मी शाळेत जावं, शिकावं आणि मग नोकरी करावी; पण हात नसताना मी हे सगळं कसं करणार? मलाही त्यांच्याकरता पुष्कळ करावंसं वाटतं. त्यांना माझा अभिमान वाटेल असं काही

करून दाखवावंसं वाटतं. मारी, अली आणि इतर सर्वांनी पुन्हा मग्बोरौला जावं, त्यांचं पूर्वीचं जीवन जगायला सुरुवात करावी अशी माझी इच्छा आहे; पण मग्बोरौला जायचं, तर गाडीभाड्याइतकेसुद्धा पैसे त्यांच्याकडे नाहीत. म्हणून मला भरपूर काम करून पैसे साठवायचे आहेत. त्यांना गावी परत जायला मदत करायची आहे; पण हे सगळं मी कसं करणार आहे, तेच समजत नाही.''

याबोम हाताचं कोपर टेकवून हातावर डोकं ठेवून अर्धवट उठून बोलू लागली, ''केवढं ओझं घेतलंयस तू खांद्यावर! हे बघ आता तुला हात मिळाले की, तू शाळेत जायला लागशील आणि शिक्षण पूर्ण झालं की, तुला काम मिळेल. मग निदान तुझा एकटीचा भार तरी त्यांच्या डोक्यावरून उतरेल की नाही? तुझी काळजी घेणं, जेवणखाण, कपडालत्ता, औषधं यांचा तरी खर्च कमी होईल. सध्या तू एवढ्याच गोष्टींचा विचार कर. आपण स्वयंपूर्ण व्हायचं. बस्स. सध्या इतरांची काळजीच करू नकोस. ते पाहता येईल नंतर. काय?''

माझं काही समाधान झालं असं नाही; तरीपण मी म्हटलं, ''ठीक आहे. तसाच प्रयत्न करीन.''

माझ्या डोक्याच्या बाजूला असलेल्या कपड्याच्या कपाटावर गजराचं घड्याळ ठेवलेलं होतं. त्यात पहाटेचे चार वाजलेले पाहिले. म्हणजे आम्ही दोघी संपूर्ण रात्र बोलत होतो! याबोम म्हणाली, ''आज सकाळी जाऊन चांगली फुलं विकत आणू या. मग तू ए, बी, सी शिकायला सुरुवात कर. फुलांमुळे तुझी खोलीपण फ्रेश दिसायला लागेल आणि तुलापण थोडा हुरूप येईल, काय?''

थोड्याच वेळात आम्ही दोघी झोपून गेलो.

याबोमनं सांगितलं होतं की, तुला लंडनची सवय व्हायला थोडा वेळ लागेल आणि आता डेव्हिड अगदी तेच, या कृत्रिम हातांबद्दल सांगत होता. आम्ही पहिल्यांदाच डॉक्टरांकडे गेऊन कृत्रिम हात लावून बघितले होते. याबोम, मी, मारियामा आणि डेव्हिड होतो. जाड चामड्याचे पट्टे आणि चमकत्या धातूंचा बनलेला तो पिंजरा बॅकपॅकसारखा अडकवायचा होता. ते उपकरण अवजड होतं. फार म्हणजे फारच वजनदार. माझ्या दंडाचे आणि पाठीचे सगळे स्नायू दुखायला लागले.

सगळ्या मोठ्या माणसांनी माझी समजूत घातली की, हे हात तात्पुरतेच वापरायचे आहेत. माझे स्वत:चे कृत्रिम हात, जे बसवायला म्हणून मी खास लंडनला आले होते, ते तयार व्हायला काही आठवडे जावे लागतील. मग त्या हातांसाठी मापं घ्यायला म्हणून माझे दंड वेगळ्या वेगळ्या प्लॅस्टिकच्या साच्यांमध्ये घालून पाहिले गेले. त्यांनी मला सांगितलं की, तुझे स्वत:चे नवे हात प्लॅस्टिकचे असतील. लहान, हलके आणि सुटसुटीत. तोपर्यंत मला या भयंकर जड, धातूच्या

हातांनी काम करावं लागणार होतं.

मला काही केल्या ते धातूचे हात हवे तसे वापरता यायचे नाहीत. आठवड्यातून दोन-तीन वेळा हॉस्पिटलमधले थेरपिस्ट मला त्या हाताच्या लांब बोटांनी प्लॅस्टिकच्या मोठ्या रिंगा किंवा लहान बॉल्स उचलायला शिकवायचे. जेव्हा ती करड्या केसांची बाई मला मदत करायची, तेव्हा त्या हातांनी मी छोटंसं नाणं खोक्यावर इकडून तिकडे ढकलू शकायची; पण मला एकटीला करायची वेळ आली की, हात उचलून बोटं त्या नाण्याच्या जवळपासही मी नेऊ शकत नसे. उलट हाताच्या वजनानं खोकंच सरकायचं आणि मी पराभव आणि शरम यांनी खोल सुस्कारा टाकायची. ‘‘ठीक आहे. काही हरकत नाही.’’ ती थेरपिस्ट तिच्या ब्रिटिश उच्चारात म्हणायची; पण मला माहिती होतं, तीसुद्धा वैतागतच असेल. मला उत्तेजन देताना तिच्या मुठी वळायच्या आणि चेहरा लालबुंद व्हायचा. तिनंच सांगितलं की, सॉकरबॉल खेळाचे प्रेमी, त्यांच्या आवडत्या खेळाडूला उत्तेजन देताना असंच करतात. मला वाटतं, त्यांचे आवडते खेळाडू जिंकणार नाहीत असं माहिती असलं, तरी ते अशाच प्रकारे त्यांचा उत्साह वाढवत राहत असतील.

डेव्हिड आणि मारियामा मला सांगायचे की, मी दररोज ते हात घालून सराव करायला पाहिजे. त्यामुळे सकाळी उठल्यावर माझं पहिलं काम तेच असायचं. फादर मौरीझिओंकडून मिळालेली पँट आणि लांब बाह्यांचा शर्ट घालायचा आणि मग ते हात चढवायचे. त्यासाठी मी ते हातांचं उपकरण पलंगावर ठेवायची आणि जमिनीवर बसून पाठीकडून त्यात शिरायची. तसं करताना बऱ्याच वेळेला ते खाली पडायचं की, मग पुन्हा पहिल्यापासून सुरुवात. मी ते खुर्चीवर ठेवून, उलटं रांगत येऊन त्यात शिरायचा प्रयत्न केला, पण खुर्चीच उपडी व्हायला लागली.

याबोमला माझी दया यायची. मारियामा कामाला बाहेर पडली की, ती माझ्या खोलीत येऊन मला मदत करायची. पहिल्यांदा त्या लांब स्टीलच्या बोटांनी मी न्याहरी करायला बसले. बटर लावलेला एक टोस्ट कसा-बसा सळईवर घ्यावा तसा उचलू शकले. एकदा याबोम म्हणाली, ‘‘हं! खा-खा, तसाच खायचा प्रयत्न कर.’’ मला फार राग आला. अशा पद्धतीनं पोट भरून घ्यायला मला आवडणार नव्हतं. खरं म्हणजे ह्या कृत्रिम हातांशिवाय मी कितीतरी व्यवस्थित जेवायला शिकले होते. लांब चमचा किंवा काटा वेल्क्रोचा उपयोग करून दंडाला बांधायचा आणि त्यानं जेवायचं. त्यात मी इतकी पटाईत झाले होते की, भातापासून टणाटण उडणाऱ्या वाटाण्यापर्यंत काहीही मी खाऊ शकत होते. मग मला काय करायचे होते ते खोटे हात? तो टोस्टचा प्रसंग घडल्यापासून मी सकाळची न्याहरीच करायची बंद केली. ते कृत्रिम हातांचं उपकरण घालून मी बेडरूमच्या बाहेर यायची. सीरीयलचे डबे, दुधाच्या कॅन्स, क्रीम, केळी, ब्रेड यांच्याकडे नुसतं बघायची. म्हणायची, ‘‘मला भूक

नाही लागली.'' आणि बेडरूममध्ये जाऊन उदास बसून राहायची. याबोम येईपर्यंत.

सुटीच्या दिवशी याबोम आणि मी शहरात भटकायला जात असू, पण आता मला लंडनमध्ये फिरायला नकोसं वाटत होतं. पहिल्यांदा आम्ही फिरत असू. तेव्हा माझ्याकडे बघत लोक पुढे निघून जात असत; पण आता थबकून माझ्याकडे आणि माझ्या स्टीलच्या हातांकडे बघत राहत. मारियामा आणि याबोम यांनी मला एक मोठा निळा वुलनचा कोट आणून दिला होता. त्यात माझ्या पाठीवरचं ते उपकरण झाकलं जायचं; पण बाह्यांमधून स्टीलचे हात बाहेर दिसायचे. चमकायचे. लोक त्यांच्या छत्र्यांमधून तोंड बाहेर काढून ते दृश्य पाहत राहायचे. एक बारीकशी आफ्रिकन मुलगी, तिच्या भल्या मोठ्या कोटाच्या बाह्यांमधून लांब-लांब स्टीलचे हात लोंबतायत.

त्यापूर्वी मात्र कोपऱ्यावरच्या फुलांच्या दुकानात जाणं, हा माझा लंडनमधला आवडता 'टाइमपास' होता. त्या दुकानात जाऊन गुलाबी, पिवळ्या, लाल गुलाबांचा वास घेणं, पांढऱ्या लिली डोळे भरून पाहणं आणि दुकानदारानं केलेल्या पुष्परचनांचं सौंदर्य निरखणं, यात माझे तासन्तास कसे जात कळतही नसे. मारियामा आणि डेव्हिड यांनी किरकोळ खर्चासाठी दिलेल्या पैशातून मी गार्डिनियाची फुलं विकत घेत असे आणि ती माझ्या बेडरूममधल्या कपड्याच्या कपाटावर काचेच्या फुलदाणीत घालून ठेवत असे. आता मात्र मी दुकानात गेले की, तिथली ती लाल केसांची सुंदर सेल्सलेडी सारखी माझ्या मागेमागेच फिरत राहायची. न जाणो माझ्या लांब-लांब स्टीलच्या हातांनी मी कशाला धक्का लावला तर? कारण एकदा तसं घडलंच होतं. पांढऱ्या गुलाबांचा सुंदर गुच्छ माझ्या हातानं जमिनीवर विखरून पडला होता.

फ्रीटाउनमध्ये भीक मागत असताना, मी माझी नजर जमिनीकडे लावून ठेवायला शिकले होते. लंडनमध्येही मी तसंच करत होते. तरी मला अनोळखी लोकांच्या नजरा जाणवायच्या. मला इथले काही भिकारीसुद्धा दिसायचे. घरदार नसलेले, घाणेरडे. भीक मागण्यासाठी ते काळ्या प्लॅस्टिकच्या पिशव्यांऐवजी पत्र्याचे डबे वापरीत! असाच एक तरुण होता. आमच्या अपार्टमेंटपासून जवळच लंडनचं भुयारी रेल्वेचं स्टेशन होतं. त्याच्या प्रवेशद्वाराशी तो नेहमी दिसायचा. असेल वीसेक वर्षांचा. त्याचे सोनेरी केस मळके, विटके दिसत. अंगावर फाटका ओव्हरकोट, करड्या रंगाची विणलेली हॅट आणि फाटकी विटकी पँट असे. त्याचे हातसुद्धा खूप घाणेरडे होते. बोटं सगळी पिवळी पडलेली. याबोमचा अंदाज सिगरेटमुळे पडली असतील असा होता. कधी-कधी तर नुसता थंडगार सिमेंटच्या जमिनीवर बसून असायचा. कधी गिटार वाजवत असायचा. एकदा मी त्याला आफ्रिकन ड्रमसुद्धा वाजवताना पाहिलं होतं. त्याला काही गावच्या मुलांइतकं चांगलं वाजवता येत नव्हतं. ते खूप जलद गतीनं, जोरजोरात वाजवायचे. हा आपला प्रयत्न करत होता इतकंच.

तिथून जाताना माझ्या धातूच्या हातांनी शक्य तितक्या हलकेपणी मी याबोमच्या

कोपराला स्पर्श करून त्याला पैसे दे म्हणून खूण करायची. ती विरोध करायची, ''आपल्याला काही असे उधळायला पैसे मिळत नाहीत.''

''प्ली ऽ ज, याबोम! आम्ही कँपमध्ये असताना भीक मागायचो तसाच आहे गं हा,'' मी अजिजी करायची.

शेवटी याबोम काही नाणी त्याच्या गिटारकेसमध्ये टाकायची. मी हसून त्या तरुणाकडे बघायची; पण त्यानंही नजर खाली लावून ठेवायचं तंत्र शिकून घेतलं असावं.

''इथं लंडनमधल्याही तरुणांना भीक का मागावी लागते? मला वाटायचं, हा इतका श्रीमंत देश आहे, सगळे जण मर्सिडीजमधूनच फिरत असतील,'' एकदा रात्रीचं, भात आणि कोकराच्या मटणाचं जेवण जेवताना मी मारियामा आणि डेव्हिडला प्रश्न विचारला.

''इंग्लंड हा सिएरा लिओनपेक्षा नक्कीच श्रीमंत देश आहे,'' डेव्हिड म्हणाला, ''हे खरं असलं तरी इथेही गरीब लोक आहेतच, जगात सगळीकडे गरीब लोक असतात. खरं म्हणजे जगात श्रीमंतांपेक्षा गरीब लोकच जास्त.''

मला धक्काच बसला. अरे बाप रे! म्हणजे मी लवकर शिक्षण घेऊन नोकरी केली नाही, आणि मला इंग्लंडमध्येच राहावं लागलं, तर मी इथेही रस्त्यावरची भिकारीण होईन. सिएरा लिओनमध्ये झाले होते, तशी. फक्त एकच मोठा फरक असेल. इथे मला पावसात आणि थंडीत भीक मागत फिरावं लागेल!

जेवण झाल्यावर ताबडतोब मी याबोमकडून, फ्रीजला लावलेले रंगीत अक्षरांचे चुंबक काढून घेतले. इतके दिवस मी ती मुळाक्षरं शिकण्याचा कधीच मनापासून प्रयत्न केला नव्हता. कारण माझ्या धातूच्या खोट्या बोटांनी ती अक्षरं हलवायला मला अजिबात आवडत नसे. डेव्हिड आणि मारियामा जेवणाचं टेबल आवरत असताना मी हळूच याबोमला ती अक्षरं माझ्या खोलीत आणून द्यायला सांगितलं. तिच्या मदतीनं ते पाठीवरचं जड उपकरण काढलं आणि मग जमिनीवर मांडी घालून बसून माझ्या दंडांनी मी ती अक्षरं लावायचा प्रयत्न करू लागले. साधारण दीड तासाच्या प्रयत्नानंतर, अनेकदा चुका केल्यावर, याबोमच्या मदतीनं मी एपासून झेडपर्यंत अक्षरं क्रमवार लावू शकले. याबोमला खूप आनंद झाला. ती म्हणाली, ''उद्यापासून आपण काही इंग्लिश शब्दांचं स्पेलिंग लिहायला सुरुवात करू.''

आमची स्पेलिंगची शिकवणी चांगली चालली होती. दोन आठवड्यांनंतर याबोमनं मला विचारलेल्या एका प्रश्नानं मी उडालेच! ''मारिआतू, हा बिल कोण आहे गं?''

काय उत्तर द्यावं, मला सुचेना. मी मारियामाकडे पाहिलं. तीही माझ्याकडेच रोखून पाहत होती.

आम्ही तिघी मारियामाच्या पुढच्या हॉलमध्ये बसलो होतो. त्या दिवशी मारियामा तिच्या सरकारी नोकरीवरून घरी परतली. त्या वेळी मी याबोमच्या मदतीनं अक्षरं लावत

बसले होते. आल्या-आल्या तिनं याबोमला स्वत:च्या खोलीत बोलावलं. मग मी टी. व्ही. लावून त्यावर संगीताचा कार्यक्रम पाहत बसले. थोड्याच वेळात दोघी परत आल्या. मारियामानं टी.व्ही. बंद केला. याबोम येऊन माझ्याशेजारी सोफ्यावर बसली.

''मारिआतू, कोण आहे हा बिल?'' मारियामानं तोच प्रश्न विचारला, पण याबोमसारखा चांगल्या पद्धतीनं नाही.

माझं एक मन म्हणत होतं, यांना बिलबद्दल अगोदरच माहिती झालं असेल तर बरं होईल, कारण याबोम आमच्या फ्रीटाउनच्या कॅंपमध्ये नियमीतपणे फोन करून माझ्या प्रगतीबद्दल कळवीत असे. माझ्या घरच्या माणसांना द्यायला निरोपही देत असे. माझी खबरबात कळवत असे. अशाच एका फोननंतर तिनं मला सांगितलं होतं की, मारी, अली आणि आदमसी हे तिघं मसायकाजवळच्या एका छोट्या खेड्यात राहायला गेले आहेत. हे गाव फ्रीटाउनपासून मिनी बसनं एक तासाच्या अंतरावर आहे. त्यांना कॅनडात राहणाऱ्या एका माणसानं पैशांची मदत केल्याचंही तिनं मला सांगितलं होतं.

'म्हणजे याबोमला आणि मारियामाला बिल कोण ते माहीत नसणं कसं शक्य आहे?' मी स्वत:लाच विचारलं. मारियामा बोटांनी खुर्चीवर ताल धरण्याचा अस्वस्थ चाळा करत होती.

''मारिआतू, हा बिल कोण आहे, ते प्लीज आम्हाला सांग,'' याबोमनं पुन्हा विचारलं.

मी एक खोल श्वास घेतला आणि सांगायला सुरुवात केली. पुढच्या एक तासभर मी त्या दोघींना बिल माझ्या आणि माझ्या घरच्यांच्या आयुष्यात कसा आला, त्याची हकिकत सांगत होते.

''मग हे सगळं तू आम्हाला आधी का नाही सांगितलंस?''

''मला वाटलं, तुम्ही बिलला ओळखत असाल. शिवाय तो काही मला कॅनडाला घेऊन जाणार नव्हताच.''

खोल नि:श्वास टाकून याबोम म्हणाली, ''मारिआतू, तुला कॅनडाला घेऊन जाण्याची त्याची इच्छा आहेच. त्यानं तसं कबूलच केलेलं आहे.''

मला झालेला आनंद दिसू न देण्याचा मी आटोकाट प्रयत्न केला. मारियामा, याबोम, डेव्हिड यांनी माझ्याकरता इतकं काही केलेलं होतं की, त्यांना दुखवावंसं मला मुळीच वाटत नव्हतं; पण याबोमनं सांगितलेली बातमी ऐकून मात्र माझं मन सुखावलं. का ते नक्की नाही सांगता यायचं. 'कॅनडा' नावाच्या अनोळखी प्रदेशाबद्दल मला एकच माहिती होतं की, तिथे आभाळातून भुरुभुरु मीठ पडतं; पण कसं कोण जाणे, मला आतून वाटत होतं की, माझी खरी जागा कॅनडामध्येच आहे. म्हणून मी विचारलं,

"बिल काय म्हणतोय? केव्हा जायचंय मी कॅनडाला?"

मारियामा रागानं म्हणाली, "मारिआतू, तुझे कृत्रिम हात आता केव्हाही तयार होऊन येतील. ते कसे वापरायचे ते तुला शिकायचं आहे. तुझी ट्रीटमेंट अजून पूर्ण व्हायची आहे. तुला नाही इंग्लंड सोडून जाता येणार."

माझी कानशिलं तापलेली मला स्पष्ट जाणवलं. मी म्हणाले, "पण मला जायचंय कॅनडाला. इंग्लंडमध्ये तर मी फक्त सहा महिनेच राहणार आहे. मग त्यानंतर काय? त्यानंतर जाऊ शकेन ना मी कॅनडाला?"

याबोम माझ्याजवळ सरकली. मला जवळ घेत म्हणाली, "हे बघ, आता तुला इथेच राहावं लागेल बहुतेक. तशी खूप दाट शक्यता आहे, कारण मारियामाच्या घरच्या माणसांची तुला दत्तक घेण्याची इच्छा आहे. एकदा तुला तुझे नवे हात वापरण्याची सवय झाली की, तुला मुलींच्या शाळेत घालणारेत ते."

"कशासाठी ऽऽऽ?" मी ओरडले. माझ्या या प्रतिक्रियेनं मारियामा आणि याबोम चकित झाल्याच, पण मलाही नवल वाटलं. मात्र आता मला माझा संताप दाबून ठेवणं शक्य नव्हतं. "मला कशासाठी या... दांडग्या यंत्राची सवय करायला लावताहात? मला मुळीच आवडत नाहीत, हे स्टीलचे बेंगरूळ हात. मला जे काय करावंसं वाटतं ना, ते सगळं मी या खोट्या हातांशिवाय जास्त चांगलं करू शकते. मला नाही राहायचं इथे. मला इथून दुसरीकडे जायचंय. मी कॅनडाला जाणार!"

"काही वाटतं का तुला असं म्हणताना? अगं तुला जी संधी मिळालीय ना, ती मिळावी म्हणून फ्रीटाउनच्या कँपमधली मुलं स्वप्नं पाहत असतात; पण कुणालाच ती मिळत नाही. तुला मिळालीय, तर अशी कृतघ्नपणे बोलू नकोस," मारियामा रागारागानं बोलू लागली.

मी उठले. दाणदाण पावलं आपटत निघाले. "पण मी कुणाला असं काही मागितलंच नव्हतं. तुम्हीच आपणहून मला देऊ केलंत. आता मात्र मी मागते आहे. मला कॅनडाला जायचंय!" मी सरळ माझ्या बेडरूममध्ये गेले. ते जडशीळ उपकरण काढलं आणि जमिनीवर फेकलं. माझ्या मागोमाग आलेल्या याबोमनं मला समजावून शांत करण्याचा प्रयत्न केला. मी तिला दरवाज्याकडे ढकलून दिलं.

"मला एकटीला राहू द्या ऽऽऽ," मी विचित्र हालचाली करत तिच्यावर चालून गेले. मी स्वत:ला आणि बाळाला मारून टाकण्यासाठी गोळ्या घेऊ लागले, तेव्हा अबिबातूनं मला थांबवलं. त्या रात्री तिच्यावर तुटून पडले होते; तशीच मी याबोमवरही चालून गेले. तो हल्ला चुकवण्यासाठी ती घाबरून कित्येक पावलं मागे गेली.

मी धाडकन बेडरूमचा दरवाजा लावून घेतला. माझा श्वासोच्छ्वास जोरजोरात आणि अनियमित चालला होता. मी स्वत:ला पलंगावर झोकून दिलं. तिथून पुन्हा घसरत खाली जमिनीवर आले आणि गुडघ्यावर मान टाकून रडू लागले.

बऱ्याच वेळानं माझं रडणं थांबलं; पण मी बेडरूममध्येच राहिले. काही वेळानं अपार्टमेंटमध्ये शांतता पसरली. सगळे जण झोपायला गेले असावेत.

माझ्याकडे कुणीच फिरकलं नाही. मला 'गुड नाइट' म्हणायलासुद्धा नाही. त्यांना वाटलं असेल, मी आत झोपी गेले असेन. उद्या उठल्यावर होईन शांत.

माझा राग शांत झालाही. कॅनडाला जाण्याचा निश्चय मात्र कायम होता. डेव्हिड आणि मारियामा यांनी मी इंग्लंडलाच राहावं म्हणून खूप विनवण्या केल्या; पण मी बधले नाही. यापुढे हिच्याशी बोलण्यात काही अर्थ नाही, हे उमजून बिचाऱ्या याबोमनं मला कॅनडाचा व्हिसा मिळवून देण्यासाठी प्रयत्न सुरू केले.

आणि एके दिवशी सकाळीच आम्ही ट्यूब रेल्वेत बसून कॅनडा हाय कमिशनच्या ऑफिसमध्ये जाऊन धडकलो.

तिथली तरुण कर्मचारी स्त्री म्हणाली, ''सॉरी, पण तुम्हाला तुमच्या जन्मगावी जाऊन तिथून कॅनडाला येण्यासाठी अर्ज भरावा लागेल.''

''पण सध्या ती सिएरा लिओनला जाऊ शकत नाही. तिथे युद्ध चालू आहे. तिकडे गेली, तर कदाचित पुन्हा बाहेरच पडू शकणार नाही,'' याबोमनं रदबदली करत सांगितलं.

हे पूर्ण खरं नव्हतं; कारण २००२ सालचा तो फेब्रुवारी महिना होता. त्यापूर्वी साधारण एक महिना आधी, राष्ट्राध्यक्ष अहमद तेजान काबाह यांनी युद्ध संपल्याचं घोषित केलं होतं.

''पण तिला सिएरा लिओनहूनच अर्ज करावा लागेल. तसा नियम आहे. त्यामुळे मी इथून काहीच करू शकत नाही,'' त्या कम्रचारी स्त्रीनं नम्रपणे सांगितलं.

''मग मी आता जाते परत घरी,'' रेल्वे स्टेशनवर येताच मी याबोमला सांगून टाकलं.

''तसं केलंस तर तुला तिथून परत कधीच बाहेर पडता येणार नाही,'' मला सावध करण्यासाठी याबोम सांगू लागली. ''मारियामा आणि डेव्हिड सांगतात तेच बरोबर आहे. इंग्लंड हीच तुझी संधी आहे. सिएरा लिओनला परत जाणं फारच धोक्याचं आहे. फ्रीटाउनमध्ये तर कॅनडियन कॉन्सुलेटचं ऑफिससुद्धा नाही. ही बया, तुला कुठून अर्ज करायला सांगतेय देव जाणे. बघ बाई. तिकडे गेलीस तर कायमची अडकशील. मग तुला फ्रीटाउन सोडून कुठेच जाता येणार नाही. तुझी तशीच इच्छा आहे का?''

आम्ही ट्यूब रेल्वेत एकमेकींशेजारी बसेपर्यंत मी काहीच बोलले नाही. नंतर तिच्या हातातून माझा दंड सोडवून घेत मी हळूच म्हटलं, ''तुला खरं सांगू, मला अगदी आतून असं वाटतं की, इंग्लंड हे माझं ठिकाण नाही. तसं कशामुळे वाटतं, वगैरे कोणताही खुलासा मला करता येणार नाही. बऱ्याच गोष्टींबद्दल आत्तापर्यंत असंच होत आलेलं आहे. मला आतून वाटलं, एखादी घटना घडणार की, ती

घडते. बंडखोर येणार असं मला ज्या दिवशी वाटत होतं, त्याच दिवशी ते आले. पूर्वी मी असं बोलून दाखवायची नाही. मोठी माणसं सांगतील तसं वागायची; पण तू माझ्यावर विश्वास ठेव. मी हातांशिवाय आता सगळंच करू शकते. त्यामुळे खोट्या हातांची मला गरज नाही. मला माझ्या घरच्या माणसांना भेटायचं आहे. मी कसंतरी करून कॅनडाचा व्हिसा मिळवेन. त्या बर्फ पडणाऱ्या देशातच मी शाळेला जाऊन शिकून स्वत:चं कल्याण करून घेणार आहे. माझं मन मला तसं सांगतंय.''

''ठीक आहे. मी ठेवते तुझ्यावर विश्वास. शेवटी हे तुझं आयुष्य आहे. माझ्याकडून होईल तेवढी मदत मी तुला करीन,'' याबोम म्हणाली.

सोळा

एकदा माझ्या मनात साचलेला राग बाहेर पडला, तेव्हापासून याबोम, मारियामा आणि डेव्हिड यांनी माझ्यावर दबाव आणायचं सोडून दिलं. ते हाताचं यंत्र घालूनच तू बाहेर पडलं पाहिजेस किंवा 'त्या हातांनीच काटे चमचे धरून न्याहरी केली पाहिजे' असं कुणी सांगेनासं झालं. मी जर म्हटलं की, 'आज सराव नको, उद्या करू या', तर ते मला विरोध किंवा आग्रह करायचे नाहीत.

मीसुद्धा बुटाच्या नाड्या बांधणं, स्वेटर आणि जॅकेटच्या झिप्स लावणं, बाटलीचं झाकण उघडणं हे सगळं फक्त दंड आणि दात यांच्या साहाय्यानं त्यांना करून दाखवत होते. मी माझं जेवणही स्वत:च शिजवू लागले. बहुतेक वेळा मिरे घालून भात किंवा चिकन. याबोम आणि मी बाजारातून मासे आणले, तर तेही मी शिजवायची.

एका रात्री डेव्हिड म्हणाला, ''मला वाटायला लागलं आहे की, या कृत्रिम हातांचा तुला फायदा होईल असा आम्ही विचार करत होतो ते चुकलंच आमचं.'' हे तो पूर्ण सहानुभूतीनं बोलत होता.

''तसं नाही. पुढे-मागे मला ते घालायची सवय होईलसुद्धा; पण सध्या मला ते न घालताच सगळं करायला बरं वाटतं आहे. तुम्ही सगळ्यांनी मला खूप मदत केलीत. इंग्लंडमध्ये मला बरंच काही शिकता आलं. मी तुम्हा सगळ्यांची आभारी आहे.''

मला खरोखर इंग्लंडमध्ये पुष्कळसं शिकायला मिळालं होतं. ती मोठी माणसं माझ्या अनुभवाला अपयश समजत होती, पण तसं नव्हतं. आता मला थोडं-थोडं इंग्लिश वाचता येऊ लागलं होतं, रस्त्यावरून चालताना वाहतुकीचे सिग्नल मला समजत होते, शंभरपर्यंत आकडे येत होते आणि सगळ्यात महत्त्वाचं म्हणजे स्वत:ला काय हवं आहे, ते समजून व्यक्त करण्याइतका आत्मविश्वास माझ्या ठिकाणी निर्माण झाला होता.

आणि अशाच एका पावसाळी दिवशी मी फ्रीटाउनला जाण्यासाठी लंडन सोडलं. माझ्या ढकलबॅगेत माझे नवे प्लॅस्टिकचे हात, नीट कागदात गुंडाळून ठेवलेले होते. आता त्या धातूच्या जड उपकरणाची जागा, प्लॅस्टिकच्या हलक्या, सुंदर हातांनी घेतली होती. ते माझ्या दंडांवर बसायचेही फिट. तरीसुद्धा अजूनही कृत्रिम हातांशिवायच सगळी कामं करायला मला आवडायचं.

लंडनमध्ये स्वत:बद्दल मला आणखी एक शोध लागला की, मला फॅशन करायला आवडते. बॅगेत हातांशेजारी, काळे लेदरचे उंच टाचांचे बूट ठेवलेले होते. जेव्हा मी याबोमला माझ्याकरता ते विकत घ्यायला सांगितले, तेव्हा ती म्हणाली, ''काय गं, हे घालून तू चालणार कशी? आणि कुठे जाणारेस तू हे बूट घालून?''

पण ते बूट घालून मी सगळीकडे जात होते. मी लंडन सोडलं, तेव्हापर्यंत, मला फिट बसणाऱ्या निळ्या लोकरी कोटाच्या खिशात माझे दंड लपवून, ते फॅशनेबल बूट आणि मारियामाचा रेशमी स्कार्फ घालून लंडनच्या रस्त्यांवरून फिरण्याचा आनंद घेण्याची मला सवयच झालेली होती.

आम्ही विमानात बसल्याबरोबर मी खिडकी बंद करायला लावली. विमान हवेत भरारी घेताना मला पाहायचं नव्हतं. ते हळूहळू वेग वाढवत ढगांच्या जवळ-जवळ जाणं आणि मग ढगात शिरणं मला पाहायचंच नव्हतं. विमानाला बसणाऱ्या प्रत्येक धक्क्याबरोबर मी शेजारी बसलेल्या याबोमला घट्ट धरून ठेवायची.

विमानात बहुतेक प्रवासी झोपतात; पण मी एकदाही डोळे मिटलेसुद्धा नाहीत. विमान कोसळायच्या भीतीनं पूर्ण वेळ जागीच राहिले. विमानसेवेचे कर्मचारी इंग्लिशमध्ये जे सांगत होते, त्यातला शब्दन्‌शब्द मी जिवाचा कान करून ऐकत होते. त्यातलं काही-काही मला समजलंसुद्धा. विमानात आम्हांला 'साधं चिकन आणि बटाटा' हे जेवण मिळालं. मी त्यातलं थोडंच खाल्लं. विमान उतरण्याची सूचना मिळाली, तेव्हा झटपट थोडा मेकअप केला. आता मी पंधरा वर्षांची झाले होते. लंडनमध्ये याबोमनं तिच्या साहित्यातून मला मेकअप करायला शिकवलं होतं. फ्रीटाउनला जायला निघाले, त्याच्याआधी मारियामानं मला लिपग्लॉस, गुलाबी आय शॅडो, आय लायनर आणि हे सगळं ठेवायला छोटी डबी घेऊन दिली होती. नवी कोरी. केवळ माझ्या एकटीसाठी.

याबोम आणि मी 'लुंगी इंटरनॅशनल विमानतळावर' उतरलो, तेव्हा मध्यरात्र झाली होती. हा विमानतळ फ्रीटाउन शहराजवळ, सिएरा लिओन नदीपलीकडे आहे. एवढी रात्र असूनही विमानतळावर हमाल आणि कस्टम अधिकाऱ्यांची गजबज होती. एका अधिकाऱ्यानं माझ्या सिएरा लिओनच्या हिरव्या पासपोर्टवर शिक्का मारला आणि मला विमानतळाबाहेर जाऊ दिलं.

आम्ही बाहेर आलो आणि काही लहान मुलांनी शिटी वाजवून आमचं लक्ष वेधलं आणि लगोलग आमच्यापाशी येऊन पैशासाठी हात पसरले. तिथली गरम हवा आणि ती पोरं पाहून कुणीतरी विटकर फेकून मारल्यासारखं वाटलं मला! ही तर माझ्यासारखीच पोरं होती. त्यांनी काही लिओन मिळवून नेले, तरच यांच्या घरची चूल पेटणार होती आणि कुटुंबाला भात भाजीचे चार घास खायला मिळणार होते. भीक मागण्यासाठी विमानतळ ही चांगली जागा होती. परदेशातून, साहाय्यकारी

संस्थांचे प्रतिनिधी म्हणून येणारे लोक इतका लांबचा हवाईप्रवास करून आल्या-आल्या त्यांना नक्कीच सढळ हातानं पैसे देत असतील.

याबोमनं एका पोराला काही लिओन्स देऊन आमच्या सूटकेसेस बग्गीत चढवून घेतल्या आणि आम्ही टॅक्सी-मिनी बसपर्यंत गेलो. तिथे प्रवाशांची वाट पाहत मिनीबसेस उभ्याच होत्या. एका मिनीबसमध्ये आम्ही पंधरा जण सामानासह कोंबून बसलो. मी आणि याबोम सोडून बाकी सगळे परदेशी होते.

टॅक्सी आम्हाला घेऊन सरळ फेरीबोटीवर चढली. आम्ही नदीच्या मध्यावरून चाललो असताना मी बसमधून उतरून क्रून बोटीच्या कठड्यापाशी गेले. भरभरून मोकळा श्वास घेतला. जळणाऱ्या कोळशाचा आणि मसाल्यांचा संमिश्र वास माझ्या भेटीला आला. 'मी घरी पोहोचले!' मनानं ग्वाही दिली. ओठावर हसू आलं आणि त्याच वेळेला भीतीची थंड शिरशिरी पाठीच्या कण्यातून आरपार गेली. ...'मला परत कधी सिएरा लिओन सोडून जाताच आलं नाही तर? आपण नाही बाबा, यापुढे भिकाऱ्यासारखं जगू शकणार!' त्या क्षणी माझं एक मन म्हणालं, 'मारिआतू, लंडन सोडून तू फार मोठी चूक करून बसली आहेस.'

टॅक्सीत परत येऊन बसले. मनातले विचार याबोमला सांगितले नाहीत. तिला झोप लागली होती. फेरीबोट नदीच्या दुसऱ्या तीरावर पोहोचली. तेव्हा तिला मी उठवलं. तेवढ्यात आम्हाला घ्यायला आलेला तिचा नवरा दिसला. त्यानं आमचं सामान उतरवून घेतलं. एका मित्राची जुनी गाडी घेऊन आला होता. तिच्या डिकीत बॅगा ठेवल्या. मी मागच्या सीटवर आणि याबोम नवऱ्याशेजारी पुढच्या सीटवर बसली.

एवढ्या रात्रीदेखील गल्ल्यांमध्ये जाग होती. माणसं शेकोट्या पेटवून कसावा भाजत होती. तर काही जण तिथे रस्त्यावर मातीतच चटया पसरून झोपायच्या तयारीत होते. मी खूपच थकले होते. मला पेंग यायला लागली, तेवढ्यात फ्रीटाउनच्या घड्याळाच्या टॉवरपासून गाडी डावीकडे वळल्याचं लक्षात आलं. मी सावध झाले. पुढे झुकून विचारलं.

"कुठे चाललो आहोत आपण?"

"आमच्या घरी" याबोम उत्तरली.

"पण मला कँपमध्ये परत जायचंय."

"नाही मारिआतू. तेवढं मात्र नाही करता येणार मला."

"का? मला माझ्या घरच्या माणसांना भेटायचंय."

"अगं, पण तुझ्या घरचे तर मसायकाजवळच्या खेड्यात राहायला गेलेत ना?"

"फक्त काही जण गेलेत. बाकीचे माझे सगळे नातेवाईक, मित्रमंडळी ॲबरदीनमध्येच आहेत," आता मी चक्क ओरडू लागले होते, "प्लीज मला तिकडे सोडा!"

याबोम माझ्याकडे वळली. सौम्य पण कणखर आवाजात म्हणाली, "हे बघ

मारिआतू, या देशात अजूनही सगळं स्थिरस्थावर झालेलं नाहीय. युद्ध संपलं असलं, तरी बरेच लोक बेघर आहेत. ते आपल्या गावी परत जाऊ शकत नाहीयेत. अजून बरेच जण तुझ्यासारखे अपंग होऊन बसलेत. तुला इंग्लंडला जायला मिळालं, आता कॅनडालाही जायला मिळणार म्हणून ते वरकरणी आनंद झाल्याचं म्हणतात खरं; पण आतून ते तुझ्या भाग्यावर जळतात. तुला जे मिळालं, ते त्यांना नाही मिळू शकलं, म्हणून. ते वाटेल ते करू शकतात. एखादी चेटकीण बोलावून तुझ्यावर चेटूकही करतील तुझं वाईट व्हावं म्हणून.''

''मला नाही तशा गोष्टींची भीती वाटत. मला ओळखणाऱ्या कुणालाही माझं वाईट व्हावं असं वाटत नाही. मी आत्तापर्यंत एवढ्या वाईट प्रसंगांतून गेले आहे. आता कोण माझं आणखी वाईट करू शकणार आहे? नेऊन सोडा तुम्ही मला कॅंपमध्ये.''

थोडा वेळ याबोम माझ्याकडे पाहत राहिली. मग म्हणाली, ''मारिआतू, मी नक्कीच तुला मदत करीन; पण तुला माझं ऐकावं लागेल.''

आता मी आवाज चढवला, ''आणि तुला माझ्यावर विश्वास ठेवावा लागेल. लंडनमध्ये मला तसं कबूल केलं होतंस. मला ॲबरदीन कॅंपमध्ये जायचंय.'' याबोमचा नवरा म्हणाला, ''जाऊ दे ना तिला जिथे जायचं तिथे. स्वत:चे निर्णय स्वत: घेण्याइतकी मोठी आहे ती.''

त्यानं गर्रकन एका गल्लीत गाडी वळवली आणि काही मिनिटांतच, धक्के खात आम्ही ॲबरदीनच्या रस्त्याला लागलो. कॅंप जवळ आल्यावर दुरूनच शेकोट्या पेटलेल्या दिसल्या. लोकांच्या बोलण्याचे आणि कुत्र्यांच्या भुंकण्याचे आवाज यायला लागले. याबोमनं खाली उतरून मोटारचा मागचा दरवाजा उघडून दिला.

''मी जाईन आता एकटी,'' मी म्हटलं,

''बघ हं! तू म्हणतेयस म्हणून विश्वास ठेवतेय तुझ्यावर. थोड्या दिवसांनी येईन तुला भेटायला. सगळं ठीक होणारे मारिआतू, तुझं सगळं काही ठीक होणार आहे.''

मी हॅंडबॅग खांद्याला अडकवली. मोठ्या ढकलबॅगेचं हॅंडल ढकलत चालू लागले.

कॅंपच्या दारातून आत शिरण्यापूर्वी वळून याबोमला म्हटलं, ''नवऱ्याच्या सहवासात, तुझे दिवस आनंदात जावोत. लवकरच आपण परत भेटू आणि दोघी मिळून कॅनडाला जाऊ. मुळीच काळजी करू नकोस.''

''हॅलो ऽऽ हॅलो ऽऽऽ! कुणी आहे का आत?'' असं ओरडतच मी तंबूत शिरले.

मोहम्मद, इब्राहीम, अब्दुल, फातमता सगळे झोपले होते. मी त्यांना उठवलं. मला पाहून सगळ्यांना खूप आनंद झाला. याबोमनं घरी फोन केला, तेव्हा मला कळलं होतं की, आता अब्दुल आणि फातमताला मुलगी झाली आहे, आणि माझी आठवण म्हणून त्यांनी तिचं नाव 'मारिआतू' ठेवलं आहे.

फातमतानं मला ओढून मिठी मारली. मोहम्मद नेहमीप्रमाणे विनोद करत

म्हणाला, ''आलीस ना? मला माहिती होतं. माझ्याशिवाय तुला करमणार नाही तिकडे! चल बरं, आपण लग्नच करून टाकू या आता!''

''हा-हा-हा'' मी त्याला वेडावत म्हटलं; पण पांढऱ्या शर्ट पँटमध्ये तो फार देखणा दिसत होता, हे मला मान्य करावंच लागलं. ''काय रे? मी गेल्यावर काय झालं तुला? तू तर एकदम फिल्मी हिरोसारखा चमकायला लागलास!''

''कशासारखा?''

''काही नाही रे!'' मी त्याला मिठी मारत म्हटलं. मोहम्मदनं जन्मात कधी टी.व्ही. किंवा सिनेमा पाहिला नव्हता, हे मी क्षणभर विसरूनच गेले होते!

डेव्हिड आणि मारियामा यांनी निघताना मला काही पैसे दिले होते. त्यातून सुरुवातीचे काही दिवस मी माझ्या अख्ख्या कुटुंबाला पोटभर जेवायला घालू शकले. अगदी मासे आणि बकरीच्या मटणासहित. बाजारात जाऊन मी तांदळाची गोणी विकत घेतली. अब्दुल आणि फातमता यांनी डोक्यावर वाहून ती घरी आणली. शिवाय भाज्या, अननस, अवोकाडो, केळी, नारळ असं सगळं विकत घेतलं; पण बाजारात फारसा माल विकायला नव्हता. फातमतानं सांगितलं की, युद्धाच्या वेळी फार मोठ्या प्रमाणावर पिकांची नासधूस झाली. आता कुठे हळूहळू शेतकरी पुन्हा कामाला लागताहेत. म्हणजे फ्रीटाउनमध्ये विकत घ्यायला परवडत असेल, तरी उपासमारीतून कुणाचीही सुटका नव्हतीच!

परत आल्यावर थोड्या दिवसांनी मी व्हिक्टरला भेटले. तो सांगत होता की, आमच्या थिएटर ग्रुपचे पुष्कळ सदस्य आता कँपमधून गेले होते. काही जण आपापल्या खेड्यात परत गेले तर काहींना घरं बांधून मिळाली. नॉर्वेच्या एका सेवाभावी संस्थेनं लोकांना घरं बांधून दिली. आमच्या मारी, अली आणि आदमसी यांना त्यातलं एक घर मिळालं होतं.

''सरकार लोकांना घरं देतंय खरं, पण ती त्यांच्या मूळ जागेपासून फारच दूर आहेत. आपल्या ग्रुपमधले काही जण एकटेच तिकडे राहायला गेलेत. त्यांनी कुटुंबं नेलेलीच नाहीत. हे काही बरोबर झालं नाही,'' व्हिक्टरला फार काळजी वाटत होती. थिएटर ग्रुपजवळचाही पैसा आता संपत आल्याचं तो सांगत होता. युद्ध संपल्यामुळे सेवाभावी संस्थांकडूनही फारशी मदत येत नव्हती. ''माझ्याकडून होईल तेवढं मी करत असतो,'' तो म्हणाला. सध्या तो एक रिपोर्ट तयार करत होता. थिएटरचे फायदे काय? याबद्दल. 'बंडखोर किशोर' (Child Soldiers) आणि त्यांच्या क्रूरतेचे बळी ठरलेल्या व्यक्ती या दोघांच्याही मनावर फुंकर घालून, त्यांना बरं करण्यासाठी म्हणजे दोघांचं झालेलं भावनिक नुकसान भरून काढण्यासाठी थिएटर फार उपयुक्त ठरेल, असं त्याचं म्हणणं होतं.

तरी दहा सदस्य अजून कँपमध्ये होते. आम्ही सर्व जण पूर्वीप्रमाणेच आठवड्याच्या

शेवटी एकत्र जमून नाटुकली, नृत्य, गाणी असं काहीबाही करायला सुरुवात केली. बऱ्याच वेळा आम्ही गोलाकार बसून नुसत्या गप्पादेखील मारत असू. एके दिवशी मेमूनातू नावाच्या माझ्या मैत्रिणीनं मला विचारलं, "मग? कसं वाटलं इंग्लंड?"

"फारच थंड! तुला तर अजिबात आवडणार नाही तिकडे." याबोमनं जेव्हा मला सांगितलं की, लोक आतून तुझ्यावर जळत असतील आणि तुझं वाईट करायला बघतील, तेव्हा माझा तिच्यावर विश्वास बसला नव्हता. तरीसुद्धा मित्रमैत्रिणींना आणि नातेवाइकांना इंग्लंड आणि कॅनडाबद्दल मी फारसं काही सांगत नसे. कारण कँपमध्ये परत राहायला लागल्यावर लगेचच मला कळून आलं की, मी खूप भाग्यवान होते, म्हणूनच मला एकटीला परदेशी जायला मिळालं. त्यामुळे 'आपल्याला नाही इतक्या चांगल्या ठिकाणी जाता आलं' असं इतरांना स्वत:बद्दल वाईट वाटू नये, अशी माझी इच्छा होती.

"काय सांगतेस? थंडीपेक्षा बरंच काही चांगलं असणारच तिकडे," ती म्हणाली. "आणि तुझे नवे हात कुठायत? तुला तर ते घातलेले पाहिलंच नाही आम्ही!"

आता हिला काय उत्तर द्यावं? मला कळेना.

सध्या एका सेवाभावी संस्थेचे लोक कँपमध्येच येऊन लोकांना स्टीलचे हात बसवून देत होते. मला इंग्लंडमध्ये बसवले होते तसेच. शिवाय प्लॅस्टिकचे हात, पाय, पावलंही बसवून देत होते. लोक त्या हातांचे खायला, प्यायला, अन्न शिजवायला, अंघोळ आणि इतर शारीरिक विधींसाठी उपयोग करू लागले होते. पण मला मात्र माझ्या अवयवांचे जेवढे भाग शाबूत राहिले होते, त्यांच्याच साहाय्यानं सगळं करायला आवडत होतं. अब्दुल असताना मी इतरांपेक्षा खूप वेगळी पडले होते. मला वाटतं, म्हणूनच आता मला सगळ्यांच्यात मिसळावं असं वाटत होतं. लंडनला मी जेव्हा ते हात लपवून उंच टाचांचे काळे बूट घालून फिरत असे, तेव्हा मला खूप छान 'आपण स्टायलिश आहोत, या शहरातले वाटतो' असं वाटायचं.

एक दिवस कंफर्ट कँपमध्ये आली. एका दगडावर फतकल मारून बसली आणि तिनं जाहीर करून टाकलं की, माझी कॅनडाची ट्रिप तीच घडवून आणणार आहे. माझ्याबरोबर याबोम येणार नाही, तर ती स्वत:च येणार आहे म्हणून. ती हसली. मी माझी निराशा चेहऱ्यावर दिसू न देण्याचा प्रयत्न करत राहिले. काहीही झालं, तरी मी याबोमवर आईसारखं प्रेम करू लागले होते.

बिल मला दर महिन्याला पन्नास डॉलर्स पाठवत होता. लंडनहून आणलेले काही पौंड शिल्लक होते. तेवढ्यावर माझं भागत होतं. मला भीक मागायची गरज पडत नव्हती.

माझा कॅनडाचा व्हिसा बनवून आणायला कंफर्टला काही महिने लागले. याबोम सांगत होती ते बरोबर होतं. फ्रीटाउनमध्ये कॅनडाच्या वकिलातीचं किंवा कॅनडा

सरकारचं कोणतंही ऑफिस नव्हतं. त्यामुळे मला अर्ज करायला शेजारच्या गिनी देशात जावं लागलं. त्या लहानशा विमानप्रवासात कंफर्ट माझ्याबरोबर आली; पण विमान हवेत झेप घेताना, तिनं मला याबोमसारखी मिठी मारू दिली नाही.

"काय हे मारिआतू, अगं इतके विमानप्रवास झाले तुझे, अजून सवय नाही झाली की काय?" कंफर्टनं हसत-हसत माझे दंड दूर केले.

गिनीहून आल्यावर तिनं मला सांगितलं की, लवकरच आपल्याला कॅनडाला जायला निघावं लागेल.

"पण मला माझ्या आई-वडिलांना भेटून यायचं आहे. मला आणखी काही दिवस पाहिजेत. तू मला आधी का नाही सांगितलंस?"

"मला अगोदर माहिती नव्हतं. आज विमानाची तिकिटं हातात पडली, तेव्हा कळलं. तू तुझी बॅग भरून तयार राहा."

माझ्या आईला किंवा आजीला भेटायला जायचं, म्हणजे फार लांबचा प्रवास होता; पण एकदा तरी आईला आणि आजीला मिठी मारावी, अशी तीव्र इच्छा होती. आजी तर आता खूप म्हातारी झालेली होती. मी सिएरा लिओनला परत येईपर्यंत ती या जगातून गेलेली असेल, अशी मला भीती वाटत होती.

अखेर मी ठरवलं की, मारी, अली आणि आदमसी यांना भेटायला त्यांच्या नव्या गावाला जायचं. हे मी कंफर्टला कळू दिलं नाही. नाहीतर तिनं मोडता घातला असता. आमच्या कँपमधल्या अलुसीन नावाच्या तरुणाबरोबर मी तिला निरोप पाठवला. मी पोडा-पोडा (मिनी बसचे आफ्रिकन नाव)मध्ये बसून जवळच्या मसायका गावी पोहोचले.

खरं तर आमच्या गावापासून मारीच्या गावी जायला फक्त एक तास लागावा, इतकंच अंतर होतं. पण गेल्या अकरा वर्षांत, बंडखोर-युद्धामुळे रस्त्याची पुरती धूळधाण उडाली होती. रस्त्याला इतके मोठे-मोठे खड्डे पडले होते की, ते चुकवण्यासाठी मिनीबसला वारंवार छातीएवढ्या उंच वाढलेल्या हत्ती गवतात शिरावं लागत होतं. मी सकाळीच कँपमधून निघाले होते, पण दुपार संपत आली, तेव्हा मुक्कामी पोहोचले.

आदमसी, मारी, अली यांचं नवीन गाव म्हणजे मुख्य रस्त्यालगत बांधलेल्या दहा मातीच्या झोपड्या होत्या. वर पत्रे टाकले होते. गावाला अजून नाव दिलं नव्हतं. माझे नातलग त्यांच्या शेजाऱ्यांपैकी एक दोघांनाच ओळखत होते.

"कँपमधल्या एक-दोन जणांना मी ओळखते; पण खरं म्हणजे कुणाशीच चांगली ओळख नाही," मारी उदासपणे सांगत होती, "आपलं कुटुंब तर विस्कटूनच गेलं. जो तो जागा मिळेल तिथे राहतो आहे. आम्ही इथे परक्यांसोबत राहायला आलोय. माझ्या शेजारी कसावा दळत बसलेल्या बाईचं नावसुद्धा मला माहिती

नाही, हे तर मला अगदी कसंतरीच वाटतं बाई.''

मारी, अली आणि इतर सगळ्यांनी तिथे जमीन नांगरून शेत तयार केलं होतं. पीक तयार व्हायला एक वर्ष तरी लागणार होतं. त्यामुळे मी इंग्लंडमध्ये असताना बिल मला जे डॉलर्स पाठवत होता, त्याच्यावर सध्या त्यांचा घरखर्च चालला होता. तिथून जवळच एक तलाव होता. तिथे अलीला भरपूर मासे मिळायचे.

मी माझ्या आत्याकडे रात्री मुक्काम करण्याचं ठरवून आले होते. त्यांच्या गावातल्या मुलांनी मोठी शेकोटी पेटवली होती. मुली गवताचे स्कर्ट घालून नृत्यासाठी तयार होत होत्या. तेवढ्यात कँपमधला अलुसीन तिथे आला. धावत-धावत आल्यामुळे त्याला दम लागला होता.

''तुला आत्ताच परत निघावं लागेल,'' धापा टाकत तो म्हणाला, मला धक्काच बसला. ताडकन उठत मी त्याच्याकडे गेले. शेकोटीच्या उजेडात दिसलं – तो डोक्यापासून पायापर्यंत लाल धुळीनं माखला होता. ''तू कसा काय आलास इथे?''

''पोडा-पोडात बसूनच आलो; पण ती मसायकालाच थांबली. पेट्रोल संपलं म्हणून. पेट्रोलची खूप टंचाई आहे. पंपवाला म्हणाला, दोन तास लागतील. मग मी थांबलो नाही. तिथून पळत आलो.'' तो अजूनही धापा टाकत होता.

आदमसी दुःखी नजरेनं जाळाकडे पाहत बसली होती. दोघींना जाणवलं की, अलुसिननं आणलेल्या निरोपामुळे आमची भेट अर्धवटच राहणार होती.

''कंफर्टनं सांगितलं आहे की, तुला आत्ताच फ्रीटाउनला परत जावं लागेल. तिनं तुला परत नेण्याकरता माझ्याजवळ पैसेही दिले आहेत. सकाळी तुला काही कागदपत्रांवर सही करावी लागणार आहे. नाहीतर तुझी फ्लाइट चुकेल.''

''पण फ्लाइट तर अजून दोन दिवसानंतरची आहे.'' मी म्हटलं.

''कंफर्टनं येच म्हणून सांगितलंय. तुला आत्ता निघावंच लागेल.''

मी आदमसीसमोर जाऊन बसले तिच्या कपाळाला कपाळ लावत पुटपुटले, ''आय लव्ह यू, आदमसी, आय विल ऑल्वेज लव्ह यू! आता लवकरच परदेशी जाण्याची तुझी पाळी येणार आहे.''

सतरा

आमचं विमान टोरांटोच्या पिअर्सन विमनतळावर उतरताना मी खिडकीतून बाहेर पाहत होते.

"बाप रे! मला बाहेर नुसतं पांढरं पांढरंच दिसतंय. आपण मेलो की काय?"

"नाही, नाही!" कंफर्ट जोरात हसली. "फक्त ढगातून चाललोय.

आम्ही एकोणीस तास विमानात होतो. मी अंगात घातलेले कपडे एव्हाना चुरगळून गेले होते. त्या दिवशी माझा सर्वांत चांगला ड्रेस मी घातला होता. लाल, पिवळ्या आणि हिरव्या रंगाचा. डॉकेट आणि लप्पा. लंडनहून निघाल्यानंतर मी विमानात तीन वेळा दात घासून चेहरा धुतला होता. तरी मला पारोसं वाटत होतं.

विमान एकदम खाली झेपावलं.

"हो, आऽऽ," असं म्हणत मी गपकन कंफर्टच्या दंडाला धरलं आणि तिच्या गळ्यात पडले. या वेळी तिनं मला ढकललं नाही. "काही नाही गं. थोडा हेलकावा बसला फक्त! हं! आता बस बरं!"

खाली दिसणाऱ्या शहराच्या विस्ताराकडे मी 'आ' वासून बघतच राहिले. मोठा हिरवा भाग, सिमेंटची करडी-तपकिरी घरं आणि पुन्हा मोठ्ठा हिरवा पट्टा!

'चला! आपल्याला इंग्लंडपेक्षा कॅनडा नक्की आवडणार. आताच इतकं रंगीबेरंगी दिसतंय!' माझं मन सुखावलं.

उतरल्यावर कस्टम ऑफिसरनं माझा पासपोर्ट तपासला, व्हिसा पाहिला आणि मग हसून म्हणाली, "वेलकम टू कॅनडा!"

आम्ही विमानतळाच्या 'आगमन' भागात आलो, तेव्हा रावयीप्रमाणे मी नव्या देशाचं रंगरूप आणि वास अनुभवण्याचा प्रयत्न करू लागले. त्याऐवजी माझ्या कानांवर पडले आवाज. अनेक जण माझ्या नावानं हाका मारत होते. फटाफट कॅमेऱ्याचे फ्लॅश उडवत ते लोक माझ्याकडे येत होते. माझे डोळे दिपू लागले.

"हे काय चाललंय, कंफर्ट?"

"ते पत्रकार आहेत."

"पण माझ्याकडे कशाला येतायत ते? काय हवंय त्यांना?"

"मला वाटतं, तुझ्या कहाणीमध्ये त्यांना स्वारस्य वाटतंय." कंफर्ट कॅमेऱ्यासाठी

छान-छान हसत होती. मी पटकन तिच्याआड लपले. पत्रकारांना तिचे नाही, तर माझे फोटो घ्यायचे होते. कॅमेरे बंद झाले.

कंफर्ट मागे वळून म्हणाली, ''चल मारिआतू. आपण बिलला शोधून काढू. म्हणजे या पत्रकारांची कटकट जाईल.''

इतक्यात गणवेशातले दोन जण माझ्याकडे आले, आणि इंग्लिशमध्ये 'हॅलो' म्हणाले.

पहिल्यांदा तर मी घाबरलेच. आमच्या फ्रीटाउनमधले पोलीस उग्र दिसतात. गंभीरपणे ताठ चालणारे हे उंच धिपाड दोघे जण मला पोलीस-ऑफिसरच वाटले. त्यांनी कंफर्टला आणि मला त्यांच्यामागून यायला संगितलं. मला वाटलं, आपण पकडले गेलो. कदाचित त्यांना कळलं असेल की, मी या देशातली नाही म्हणून. अखेर मी सिएरा लिओनमधली एक गरीब बिचारी मुलगी होते, भीक मागून पोट भरणारी! पण हे पोलीस चांगले होते. त्यांनी आमच्या दोन्ही बाजूंनी चालत येऊन, त्या पत्रकारांपासून आम्हाला वाचवलं. त्यांनी आम्हाला वेटिंग रूमच्या मागच्या भागात नेलं. तिथे एक उंच, गोरा, भुऱ्या केसांचा माणूस उभा होता. त्याच्याजवळ तशीच बाई आणि एक माझ्या वयाचा मुलगा उभा होता.

कंफर्टशी हस्तांदोलन करत तो माणूस म्हणाला, ''हॅलो! माझं नाव बिल!''

बिलची बायको शेली आणि मुलगा रिचर्ड यांनी मिठी मारून माझं स्वागत केलं. बिलनं पदक असलेली सोन्याची साखळी माझ्या गळ्यात घातली.

बिल आणि शेली पत्रकारांशी बोलत होते, तेव्हा मी उजवा दंड त्या गुळगुळीत सोनसाखळीवरून फिरवला. त्यापूर्वी मला कुणीच कधी कोणता दागिना दिला नव्हता. काही मिनिटांनी आम्ही एकत्र फोटोसाठी उभे राहिलो. कंफर्टच्या सूचनेनुसार मी फोटोसाठी हसरा चेहरा केला.

बाहेर पडल्यावर मला पहिल्यांदा जाणवली, ती उष्णता. टोरांटो, सिएरा लिओनसारखंच होतं. उष्ण आणि दमट. मला घरच्यासारखं वाटलं. वातावरण प्रसन्न होतं. नुकताच पाऊस पडून गेल्यासारखं. बिलच्या मिनी व्हॅनमध्ये कंफर्टशेजारी मागच्या सीटवर बसले होते, तेव्हा मी विचारलं, ''कुठे आहे बर्फ?''

कंफर्ट हसली. म्हणाली, ''बर्फ पडतं हिवाळ्यात. त्याला अजून काही महिने अवकाश आहे. तेव्हा बघ. सगळं थंडच थंड होऊन जाईल. काळजी करू नको मारिआतू. तुला बर्फ बघायला मिळणार!'' अशी पोडा-पोडा (मिनीव्हॅन) कुणाच्या मालकीची असू शकते हे मला माहितीच नव्हतं; पण इथे बरेच लोक तशा मिनीव्हॅन चालवत होते.

या कंफर्टला कॅनडाची कितपत माहिती होती, कोण जाणे! सिएरा लिओनच्या बाहेर ती फक्त एकदाच गेली असावी. माझ्याबरोबर व्हिसा काढायला गिनीला आली

होती, तेव्हा; पण मी तिला काही म्हटलं नाही. मला तिच्या शहाणपणावर विश्वास ठेवणंच भाग होतं, कारण मला फारसं इंग्लिश येत नसल्यामुळे मी सरळ बिलला विचारू शकणार नव्हते.

कंफर्टनं माझ्या बाजूची खिडकी उघडली. हिरव्यागार शेतांच्या मधून व्हॅन चालली होती. झाडं तर इतकी गमतीदार होती! त्यांच्या गर्द हिरव्या पानांचा आकार सुयांसारखा होता. थोडं अंतर गेल्यावर मी कंफर्टला विचारलं, ''आणि यांचा कचरा कुठे गेला? रस्त्यावर तर काहीच दिसत नाही.''

युद्धाच्या काळात फ्रीटाउनमध्ये कचऱ्याचे ट्रक येईनासे झाल्यामुळे रस्ते, गल्ल्या नुसत्या कचऱ्यानं भरून गेल्या होत्या. सिगरेटच्या पाकिटापासून, प्लॅस्टिकच्या बाटल्या वगैरे सगळं रस्त्यावरच पडलेलं असायचं.

कंफर्ट क्रिओ भाषेत सांगू लागली, ''हे लोक सगळ्या वस्तू प्लॅस्टिकच्या पिशव्यांत भरून रस्त्याच्या बाजूला ठेवतात. उत्तर अमेरिकेत जाऊन भरपूर वस्तू खरेदी करत असतात आणि मग त्या नकोशा झाल्या की, रस्त्याच्या कडेला ठेवतात. कचऱ्याचे ट्रक त्या उचलून नेतात.''

तिचं बोलणं ऐकताना मला भीती वाटायला लागली. 'बाप रे! समजा या कुटुंबाच्या अपेक्षेप्रमाणे मी नसेन तर? माझ्यापासून ते अशाच प्रकारे सुटका करून घेतील की काय?'

बिल आणि त्याचे कुटुंबीय राहत होते, तो भाग रात्री इतका शांत असायचा की, रातकिड्यांची किर्र किर्र ऐकू यायची, अगदी आमच्या मग्बोरौसारखी. इंग्लंडमध्ये होती, तशीच इथेही मला झोपायला स्वतंत्र खोली होती. त्यात पलंग होता. छान तुकडे जोडलेली रजई होती. कंफर्ट सांगत होती की, खूप थंडी पडली की, ही गुबगुबीत रजई गादीवर अंथरायची. खोलीच्या मोठ्या खिडकीला मोठ्या झालरीचे पडदे लावले होते. खिडकीतून बाहेरचं जंगल दिसे.

कॅनडामध्ये दररोज ऊन पडायचं. आम्ही लांब-लांब टेकड्यांमध्ये फिरायला जात असू. शेली दुपारी आणि रात्री पाश्चात्त्य पद्धतीचं जेवण बनवायची. ग्रिल्ड चीझ सँडविचेस, पिझ्झा, स्पॅगेटी आणि वेगवेगळी सॅलड्स.

मी तिथे रुळल्यानंतर एक दिवस बिलनं सांगितलं की, आपल्याला एका पार्टीचं बोलावणं आलं आहे. तिकडे जायचं आहे. तिकडे जाताना अगोदर शेली आणि बिल मला एका ब्यूटिपार्लरमध्ये घेऊन गेले. माझ्या वेण्या घालण्यासाठी. तिथली बाई काळ्या रंगाची होती; पण ती टेम्ने भाषा बोलत नव्हती. तिच्या बोलण्यातलं मला फारच थोडं समजलं; पण माझ्या केसांच्या वेण्या घालून तिनं त्यात रंगीत मणी गुंफून दिले. ते मला खूप आवडलं.

माझं आवरल्यावर आम्ही मोटारीत बसून शहराच्या दुसऱ्या भागात गेलो. बिलनं एका दुमजली घरासमोर गाडी उभी केली. अतिशय हसऱ्या चेहऱ्याच्या एका काळ्या बाईनं पुढचा दरवाजा उघडला. ती बाई सिएरा लिओनची होती.

"या ऽ या. तुमचं स्वागत करते," ती टेम्नेमध्ये म्हणाली. तिचे डोळे आनंदानं चमकले. तिच्या मागे एक उंच, वयस्कर माणूस उभा होता. त्यानं अगदी बारीक केस कापले होते.

"अरे वा! आत या. आत या," असं म्हणत हात पसरत त्यानं आमचं स्वागत केलं. आत शिरताना माझ्याही चेहऱ्यावर हसू फुलल्याचं मला जाणवलं. मी जणू घरी परतले होते. निदान तसं वाटत तरी होतं. काडी आणि अबोऊ नाबे या दोघांचं घर सिएरा लिओनच्या काष्ठशिल्पांनी भरून गेलं होतं. जिकडे-तिकडे पारंपरिक आफ्रिकन वेषभूषेतल्या स्त्रीपुरुषांचे फोटो लावलेले दिसत होते. स्वयंपाकघरातून जाताना सिएरा लिओनी पदार्थांचे, मसाल्यांचे परिचित वास आले. मागच्या अंगणातून मुलांचे हसण्याचे आवाज येत होते.

माझ्या आयुष्यात आलेल्या सगळ्यात चांगल्या दिवसांपैकी ती दुपार होती. काडी आणि अबोऊ यांच्या भाचे आणि भाच्या यांच्याबरोबर मी सॉकर बॉल खेळले. माझ्याच वयाच्या काही मुली भेटल्या. त्या माझ्या गावाजवळच्या माकेनी गावात वाढलेल्या होत्या. त्यांच्याबरोबर मग्बोरौ आणि सिएरा लिओनद्दल बऱ्याच गप्पा मारल्या.

त्यातल्या एका मुलीनं मला सांगितलं की, काडी आणि अबोऊ, बंडखोरांचा उठाव झाला, त्याच्या आधीपासून कॅनडामध्ये राहत आहेत. लढाई सुरू झाली, तेव्हा हिंसाचारापासून वाचवण्याकरता त्यांनी त्यांच्या बऱ्याच नातेवाइकांना टोरांटोला आणलं. त्याच मुलीनं मला सांगितलं की, उत्तर अमेरिकेत उन्हाळ्यामध्ये मागच्या अंगणात ज्या पार्टी करतात, त्यांना 'बार्बेक्यू' म्हणतात. या वेळी उघड्यावर कोळशाच्या आणि गॅसच्या शेगड्यांवर हॉट डॉग्ज, हॅमबर्गर, स्टीक्स वगैरे भाजून खातात.

"आपण सिएरा लिओनमध्ये सगळं अन्नच उघड्यावर शिजवतो नाही का? आमची आपली रोजच बार्बेक्यू पार्टी!" आम्ही जोरजोरात हसू लागलो.

"काळजी करू नका. ज्यांना वेस्टर्न खायचंय, त्यांच्यासाठी आम्ही चिकन आणि हॉट डॉग्ज ठेवलेत आणि तुमच्यासाठी आपलं सिएरा लिओनचं जेवण. तुला नक्कीच घरची आठवण येत असेल ना?" पटकन येऊन आमच्या दोघींच्या मध्ये बसत काडी म्हणाली. आम्ही घरी जायला निघालो तेव्हा जवळजवळ मध्यरात्र होत आली होती. निघताना मला जवळ घेत काडी आणि अबोऊ दोघांनी मला निरोप दिला, आणि लवकरच परत ये म्हणून आग्रह केला.

त्या रात्री झोपताना माझं मन आनंदी विचारांनी भरून गेलं होतं. काडी, अबोऊ, त्यांच्या कुटुंबातली इतर माणसं... सगळ्यांबरोबर पुन्हा एकदा राहायला आणि

सिएरा लिओनचं जेवण जेवायला मला खरंच खूप आवडलं असतं. घराकडच्या विचारांनी माझ्या मनात गर्दी केली.

त्याच विचारात माझा जेमतेम डोळा लागला, तोच मला दचकून जाग आली. कुणीतरी माझा खांदा हलवत होतं. तो बिल होता. त्यानं माझ्या खोलीतला लाइट लावला होता आणि मला जागं करून, माझ्या पलंगावर बसला होता. ओठांवर बोट ठेवून न बोलण्याची खूण करत होता.

बिलनं माझ्या कपड्यांकडे आणि छोट्या बॅकपॅककडे हात दाखवून हलकेच सांगितलं, ''चल. तुला परत काडी आणि अबोऊ यांच्याकडे नेऊन सोडतो.''

मला इंग्लिश फारसं येत नव्हतं, तरी त्याचं बोलणं समजलं. बाहेर अजून अंधारच होता, पण किती वाजले होते त्याचा मी विचार केला नाही. मला कपडे बदलायला सांगून बिल खोलीबाहेर गेला. मोटारीत बसताना त्यानं माझ्या एका काखेत केळं आणि दुसऱ्या काखेत पेयाचा कॅन खुपसला आणि आम्ही निघालो.

काडी आणि अबोऊ यांच्या घरी आम्ही साधारण तासाभरात पोहोचलो. ती घराबाहेर येऊन उभी होती. तिनं मला टेम्नेमध्ये सांगितलं की, बिलनं मला आज दिवसभर तिच्याकडेच राहण्यासाठी आणून सोडलं आहे. ''अगदी आनंदानं राहा माझ्याकडे,'' काडी म्हणाली. ''तुला काल भेटलेल्या मुलीपण आहेत, आज इथेच राहायला.''

मोटारीच्या मागच्या सीटवर भिरकावलेली माझी बॅकपॅक बिलनं काडीच्या हातात दिली. मला मिठी मारून 'गुड बाय' म्हटलं आणि धावतच गाडीत जाऊन बसला. गाडी दूर जाताना क्षणभर एक विचित्र भीती मनात पालीसारखी सरपटत गेली. कदाचित मला... हा बिल परत कधीच भेटणार नाही!

अठरा

काडी स्वयंपाकघरात येरझारा घालत होती.

"फोनवर काही मेसेज आलाय का, बघ ना जरा!" तिनं अबोऊला विनवलं. फोन उचलून त्यानं बघितलं आणि सांगितलं, "काही नाहीये."

मी ताठ बसले होते. भिंतीला पाठ टेकून. छाती धडधडत होती. जेवणाची वेळ उलटून गेली, त्यालाही बराच वेळ झालेला होता. आतापर्यंत बिलनं मला न्यायला यायलाच हवं होतं. दिवसभरात त्याचा एकदा फोन आला होता की, मला यायला थोडासा उशीर होईल. बस्स! त्यानंतर त्याच्याकडून काहीच समजलं नव्हतं.

काडीची मुलगी अमिनातू गरोदर होती. तिचे दिवस अगदी भरत आले होते. केव्हाही वेळ येऊ शकली असती. ती स्वयंपाकघराशेजारच्या खोलीत कोचावर बसून टी.व्ही. बघत होती. एका स्टुलावर तिनं पाय ठेवले होते, आणि पुढे आलेल्या पोटावर हळुवार हात फिरवत, एकीकडे मासिकानं वारा घेत होती. तिथूनच ती म्हणाली, "कदाचित ट्रॅफिकमध्ये अडकला असेल तो!"

"पण गर्दीची वेळही होऊन गेलीय आता. कुठे असेल बरं हा बिल?" डोकं खाजवत काडी म्हणाली आणि तिनं पुन्हा एकदा फोनवर काही निरोप ठेवला आहे का, ते बघायला नवऱ्याला सांगितलं.

पुढचा एक तासभर असंच चाललं आणि त्यानंतर एकदाची टेलिफोनची घंटी वाजली.

"हॅलो, हलो?" काडी पहिल्यांदा क्रिओमध्ये आणि नंतर इंग्लिशमध्ये बोलत होती. पलीकडचं बोलणं ऐकता-ऐकता तिचा चेहरा गंभीर होत गेला. ती फक्त "येस, ओके, येस," एवढंच बोलत होती. मग सावकाश तिनं फोन ठेवून दिला. फोन ठेवून ती माझ्याजवळ येऊन बसली. माझ्या मांडीवर थोपटत म्हणाली, "मारिआतू, बिलनं सांगितलं की, तुला आणखी काही दिवस आमच्याकडे राहावं लागेल."

मला सुरुवातीला वाटत असलेली काळजी पुन्हा वर उसळून आली. "बिलला मी आवडले नाही ना?" मी उसासा टाकत विचारलं.

"नाही गं मारिआतू, तसं नाहीये." काडी माझी समजूत घालत म्हणाली आणि मग तिनं मला पूर्ण हकिकत सांगितली. त्या दिवशी भल्या पहाटेच तिला बिलचा

फोन आला होता. त्यानं तिला सांगितलं की, मला सिएरा लिओनला परत घेऊन जाण्याचं कंफर्टनं नक्की केलं आहे. त्याला तिचंच काहीतरी कारण आहे आणि म्हणून बाहेर अंधार असतानाच मला झोपेतून उठवून त्यानं काडीच्या घरी आणून सोडलं होतं.

''बिलची इच्छा आहे की, तू कॅनडात राहून शाळेत जावंस. तो म्हणाला की, काही वेळ त्याला एकट्याला कंफर्टबरोबर राहायला मिळालं की, तो नक्कीच तिचं मन वळवू शकेल.''

''मग तसा वेळ नाही मिळाला का त्याला?'' मी.

''हं! अजून तरी नाही. आपण असं करू या. आमच्याइथे जागा आहे. तू आज इथेच बेसमेंटमध्ये इतर मुलींबरोबर झोप. काय?''

हे ऐकून मला खुदकन हसू आलं. सुआद, हजा, फन्टा या सगळ्या जणींना मी बार्बेक्यू पार्टीत भेटले होते. दुपारी मी त्यांच्याबरोबर गाण्याच्या व्हिडीओ कॅसेट्स बघितल्या होत्या आणि संध्याकाळी आम्ही सर्वांनी मिळून सिएरा लिओनी पद्धतीचा भात बनवला होता.

''शिवाय मारिआतू, सध्या तुला गरज आहे कुटुंबात राहण्याची. इथे राहून आपले सिएरा लिओनिअन पदार्थ जेवलीस, तर तुला या अनोळखी देशात रुळायला जरा सोप जाईल.''

तो आठवडा गेला, त्यानंतरचा गेला, तीन आठवडे झाले, चौथाही सरला. बिलचे अधूनमधून फोन यायचे, पण मला परत नेण्याबद्दल तो काहीच बोलायचा नाही. एक दिवस त्यानं काडीला सांगितलं की, कंफर्ट सिएरा लिओनला परत गेली. जाण्यापूर्वी तिनं मला शोधलं का, हे मला काहीच समजलं नाही. आजही माझ्या कथेचा हा भाग मला अज्ञातच आहे.

सुआद, हजा आणि फन्टा माझ्याहून काही वर्षांनी मोठ्या होत्या. प्रत्येकीचं अबोऊ आणि काडी यांच्याशी नातं होतं; पण ती नेमकी कुणाची कोण हे मला उमगायचं नाही. मग मी त्या सगळ्यांना काडी-अबोऊ यांच्या 'भाच्या' म्हणून म्हणायची.

सिएरा लिओनमध्ये झालेल्या लढाईमुळे त्यांना फ्रीटाउनला येऊन राहावं लागलं होतं. बंडखोरांशी प्रत्येकीची केव्हा ना केव्हा गाठ पडलेली होती, पण त्यांच्यावर प्रत्यक्ष हल्ला झाला नव्हता. त्यांच्यात आणि माझ्यात दुसरा मोठा फरक असा होता की, सिएरा लिओनमध्ये असताना त्या शाळेत जात होत्या. त्यामुळे उन्हाळा संपून हिवाळा सुरू झाला, का इथेही त्या शाळेत जाणार होत्या. मलाही सगळ्या शाळेत यायचा आग्रह करीत होत्या.

''शाळा म्हणजे मजा असते,'' सुआद सांगत होती. ''मला वाचायला आणि मैत्रिणींबरोबर भटकायला खूप आवडतं.'' मी त्या तिघींना सिएरा लिओनच्या

शाळेबद्दल विचारलं. ''दररोज सकाळी आम्ही सगळी बरोबरीची मुलं-मुली शाळेत भेटत असू.'' फन्टानं सांगितलं.

''माझ्या शाळेचा हिरवा युनिफॉर्म आईनं शिवला होता. शाळेत बाई आम्हाला सगळं काही शिकवायच्या. वाचायला, लिहायला, इंग्लिश बोलायला, इतकंच नाही तर आपण काय खावं, कुठलं पाणी प्यायलं पाहिजे तेही सांगायच्या,'' सुआद म्हणाली.

कॅनडामध्ये शालेय शिक्षण मोफत आहे. सिएरा लिओनमध्ये मात्र पालकांना मुलांच्या फीचे आणि गणवेशाचे पैसे भरावे लागतात. क्रिओ, टेम्ने, मेंडे या भाषा बोलल्या जात असल्या तरी शिक्षण मात्र इंग्रजीमधून घ्यावं लागतं.

हजा म्हणाली, ''इंग्रजी ही जगाची भाषा आहे. नोकरीधंदा करण्यासाठी, सिएरा लिओनच्या लोकांना, इतरांशी इंग्रजीतून बोलता आलं पाहिजे. तुलासुद्धा एक ना एक दिवस नोकरी करायचीय की नाही?''

नक्कीच! मला नोकरी करायची होती; पण मला कोणतं काम जमेल? मला काही करता येईल का? हेच मला माहिती नव्हतं. एका रात्री बोलता-बोलता मी अबोऊजवळ मन मोकळं केलं. तो कॅनडा सरकारच्या नोकरीत होता. मी सांगितलं की माझ्या घरच्या माणसांच्या माझ्याकडून मदतीच्या अपेक्षा आहेत. मला शिक्षण घ्यायचं आहे आणि पैसे मिळवून त्यांना मदत करायची आहे.

''हो-हो! जरा सबुरीनं घे मारिआतू,'' त्यानं डोळे मिचकावत म्हटलं. ''हे बघ, मीपण गावी असणाऱ्या माझ्या कुटुंबाला मदत करत असतो. कुटुंबातला एखादा कुणी पश्चिमेच्या देशात आला की, त्याच्याकडून सिएरा लिओनमध्ये राहणारे नातेवाईक अपेक्षा करतातच; पण तुझी आणखी काही वर्षं शिक्षणात जातील. ते सगळं पद्धतशीर करणंच बरं असतं. म्हणजे असं की, आधी शाळेचं आणि मग कॉलेजचं शिक्षण पूर्ण करायचं आणि त्यानंतरच काम शोधायचं. नोकरी करायची घाई केलीस, तर कमी पगार मिळेल. मग त्यातून खाणार किती आणि गावी पाठवणार किती? पण शिक्षण पूर्ण करून नोकरी धरलीस, तर चांगला पगार मिळेल. म्हणून म्हणतो फक्त शिक्षणच तुला तारू शकेल.''

''अबोऊ तुम्हाला कशी मिळाली तुमची सध्याची नोकरी?''

''मी कॅनडा युनिव्हर्सिटीत जाऊन राज्यशास्त्र आणि अर्थशास्त्र यांच्या पदव्या घेतल्या.''

''तुम्हाला काय वाटतं? मी एवढं शिक्षण करू शकेन?''

''का नाही? तू मनानं जे करायचं ठरवशील, ते नक्कीच करू शकशील, मारिआतू.''

अबोऊनं चश्मा काढून हातात घेतला आणि सरळ माझ्या डोळ्यांत पाहत बोलू लागला, ''उत्तर अमेरिकेत कसं, प्रत्येक मुलानं शिक्षण घेणं गृहीतच असतं. त्यात

त्यांना विशेष काही वाटतही नाही; पण आपणा गरीब देशातल्या मुलांना कळतं की, शिक्षण घेतल्यानं किती मोठा फरक पडू शकतो ते. शिक्षणामुळे आपल्याला जगाचे दरवाजेच खुले होतात. तुझ्या बाबतीत विचार केला तर बघ ना. तुला हात नाहीत; पण तुझी बुद्धी शाबूत आहे! मन खंबीर आहे. माझ्या मते तू डोक्यानं आणि मनानं चांगली दणकट आणि हुशार आहेस. तेव्हा तुझ्याजवळ जे काही आहे, त्याचा पुरेपूर उपयोग कर. बघ, जीवनात तुला फार चांगला मार्ग सापडेल.''

अबोऊनं केलेला स्फूर्तिदायक उपदेश मी ऐकून तर घेतला; पण पालथ्या घड्यावर पाणी! सुआद, फन्टा आणि हजा शाळेला जाण्यासाठी लवकर उठून गेल्या की, मी आपली कूस बदलून झोपून जायची.

हळूहळू हेमंत ऋतू संपून शिशिर येऊ लागला. थंडीबरोबर माझ्या हृदयात जणू जड शिथिलता भरून राहिली. झाडांची पानं पिवळी पडली, लाल झाली, आणि गळून पडली. काडीच्या दिवाणखान्याच्या खिडकीतून हे सगळं बघत-बघत मी कित्येक दिवस नुसते बसून घालवले. मग हिमवर्षाव सुरू झाला; पण माझ्या कल्पनेतल्यासारखं त्यात काहीच नव्हतं. आभाळातून पडणारे हिमकण मिठासारखे जड नव्हतेच. ते होते पिसासारखे हलके, शुभ्र. उन्हात चमचमणारे!

कधी-कधी त्या हजारो हिमकणांपैकी एकाचाच मी नजरेनं पाठलाग करायची. वाटायचं, आपणही असाच हिमकण आहोत आणि मग कल्पना सुरू व्हायच्या. आपण कुठे बरं जाऊन पडणार शेवटी?

मला शाळेत जायची भीती वाटत होती. हजा, सुआद आणि फन्टा यापूर्वी शाळेत गेल्या होत्या. त्यामुळे त्याच्यापुढच्या वर्गात त्यांना प्रवेश मिळालेला होता. वर्गात अनोळखी मुलांसोबत मी एकटीच असणार होते. पुस्तकं वाचण्याची आणि लिहायला शिकण्याची स्वप्नं तर मी पाहत होते, पण हातांशिवाय मी हे सगळं कसं काय करू शकणार होते? मदतीला कुणीच जवळ नसताना स्वतःचं हसं होईल, ही भीती मनातून जात नव्हती.

त्या तिघी रात्री शाळेत काय घडलं, त्याबद्दल बोलायच्या. काय गृहपाठ करायचा आहे त्याबद्दल एकमेकींना सांगायच्या. मला विचारायच्या, ''तुला नाही शाळेत यावंसं वाटत?''

मी म्हणायची, '' अजून नाही; पण लवकरच मी शाळेत येईन. नक्की. मी वचन देते.''

काडी आणि अबोऊ यांच्या घरी राहायला मला आवडत होतं. तिथे कायम टेम्ने भाषेत बोलणाऱ्या सिएरा लिओनी माणसांची ये-जा चालू असायची. भाच्यांसारखे काही जण नेहमी राहायला असत. बाकीचे, त्यांना दुसरी जागा मिळेपर्यंत काही दिवस, काही आठवडे राहून जात. संध्याकाळी आम्ही सर्वांबरोबर रोज मोठ्या

थाळ्यातून सिएरा लिओनी जेवण जेवत असू आणि त्यानंतर काडी आणि अबोऊ नव्या आलेल्या पाहुण्यांसाठी अपार्टमेंट बघायला नाहीतर त्यांचे इमिग्रेशनचे कागदपत्र भरायला जात.

त्या तिघींचे गृहपाठ करून झाले की, आम्ही कोचावर लोळत गाण्यांचे व्हिडीओ बघायचो. त्यात बायकांचं हिप-हॉप संगीत असे. मला हिप-हॉप आवडायचं. त्यातल्या ओळखीच्या तालावर मी नाचू शकत असे.

माझं मन नेहमीच तरंगत सिएरा लिओनला जायचं. मला मोहम्मदचं गमतीदार बोलणं आठवायचं. स्वयंपाकघरात काडीच्या जागी मारी काम करतेय असं वाटायचं. रात्री माझ्याशेजारी आदमसी झोपली आहे, तिचा उबदार स्पर्श होतो आहे, असा भास व्हायचा. मला वाटे, सिएरा लिओनला परत जावं. माझ्यासाठी नाही, तर आदमसीसाठी. ती बिचारी तिकडे एकटीच पडली असेल; पण पुन्हा वाटायचं, आपण एवढ्या लांब गेलो आणि केवळ तिला भेटायला परत आलेलं तिला नाही आवडलं तर?

अशीच एक शनिवार सकाळ होती. मी डोळे मिटून पडले होते. अचानक माझ्यासारख्या पाच मुली येऊन माझ्या पलंगावर धुडगूस घालायला लागल्या आणि मी दचकून जागी झाले.

''ए ऽऽ झोपाळू. ऊठ-ऊठ! आळसूबाई कळसूबाई, उठतेस की नाही?'' पाहते तर त्या पाच जणी माझ्या पलंगावर अक्षरश: उड्या मारत होत्या. हजा, सुआद आणि फन्टा यांना त्यांच्या आणखी दोन नातलग मुली येऊन मिळाल्या होत्या. उमू आणि काडिआतू उर्फ केके. दोघी नुकत्याच सिएरा लिओनहून आल्या होत्या.

खरं म्हणजे एरवी सकाळच्या वेळी सगळ्या जणी शांत असायच्या. उठल्यावर खालच्या बाथरूममध्ये अंघोळ करून वर जायच्या आणि न्याहरी करेपर्यंत त्यांच्या शाळेची बस यायची; पण आज वीकेन्ड होता. त्यामुळे सगळ्या जणी मला घेराव घालायला आल्या होत्या. कुणी पोटात ढोसतंय, कुणी केसांशी खेळतंय तर कुणी गुदगुल्या करतंय.

''ऊठा ऊठा झोपाळेश्वरा ऽऽऽ,'' उमू माझ्या कानातच किंचाळली.

''ऊं-ऊं-ऊं-ऊं... झोपू द्या ना जरा वेळ,'' मी कुरकुरत डोक्यावर उशी ओढून घेतली. सुआदनं तीच उशी उपसून हजाला मारायला सुरुवात केली.

''चला उठायची वेळ झाऽली...रे बाब्बा... खेळायची वेळ झाऽली,'' फन्टा हिप-हॉप नाचत गाऊ लागली. त्यातूनच मग सगळ्यांनी एक टेम्ने भाषेतलं गाणं सुरू केलं–

'बाई मी जशी जन्मली... कन्याकुमारी
अजूनही राहिली मी... कन्याकुमारी
कन्याकुमारी... कन्याकुमारी... कन्याकुमारी... हो-हो-हो'

उमू गाऊ लागली. हे गाणं तर मला लहानपणापासून येत होतं. मग बाकीच्या तिला कोरसमध्ये साथ देऊ लागल्या.

'कशावरून तू गं... कन्याकुमारी?
सांग उलगडून... कन्याकुमारी
कन्याकुमारी? कन्याकुमारी? कन्याकुमारी... गंऽऽ?'

हे गाणं खास आमच्या खेड्यातलं होतं. इकडे पश्चिमेकडे तुम्हाला ते ऐकायला मिळणार नाही. त्याच्यातूनच सगळ्या जणी आणखी एक मस्त गाणं म्हणू लागल्या.

'माझी डोली गेली बाऽऽय, माकेनीच्या दर्यात
माझा धनी बसलाय ऽऽ डोलीला व्हलवित.'

एकीकडे टाळ्या वाजवत, गुडघ्यावरती थापट्या मारीत ताल धरत होत्या.

''आता कशी जाऊ एकली माकेनीच्या दर्यात
दर्या उफाळला ऽऽ, होरीला डोलवित''

आता मात्र मला राहवेना. हसत-हसत उठले आणि लटक्या रागानं टेम्नेमधून म्हटलं, ''ए काय गं, साळकायांनो, पहाटे-पहाटे काय गं नाचताय, कंबर हालवत, आँ....?''

''पहाटे-पहाटे ऽऽ?'' उमू म्हणाली. तशा सगळ्या जणी हसत सुटल्या.

''ओ आळसूबाई, दिवसभर झोपून राहतेस. तुला कळतसुद्धा नाही दिवसाचा कोणता प्रहर चाललाय ते.''

सगळ्यांनी मला ओढूनच बिछान्यातून बाहेर काढलं आणि उभं केलं.

''हं! चल आता. दात-बित घासून तयार हो. आम्ही तुझी वेणी घालून देतो आणि मग आपल्याला लायब्ररीत जायचंय. चल आवर लवकर.''

त्यानंतर बऱ्याच तासांनी आम्ही सगळ्या दाटीवाटीनं, काडीच्या निळ्या मिनीव्हॅनमध्ये बसून निघालो. मी सुआद आणि हजा यांच्या मध्ये बसले होते. 'लायब्ररी' म्हणजे नक्की काय असतं, हे मला माहिती नव्हतं. मी विचारलं.

''हे बघ, तू जेव्हा शाळेत जाशील ना, तेव्हा तुला लायब्ररीचा वापर करावा लागेल. आपल्याला अभ्यास करायला, शिकायला जी पुस्तकं लागतात, ती उसनी मिळण्याचं जे ठिकाण असतं, त्याला म्हणतात लायब्ररी,'' उमूनं तर्जनी नाचवत मला नीट समजावून सांगितलं.

''हां, पण पुस्तकं परत करायला उशीर करायचा नसतो बरं का!'' गाडी चालवता-चालवता मागे वळून काडी सांगू लागली, ''हजा, मागच्या वेळी तू लायब्ररीतून घेतलेलं पुस्तक परत करायला एक महिना उशीर केलास; आणि मला भरपूर दंड भरावा लागला. तुम्ही सगळ्या मिळवत्या होईपर्यंत मी थोडीच थांबू

शकणार आहे?''

मग 'चक' असा आवाज काढत ती म्हणाली, ''मी तर म्हणतेय, तुम्ही सगळ्या जणी मला इतकं काही देणं लागता की, मी आता रिटायरच होणार आहे. काय?''

''हो ऽऽऽ काडी आंटी,'' पुढच्या सीटवर बसलेली फन्टा म्हणाली आणि ती गाऊ लागली, ''वुई ऑल लव्ह यू!''

माझ्या शेजारी बसलेली हजा, छान रंगीत पिना लावून घातलेल्या माझ्या वेण्यांशी खेळत म्हणते कशी? ''तुला माहितीये मारिआतू, खरं म्हणजे तू ना, दिसायला खूप सुंदर आहेस.''

''हो. पण ही आम्हाला दिसेल तेव्हा ना? ही आपली सारखी त्या ब्लँकेटात गाडलेली. काय गं मारिआतू आम्ही तुला आवडत नाही का?'' सुआदनं विचारलं.

''आवडता ना! खूप आवडता,'' मी हसत-हसत उत्तर दिलं. याआधी मला कधीच 'तू सुंदर आहेस' असं कुणी म्हटलं नव्हतं. त्यामुळे स्वत:ला तसं समजतही नव्हते.

''छाऽऽन!'' मागे वळून हसत फन्टा म्हणाली, ''मग आता सोमवारी तू आम्हा सगळ्यांबरोबर शाळेत यायचंस. काय?''

काडीनं गंभीर आवाजात सांगितलं, ''हे बघ मारिआतू, मी एका कोर्सला तुझं नाव घातलं आहे. तिथे तुला इंग्लिश शिकायला मिळेल. त्यात तू पास झालीस की, मग पुढच्या सप्टेंबरपासून तुला या सगळ्यांबरोबर हायस्कूलमध्ये जाता येईल.''

''पण... पण काडी आंटी...'' मी काहीतरी बोलायला लागले.

''अं-हं! पणबीण नाही.'' मला आरशातून तिचे गर्द करडे डोळे दिसत होते. चेहरा शांत पण खंबीर. ''आता हालचाल करायची वेळ आलीय मुली!''

एव्हाना मला माहिती झालं होतं की, टोरांटोमध्ये आलेल्या सर्व सिएरा लिओनी लोकांना काडी 'आईच्या ठिकाणी' होती. बरेच जण त्यांचे जीव वाचवण्याचं श्रेय काडीला आणि तिच्या कुटुंबीयांना देत असत.

हजा मला हळूहळू कुजबुजत सांगू लागली, ''ती म्हणतेय ना, काहीतरी कर म्हणून? मग तुला करावंच लागेल. नाहीतर काय होईल माहितीये? तुझं पार्सल जाईल परत. थेट सिएरा लिओनला. तुला बस स्टॉपवर उतरवेल, आणि म्हणेल, 'जा आता. विमानतळाचा रस्तापण तुझा तूच शोधून काढ आणि जा परत.' असं व्हायला पाहिजे का तुझंऽऽ?''

त्या कल्पनेनंच मला हुडहुडी भरली. फेब्रुवारी महिना होता तो. बाहेर सगळं गाऽऽर, बिनरंगी दृश्य आणि बर्फ पडत असलेलं.

पार्किंग लॉटमध्ये गाडी लावल्यावर आम्ही चालत लायब्ररीच्या इमारतीकडे गेलो. त्या वेळी मी एक जांभळ्या रंगाचं जाडजूड स्काय जॅकेट घातलं होतं. त्याच्या कॉलरमध्ये मी अक्षरश: चेहरा लपवूनच चालत होते. तिथल्या मशिदीच्या इमामानं

संकटग्रस्त सिएरा लिओनी लोकांना मदत म्हणून कपडे गोळा करून दिले होते. त्यात मिळालेलं ते जॅकेट होतं.

लायब्ररीच्या मुख्य दरवाज्यातून आत गेल्यावर काडीनं मला दंडाला धरून लहान मुलांसाठी असलेल्या विभागात नेलं. तिथे भरपूर उजेड होता आणि भिंतीवर गोष्टीतल्या पात्रांची मोठी-मोठी चित्रं रंगवलेली होती. मिकी माउस, स्लिपिंग ब्यूटी, सिंड्रेला यांच्याबरोबरच एका मोठ्या कासवाचं चित्र होतं. काडीनं सांगितलं की, त्याचं नाव 'फ्रँकलिन.'

काडी तिथल्या शेल्फमधील पुस्तकं काढून माझ्याकडे देऊ लागली. ''हे बघ, कोणतीही भाषा शिकण्याचा हा उत्तम मार्ग आहे. लहान मुलांची पुस्तकं वाचायला सुरुवात करायची.'' होता-होता माझ्या दंडांच्या झोळीत पंधरा पुस्तकं जमा झाली. तेव्हा ती म्हणाली, ''ठीक आहे. एवढं पुरे!''

आम्ही दोघी एका टेबलापाशी जाऊन बसलो. खुर्च्यासुद्धा लहान मुलांना बसण्यासारख्याच होत्या. छोट्या आणि सुटसुटीत. ढिगातलं वरचं पुस्तक उचलत काडी म्हणाली, ''हं! हे छान आहे. त्याचं नाव आहे, *'Baby Sister says No'* 'तिनं पुस्तक उघडलं. ''तुला यातले काही शब्द वाचता येत आहेत का?''

मी मान हलवून नकार दिला.

काडी टोकदार आवाजात म्हणाली, ''मारिआतू, असं नाही चालणार. प्रयत्न कर.''

मी त्या पानावर छापलेल्या शब्दांकडे नीट बघितलं. मग माझा दंड एका अक्षरावर ठेवत म्हटलं, ''हा एस आहे आणि हा टी.''

''शाब्बास!''

मग त्या पुस्तकाचं एकेक पान उलटत काडीनं मला ती संपूर्ण गोष्ट सांगितली. काटेरी साळिंदरासारखा एक गमतीदार प्राणी असतो. तो जे-जे करायला जाईल, ती-ती गोष्ट त्याची छोटी बहीण त्याला करू देत नाही. शेवटी काडी गमतीनं म्हणाली, ''आहे की नाही? माझ्या घरात राहायला आलेल्या तुम्हा पोरींसारखीच दिसतेय याची छोटी बहीण!

''आता हे पुस्तक बघ. यात जॉर्ज नावाच्या माकडाची गोष्ट आहे आणि हे दुसरं. याचं नाव *'The Sneetches'* डॉक्टर स्यूस यांनी लिहिलेलं. माझी मुलं लहान होती ना, तेव्हा त्यांना मी हे वाचून दाखवायची बरं का!''

थोडा वेळ काडी आपल्याच विचारात हरवून गेली होती. ''या 'स्नीचेस'ना आपल्याच जातीच्या प्राण्यांत मिसळायला आवडायचं नाही, कारण ते दिसायला वेगळे होते. जगातसुद्धा सगळीकडे असंच चालतं नाही का? कधी-कधी आपण फक्त आपापसातले भेदच मनात ठेवून वागतो. हे भेदाभेद जगातून एक दिवस नाहीसे होतील, असं माझं स्वप्न आहे. मी फक्त तसं स्वप्न पाहू शकते.''

बोलता-बोलता मोठ्ठा सुस्कारा टाकत, तिनं पुस्तकांचा गठ्ठा एकत्र केला. हसून मला म्हणाली, ‘‘जेव्हा तू ही पुस्तकं माझ्या नातीला वाचून दाखवशील, तेव्हा मी म्हणेन तू जिंकलीस. चल आपण ही पुस्तकं नोंद करून घरी नेऊ या.’’

मी काडीच्या घरी राहू लागल्यानंतर, थोड्याच दिवसांनी तिची मुलगी अमिनातू हिला, मुलगी झाली होती. तिचं नावं ‘काडीजा.’ मला वाटलं, ‘आता आपण घाई केली नाही शिकण्याची, तर एक दिवस ही छोटी काडीजासुद्धा वाचण्यात आपल्यापुढे निघून जाईल. ती उमू म्हणत होती, तेच खरं –

‘ऊठा-ऊठा झोपाळेश्वरा ऽऽ, उठायची वेळ झाली, शिकायची वेळ झाली हो-हो-हो!’

एकोणीस

सोमवारी सकाळी काडी मला माझ्या पहिल्या इंग्रजी बोलण्याच्या क्लासला घेऊन गेली.

''तिकडे बहुतेक विद्यार्थी प्रौढच असतील बघ. सगळे अशा वेगवेगळ्या देशातून आलेले असतात की, जिथे इंग्लिश बोललं जात नाही.'' सिग्नलचे दिवे हिरवे होण्याची वाट पाहत थांबलो असताना काडी मला सांगत होती.

''सगळे तुझ्यासारखे नवीनच कॅनडाला आलेले आहेत आणि त्यातल्या काहींना तर फारच दुःख सोसावं लागलेलं आहे. बऱ्याच देशांमध्ये युद्ध, लढाया, बंड, दहशतवाद, असं काही-काही घडलेलं आहे आणि त्यातून सुटण्यासाठी लोक कॅनडात येऊन राहिलेत. तू बघशीलच.''

तिचं म्हणणं खरं होतं. माझ्या वर्गात आशिया खंडातून आलेल्या तरुण स्त्रिया, मध्यपूर्वेतून आलेल्या काही म्हाताऱ्या आज्या आणि दक्षिण आफ्रिकेतून आलेले पुरुष होते. कुणालाही इंग्लिश बोलता येत नव्हतं. नवख्या लोकांसाठी असलेला, तो प्राथमिक वर्ग होता.

पहिले दोन दिवस काडी माझ्याबरोबर वर्गात येऊन बसत होती. आम्ही दोघी शेवटच्या बाकावर शेजारी-शेजारी बसायचो. शाळेत येताना आणि जाताना ती मुद्दाम सार्वजनिक बसच्या मागे-मागे गाडी चालवत येई आणि मला बस स्टॉप दाखवत असे.

दुसऱ्या दिवशी रात्री जेवणाच्या वेळी, तिनं जाहीर करून टाकलं, ''उद्यापासून मी कामावर जाणार.'' काडी सरकारी नोकरी करत असे. तिचं आणि अबोऊचं नोकरीचं ठिकाण वेगवेगळं होतं. तिनं बसची काही तिकिटं माझ्या खिशात ठेवली.

''मी सांगितलं आणि दाखवलं तसंच कर म्हणजे व्यवस्थित जाशील.''

घशात आलेला भीतीचा आवंढा गपकन गिळून घेत मी विचारलं,

''पण काडी... मी... मी रस्ता चुकले तरऽऽर...?''

''तर काय? काढायचा शोधून आणि रस्ता सापडला की, यायचं घरी,'' फटकारल्यासारखं बोलून काडी तिथून निघून गेली.

टोरांटो फार मोठं शहर आहे. पन्नास लाख लोकवस्तीचं शहर. एवढी लोकसंख्या तर आमच्या अख्ख्या देशाची (सिएरा लिओनची) आहे. मला दिसायला लागलं –

मी चुकीच्या बसमध्ये चढले आहे, शहराच्या पार दुसऱ्या टोकाला पोहोचले आहे, कुणाचे फोन नंबर माहिती नाहीत, थंडीत कुडकुडत एकटीच रस्त्यावर उभी आहे....

काडीनं एका कागदावर बसचं नाव आणि कुठल्या स्टॉपवर उतरून शाळेला जायचं ते लिहून दिलं. दुसऱ्या कागदावर, परत येताना कसं यायचं त्याची माहिती लिहिली होती.

"तू बसमध्ये चढलीस की ड्रायव्हरला हा कागद दाखव म्हणजे तो सांगेल, तू योग्य त्याच बसमध्ये चढलीस का नाही, ते आणि कुठे उतरायचं तेही सांगेल."

आपण रस्ता शोधत एकटीनं शाळेला जायचंय, या कल्पनेनं मी एकदम नर्व्हस होऊन गेले. हजाची जीन्स आणि गुलाबी स्वेटशर्ट घातला. त्यावर माझं ते जाडजूड जांभळं स्काय जॅकेट चढवलं. मोठी लोकरीची हॅट घातली आणि एका मोठ्या मफलरनं गळा आणि चेहरा झाकून घेतला. आता फक्त माझे डोळेच दिसत होते. लंडनला असताना खूप वेळा डबल-डेकर बसमधून मी हिंडले होते; पण नेहमी याबोम बरोबर असायची. आता मात्र मी एकटी असणार होते.

मी बस स्टॉपवर जाऊन उभी राहिले. एक बस आली तिचा वेग कमी झाला आणि लगेच निघून गेली. दुसरी बस आली तीदेखील निघून गेली. तिसरी बस येऊन गेली तरी माझं पाऊल काही पुढे पडलं नाही. शेवटी चौथ्या बसच्या वेळेला, सारा धीर एकवटून बसमध्ये चढले आणि ड्रायव्हरला चिठ्ठी दाखवली.

"ठीक आहे. बस तिथे," असं गुरगुरल्यासारखं म्हणत त्यानं त्याच्यामागची सीट होती, तिथे मला बसायला सांगितलं. मी बसले खरी, पण 'आपण चुकीच्या बसमध्ये तर चढलो नाही ना.' ही मनातली धाकधूक काही जात नव्हती. त्यामुळे खिडकीतून बाहेर बघायलासुद्धा मी धजावत नव्हते. थोड्या वेळानंतर ड्रायव्हरनं 'इथे उतर' म्हणून इशारा केला. उठून उभी राहिले आणि सुटकेचा नि:श्वास टाकला. समोरच शाळेची इमारत दिसली!

मी नेभळटासारखा वर्गात प्रवेश केला. तोही वर्ग सुरू झाल्यानंतर अर्ध्या तासानं! शिक्षिका फक्त माझ्याकडे पाहून हसल्या आणि पहिल्या रांगेत त्यांच्या बरोबर समोरच्या बाकावर बसण्यासाठी त्यांनी मला खुणेनंच सांगितलं.

त्या क्षणापासून मी अक्षरश: कानात प्राण आणून, त्यांचा शब्दन्‌शब्द ऐकू लागले. तोपर्यंतच्या आयुष्यात कुणाचंही बोलणं मी इतकं लक्ष देऊन ऐकलेलं नव्हतं. वर्ग संपल्यानंतरही ऐकलेल्या इंग्लिश शब्दांची घुसळण माझ्या मनात चालू राहत असे. मधल्या सुटीत खुर्ची उलटी फिरवून, मी मागे बसलेल्या विद्यार्थ्याशी इंग्लिशमधून बोलण्याचा सराव करायची. पहिल्यांदा तर आम्ही केवळ खाणाखुणा आणि हावभावांनी संवाद साधत असू; पण लवकरच आम्ही इंग्लिश शब्दांची

देवाणघेवाण करू लागलो. एक-दोन महिन्यांनी आम्हाला इंग्लिश वाक्यंही रचता येऊ लागली.

रात्री मी लायब्ररीतून आणलेली लहान मुलांची पुस्तकं वाचत असे. हळूहळू एकेक अक्षर वाचता-वाचता, मला लहान-लहान शब्द ओळखता येऊ लागले. the, and, boy, girl, doll वगैरे. ते शब्द कसे लिहायचे, ते मला वर्गात शिकायला मिळत होतं आणि एक दिवस, दोन्ही दंडांत पेन्सिल पकडून मी वहीत माझं नाव लिहू शकले. 'मारिआतू कामारा.' तो माझ्या आयुष्यातला सर्वांत अभिमानाचा आणि आनंदाचा क्षण होता.

मी सहा महिन्यांच्या व्हिजिटर्स व्हिसावर कॅनडामध्ये आलेली होते; पण एका शनिवारच्या दुपारी, मी काडी आणि अबोऊ यांना सांगून टाकलं की, मला शाळेत जायचं आहे. "मी छान इंग्लिश बोलायला, लिहायला, वाचायला लागले की, मगच घरी परत जाईन." माझं बोलणं ऐकून त्या दोघांना खूप आनंद झाला. त्या रात्री काडी आणि अबोऊ यांच्या संपूर्ण कुटुंबासह आम्ही पार्टी केली.

मग मी स्वत:ला 'शरणार्थी' (refugee) म्हणून दर्जा मिळण्यासाठी अर्ज केला. यथावकाश मला 'मानवतेच्या तत्त्वावर स्थलांतरित' म्हणून मान्यता मिळाली. याचा अर्थ मी एक युद्धपीडित असून सिएरा लिओनमध्ये धोकादायक परिस्थितीत जगण्यापेक्षा कॅनडा सरकारच्या आधारानं मी चांगलं, निरोगी आणि सुरक्षित जीवन जगणार होते. त्यासाठी तीन जणांनी माझा खर्च उचलण्याचं मान्य केलं. काडी, अबोऊ आणि अलिमामी बांगुरा नावाचा माणूस. हा अलिमामी बांगुरा 'सिएरा लिओन स्थलांतरित पुनर्वसन केंद्राचा' माणूस होता. काडी आणि अबोऊच्या पुढाकारानंच हे केंद्र टोरांटोमध्ये सुरू करण्यात आलं होतं.

अशा रितीनं कॅनडात आल्यानंतर दहा महिन्यांनी मी इंग्लिश भाषेचा प्राथमिक डिप्लोमा पूर्ण केला. जून महिन्यातल्या दमट संध्याकाळी शाळेच्या सभागृहात पदवीदान समारंभ पार पडला. सर्व विद्यार्थ्यांनी त्या वेळी एकेक पदार्थ स्वत: करून आणलेला होता. (pot luck dishes) समारंभानंतर आम्ही सगळे मिळून जेवलो. मी भात आणि मिरी घालून तळलेले मासे नेले होते. त्या वेळी मध्यपूर्वेतल्या देशातले भाताचे पदार्थ आणि वेस्ट इंडिजचं 'काजुन चिकन' यावर मी भरपूर ताव मारला.

जेवणापूर्वी प्रत्येक विद्यार्थ्यानं इंग्लिशमधून कोणत्याही आवडत्या विषयावर छोटं भाषण करायचं होतं.

माझी पाळी आल्यावर मी स्टेजवर गेले आणि साऱ्या प्रेक्षकांवर नजर फिरवत राहिले. जेव्हा मला काडी, अबोऊ आणि त्या भाच्या दिसल्या, तेव्हाच सुरुवात केली.

"तुम्ही मला घर दिलंत. त्याबद्दल तुमचे किती आभार मानू? मला तुमच्यातलीच एक म्हणून स्वीकारलंत. तुम्ही माझ्या बहिणी झालात. माझ्या आयुष्यात तुम्ही

आनंद भरलात. मी तुम्हाला विसरणं जन्मात शक्य नाही. तुम्ही सगळे नसतात, तर मी इथे या स्टेजवर डिप्लोमा घेण्यासाठी येणं अशक्यच होतं.''

मी माझ्या शिक्षिका आणि वर्गातल्या सगळ्या मित्रमैत्रिणी यांचे आभार मानले आणि मग भाषणाचा शेवट केला.

''कॅनडा हे राहण्यासाठी फार चांगलं ठिकाण आहे. माझ्या अपेक्षेपेक्षाही मला इथे खूप जास्त काही मिळालं. हे माझ्या कायम लक्षात राहील.''

वीस

सप्टेंबर महिन्यात शाळा उघडल्या; पण आता मी एकटी नव्हते. काडीआतू (जिला आम्ही केके म्हणायचो.), उमू आणि मारियामा अशा आम्ही सगळ्या जणी बरोबरच हायस्कूलला जाणार होतो. मारियामा ही उमूची बहीण. नुकतीच ती सिएरा लिओनहून आली होती. शाळेत गेल्यावर पहिल्याच दिवशी कळलं की, चार विषयांपैकी तीन विषयांसाठी केके आणि मी एकाच वर्गात शिकणार होतो.

अगदी पहिल्यांदा शाळेत पाऊल टाकलं, त्या क्षणापासून मला ती आवडू लागली. लांबचलांब अरुंद मार्गिका, त्याच्या दोन्ही बाजूच्या भिंतीवर विद्यार्थ्यांची कपाटं होती. वेगवेगळ्या देशातून आलेले विद्यार्थी, त्यांचे ते मोबाईल फोन, वॉकमन, फॅशनेबल जीन्स आणि पर्सेस. मला सगळं आवडू लागलं. मी त्या शाळेसाठी अगदी फिट्ट होते.

केके आणि मी वयानं त्या नववीच्या वर्गात सगळ्यात मोठ्या होतो; पण आम्ही दोघीही लहान चणीच्या असल्यामुळे कुणाला तसं वाटत नव्हतं. वर्गातले बरेच जण माझ्यासारखंच, अवघडलेल्या परदेशी उच्चारात इंग्लिश बोलायचे.

मला दोन्ही हात नसल्यामुळे शाळेनं माझ्यासाठी एका विशेष सहायक स्त्रीची नेमणूक केली. ती वर्गात माझ्याशेजारी बसून सगळं लिहून घ्यायची. गणितातली समीकरणं, कठीण इंग्लिश शब्दांचे अर्थ, शरीरशास्त्रातले प्रयोग सगळं समजावून सांगायची. मला शास्त्र आणि गणित हे विषय जास्त आवडत. मला तोंडी हिशेब करण्याचं कसब निसर्गत:च अवगत होतं आणि नंतर फ्रीटाउनला दोन वर्षं भीक मागत असताना ते पक्कं झालं.

एके दिवशी रात्री काडीला त्या जुन्या घटना सांगत बसले होते. तिची चांगलीच करमणूक केली. समजा अबिबातूला जेवण बनवण्यासाठी चार ढोबळ्या मिरच्या हव्या असल्या, तर मला लगेच लक्षात यायचं, आज कमीतकमी पाचशे लिओनची भीक मिळवली पाहिजे. तरच मी मिरच्या विकत घेऊ शकेन.

खरं म्हणजे मला रक्त बघायला अजिबात आवडत नाही; पण प्राणिशास्त्राच्या तासाला बेडूक कापताना मला भीती किंवा किळस वाटली नाही. मानवी शरीराची आतली रचना समजावण्यासाठी ग्राफिक चित्र पाहतानादेखील मला मळमळ किंवा

काहीच वेगळं वाटलं नाही. कदाचित सिएरा लिओनच्या हॉस्पिटलमध्ये इतकं रक्त, जखमा आणि छाटलेले अवयव पाहिल्यामुळे तसं झालं असावं.

वळणदार अक्षर काढायला मी शिकले, तेव्हा माझ्या सहायिकेला फार धीरानं घ्यावं लागलं. कारण पेन किंवा पेन्सिल दोन्ही दंडात धरून मग मला सावकाश लिहावं लागे. अशाच पद्धतीनं मी प्रिंटिंग करायलासुद्धा शिकले. सर्वांत प्रथम मला स्वत:चं 'मारिआतू कामारा' हे संपूर्ण नाव लिहिता आलं तेव्हा खूप मोठं काम केल्यासारखं मला वाटलं.

चाचणी परीक्षेच्या आणि मोठ्या परीक्षेच्या वेळेला शिक्षिका मला इतरांपेक्षा जास्त वेळ लिहू देत. पहिल्या सत्र परीक्षेत मी बहुतेक नापासच झाले होते, कारण इतर सगळ्यांना प्रगतिपुस्तकं मिळाली. त्यावर शेरेही लिहिलेले होते. माझं फक्त नाव घेऊन शिक्षिका म्हणाल्या, ''हीपण चांगली प्रगती करत आहे.''

पण जून महिन्यात मलाही प्रगतिपुस्तक मिळालं. सी ग्रेड मिळाली होती.

''हं! तर हा आहे तुझा कम्प्युटर!'' इन्स्ट्रक्टर म्हणाली. आम्ही रिसोर्स सेंटरमध्ये इन्स्ट्रक्टरच्या टेबलाभोवती बसलो होतो. चश्मावाली, काळ्या, लांड्या केसांची अशी ती पोक्त वयाची बाई होती. तिचं अख्खं टेबल कागदपत्रांनी आणि कम्प्युटरच्या सामानानं भरलेलं होतं. त्यातच थोडासा पसारा बाजूला करून तिनं माझा छोटा काळा कम्प्युटर ठेवला होता. युद्धात जायबंदी झालेल्यांना मदत देणाऱ्या कॅनडातल्या एका संस्थेनं तो लॅपटॉप मला घेऊन दिला होता.

२००४ सालचा हिवाळा होता. मी अजूनही काडी आणि अबोऊ यांच्या घरीच राहत होते; पण आता आम्ही पाचही शाळकरी मुली वर अमीनातूच्या बेडरूममध्ये राहायला आलो होतो. अमिनातू आणि तिचं कुटुंब खाली तळघरात राहत होते. सकाळी सगळ्या जणी बाथरूमला जाण्यावरून आपसात भांडत असू; पण आम्ही कपडे, बूट, जॅकेट, पर्सेस हे सगळं एकमेकींचं आलटूनपालटून वापरत होतो.

मला कम्प्युटर म्हणजे काय असतं, ते माहिती होतं, कारण हॉलमधल्या एका जुन्या कम्प्युटरवर सगळ्या 'भाच्यांना' गृहपाठ करताना मी पाहिलेलं होतं. काही विद्यार्थी शाळेतसुद्धा लॅपटॉप आणायचे. त्यांना वर्गात ते वापरायला परवानगी नव्हती; पण मधल्या सुटीत लॉकरजवळ बसून किंवा लायब्ररीत जाऊन ते कम्प्युटरवर टाइप करीत. त्या छोट्या-छोट्या बटणांवर त्यांची बोटं चपळतेनं फिरायची, ते मी पाहत बसत असे. मला वाटायचं आपल्यालापण अशी खरी बोटं असती, तर आपणही असंच भराभर, छान टाइप केलं असतं!

''हा लॅपटॉप अशा रीतीनं बनवलेला आहे की, अपंग व्यक्तींना तो हाताळायला सोपा जावा,'' इन्स्ट्रक्टर सांगत होती. त्या लॅपटॉपचा माउस एका मोठ्या चेंडूच्या

आकाराचा होता. तो मी माझ्या दंडानं सहज हलवू शकत होते.

लॅपटॉपच्या पडद्यावर वर्ड आणि इंटरनेट यांचे आयकॉन कुठे आहेत ते मी पाहून घेतलं. त्या चेंडूसारख्या माउसच्या मदतीनं कर्सर डब्ल्यूवर कसा न्यायचा ते तिनं मला दाखवलं. त्याबरोबर पडद्यावर एक रेघा आखलेलं वहीचं पान दिसू लागलं.

पहिल्यांदा कम्प्युटरची ती बटणं दाबणं फारच अवघड वाटत होतं. खरं तर की-बोर्ड मोठा होता. तरीपण एका वेळेला एकच अक्षर दाबणं सोपं नव्हतं. एक तासानंतर जेव्हा ती इन्स्ट्रक्टर म्हणाली, 'आजचा वेळ संपला', तेव्हा माझ्या कम्प्युटरच्या पडद्यावर फक्त काही असंबद्ध अक्षरं उमटलेली होती.

त्या संध्याकाळी सगळ्या 'भाच्या' सिनेमा पाहायला खाली जाऊन बसल्या तेव्हा मी माझ्या गादीवर बसून कम्प्युटर उघडला आणि त्याच्याशी खेळायला सुरुवात केली. थोडे इकडे-तिकडे प्रयोग करून झाल्यावर मी चक्क दोन-तीन वाक्यं टाइप करू शकले–

माझं नाव मारिआतू कामारा आहे.
मी टोरांटो-कॅनडा इथे राहते.
मला कॅनडा खूप आवडतो.

मला लॅपटॉप व्यवस्थित वापरता येऊ लागल्यावर इन्स्ट्रक्टरनं मला इंटरनेट जोडायला शिकवलं. किती, कितीतरी माहिती मिळू लागली! केवढं शिकायला मिळालं! काही वेबसाइटवर तर माझ्या देशातल्या लढाईची माहिती कळत होती. मी अनेक देशवासियांबरोबर इंटरनेटवरून चॅट करू शकत होते. आता मी ई-मेल पाठवायला शिकले. पहिल्यांदा 'भाच्यांना' पाठवले. नंतर शाळेतल्या मित्र-मैत्रिणींनाही पाठवू लागले.

एक दिवस काडीनं मला बिल आणि शेलीचा ई-मेल पत्ता दिला. ती म्हणाली, ''मारिआतू, मला बरेच दिवसांत बिल आणि शेली यांची काहीच खबरबात कळली नाही. तू जरा त्यांना मेल पाठवून बघ काही उत्तर येतं का.''

मग मी त्यांना मेल लिहिला – 'हाय बिल आणि शेली, कसे आहात? आठवलं का मी कोण आहे? मी मारिआतू कामारा. तुमच्याच मदतीमुळे मी कॅनडात येऊ शकले होते ना!'

एक महिनाभर त्यांचं काहीच उत्तर आलं नाही पण जेव्हा आलं, तेव्हा ते वाचल्यावर मला फार वाईट वाटलं.

त्यांचा मुलगा रिचर्ड मोटार अपघातात मरण पावला होता. त्या ईमेलमध्ये त्यांनी माझ्या कॅनडाला येण्याबद्दल पूर्ण हकिकतच लिहिलेली होती. त्यांना माझ्याबद्दल

कसं कळलं इथपासून. ते सर्व एका रविवारी दुपारी गावी फिरायला गेले असताना, शेली एक वर्तमानपत्र मोठ्यानं वाचून दाखवत होती. त्यात सिएरा लिओनमधल्या बंडखोरांच्या उठावाबद्दल बातमी देऊन मग माझी कहाणी छापलेली होती.

वाचून झाल्यावर रिचर्ड म्हणाला, "डॅडी, आपण या मुलीला मदत करू या. तुम्ही तिला आपल्याकडे कॅनडामध्ये आणा ना. आणाल ना डॅडी, प्लीज?"

ई-मेलमध्ये त्यांनी असंही लिहिलं होतं की, मी कॅनडात राहावं अशी कंफर्टची मुळीच इच्छा नव्हती. तिला स्वत:लाच इथे राहायचं होतं. आम्ही कॅनडामध्ये आलो त्या दिवसापासून याच मुद्द्यावर तिचं त्या दोघांशी भांडण चाललं होतं. तिनं त्यांना धमकीच दिली की, 'मला जर कॅनडाला राहायला मिळत नसेल, तर मी मारिआतूला घेऊन सिएरा लिओनला परत जाईन.' आणि म्हणून त्यांनी मला काडी-अबोऊच्या घरी नेऊन सोडलं होतं. हे सगळं ते आता, इतक्या दिवसांनंतर खुलासेवार सांगत होते.

त्यांची अशी इच्छा होती की, मी कॅनडामध्येच राहून स्वत:चं कल्याण करून घ्यावं, कारण अशी मदत आणि सुखसोयी फ्रीटाउनमध्ये मिळणं शक्यच नव्हतं.

त्यांचा तो ई-मेल वाचला आणि मी लॅपटॉप बंद करून ठेवला. मला त्यांचा गोड छोकरा रिचर्ड आठवू लागला. तो माझ्याबरोबर टेकडीवर फिरायला आला होता. त्यानं मला छोटी माकडं, खारी दाखवल्या होत्या. एक झुबकेदार पांढऱ्या शेपटीचं हरीणसुद्धा आम्ही तिकडे पाहिलं होतं. ज्या रिचर्डमुळे मी कॅनडाला आले होते, तोच आता हे जग सोडून गेला होता.

बिल आणि शेलीनं लिहिलं की, रिचर्ड आता स्वर्गात आहे. तो खाली माझ्याकडे बघून हसत असेल.

माझ्या मनात आलं, कदाचित स्वर्गात त्याला अब्दुल आणि सॅन्टिगीपण भेटले असतील. सगळेच खाली मला बघून हसत असतील का? मी तशी आशा केली.

मग मला कंफर्ट आठवली. जर बिल आणि शेली खरं सांगत असतील, तर याचा अर्थ असा होतो की, कंफर्ट माझ्याशी खोटेपणानं वागली!

रात्री झोपताना मी ठरवून टाकलं, 'सत्य काय असेल ते असो. वस्तुस्थिती अशी आहे की, मी कॅनडात राहत आहे, मला शिक्षण मिळत आहे. त्यामुळे बिल, शेली, रिचर्ड आणि कंफर्ट सगळ्यांच्यामुळे माझं कल्याणच होत आहे.'

एकवीस

२००५ सालच्या वसंत ऋतूतली गोष्ट. जी. एल. रॉबर्ट्स कॉलेजिएट अँड व्होकेशनल इन्स्टिट्यूटच्या लायब्ररीत मी बसले होते. त्या मोठ्या गोल टेबलाखाली माझे थरथरणारे पाय लपवायचा प्रयत्न करीत होते. समोर बरेचसे पत्रकार बसले होते. वर बघून त्यांच्या नजरेला नजर द्यायला मला फारच भीती वाटत होती. ते सगळे माझ्याशी संवाद साधायला उत्सुक होते.

काही मिनिटांतच त्या हॉलच्या खाली असलेल्या सभागृहात प्रसिद्ध कॅनेडियन रॉक बँड सम-४१ (Sum 41)चा कार्यक्रम होणार होता. त्यांच्या जोडीला काही कमी प्रसिद्ध बँडपथकंसुद्धा स्वत:चे कार्यक्रम करणार होती. हा कार्यक्रम खास माझ्या मदतीकरता आयोजित केलेला होता. माझ्या हायस्कूलचे विद्यार्थी आणि जी. एल. रॉबर्ट्स कॉलेजचे विद्यार्थी, दोघांनी मिळून हा कार्यक्रम घडवून आणला होता.

नेहमीप्रमाणे काडी माझ्या पाठीशी होती. पहिला पत्रकार माझ्याशी बोलण्यासाठी येऊ लागला, तेव्हा मी तिच्या कानाशी कुजबुजले, ''मला भीती वाटतेय!''

''चल गं! घाबरतेस कसली? यापूर्वी शंभर वेळा तू माध्यमांशी बोललेली आहेस. यात तू पक्की मुरलेली आहेस.''

हे तर खरंच होतं. यापूर्वी अनेकदा मी पत्रकारांशी बोललेली होते; पण या वेळी जरा जास्तच नर्व्हस झाले होते. त्याला कारणही तसंच होतं. त्या दिवशी पहिल्यांदाच, मी स्वत: इंग्लिशमधून त्यांच्या प्रश्नांना उत्तरं देणार होते. नाहीतर अगोदर, जो दुभाषा मधे असायचा, तोच माझी कहाणी त्यांना सांगत असे.

सगळ्या संभाव्य प्रश्नांची उत्तरं मनातल्या मनात घोकून झाली होती, पण त्यातलं एकही मला स्वत:ला आवडत नव्हतं.

आतापर्यंत माझ्या शाळेतल्या अनेक विद्यार्थ्यांनी मला भेटून, माझ्यावरचे वृत्तपत्रात छापलेले लेख वाचल्याचं सांगितलं होतं; पण मी अद्याप त्यातला एकही स्वत: वाचलेला नव्हता. त्यामुळे अशा वेळी मी नुसती हसून त्यांचे आभार मानत असे.

त्यांच्यापैकीच एका विद्यार्थ्यानं आमच्या 'जागतिक समस्या' विषयाच्या अध्यापिकेला सुचवलं की, ह्या लेखांची आपण वर्गात चर्चा घडवून आणू या. त्यांनी मला परवानगी विचारली. मी सरळ हो म्हटलं.

पहिल्या लेखाचं वर्गात मोठ्यानं वाचन चालू असताना मला वाटलं, 'आपण इथल्या इथे वितळून जावं.' दुसरा लेख वाचत असताना मला वर्गाबाहेर धूम ठोकावीशी वाटत होती.

सगळे लेख वाचून संपल्यावर अध्यापिकेनं विचारलं, ''यात जे आलेलं आहे, त्याशिवाय तुला तुझ्या अनुभवांबद्दल काही सांगायचं आहे का?''

माझ्या घशात मोठा आवंढा आला. तो कसाबसा गिळत मी उत्तर दिलं, ''नाही.''

सगळ्या विद्यार्थ्यांनी टाळ्या वाजवल्या. घंटा वाजली. तास संपला. आता मात्र मी सरळ वर्गाबाहेर धूम ठोकली. खरं तर अनेक विद्यार्थी माझ्याशी बोलायला थांबलेले होते; पण मी सरळ लेडीजरूमकडे गेले आणि घाईनं प्रसाधनगृहात शिरले. काय करू? माझ्या पोटात इतकं खळबळून आलं की, भडभडून उलटी झाली, शौचाला झालं, तेव्हा जरा बरं वाटलं.

वर्गातल्या काही मुली माझ्या पाठोपाठ आल्या. आपल्या जीवनातले वाईट प्रसंग उघडपणे सगळ्यांना सांगावे लागले, त्यामुळे मी अस्वस्थ झाले असं त्यांना वाटत होतं. एकीनं तर मला बरं वाटत नाही असं 'भाच्यांना' कळवण्यासाठी सेलफोनही काढला; पण मी म्हटलं, ''काही नाही. मी ठीक आहे. फक्त थोडा वेळ मला एकटीला राहू द्या.''

त्या दिवशी मला खूप त्रास झाला कारण मला पहिल्यांदाच समजलं की, त्यात छापून आलेली बरीच माहिती चुकीची होती! पत्रकारांनी सगळ्यात मोठी चूक केली होती, ती मी गरोदर राहिले त्याची माहिती देताना. त्यांनी सरळ 'बंडखोरांनी मारिआतूवर बलात्कार केला,' असं छापलं होतं. तसं काही झालेलंच नव्हतं.

लंडनमध्ये असताना मी याबोमजवळ माझं मन मोकळं केलं होतं. त्यानंतर, सालेऊनं माझ्यावर केलेल्या बळजबरीची मी कुठेच वाच्यता केली नव्हती. हिंसाचाराचे बळी ठरलेले अनेक जण स्वत:लाच दोषी समजत राहतात. त्याचप्रमाणे मीपण असं समजत होते की, माझ्या मूर्खपणामुळेच मी ते सगळं स्वत:वर ओढवून घेतलं होतं. मी मनाशी म्हणायची, 'त्या दिवशी सालेऊ आला तेव्हा मी झटकन घराबाहेर पळून गेले असते तर? तो मला मागणी घालायला आला, तेव्हाच जर मी होकार दिला असता, तर लग्न होईपर्यंत त्यानं मला स्पर्शही केला नसता.' खरं तर मला सालेऊचं नावसुद्धा घ्यावंसं वाटत नव्हतं. त्याच्याबद्दल विचार करणं तर दूरच. त्याला माझ्या मनातून आणि डोक्यातून मी कायमचं हद्दपार केलं होतं.

त्या दिवशी शाळेत मला याची जाणीव झाली की, माझ्या गप्प राहण्यामुळे एक मोठं कुभांड रचलं गेलं होतं आणि आता मी काय करावं ते सुचत नव्हतं. एक मन म्हणत होतं, आता तुला संधी मिळतेय, तर 'हे खोटं आहे' असं सांगून चूक सुधार; पण दुसऱ्या मनानं काही न सांगता गप्प राहण्याचा सोपा मार्गच निवडला.

*'टोरांटो स्टार'*ची वार्ताहर माझ्या समोर बसली. ''हॅलो! या कार्यक्रमाबद्दल तू खूप उत्सुक असशील ना?''

मोठ्या मुश्किलीनं घशात आलेला भीतीचा गोळा मागे ढकलत मी उत्तर दिलं. ''होय.''

''आता लवकरच तुला हात बसवले जाणार. तुझं स्वप्न प्रत्यक्षात येणार. खूप आनंद वाटतोय का?''

जास्तच संकोचून मी म्हणाले, ''हो, हो.''

वार्ताहरांशी मला बोलावंसं न वाटण्याचं हे एक कारण होतं. या कार्यक्रमाचं आयोजन, मला कृत्रिम हात बसवण्याच्या खर्चासाठी निधी गोळा करण्याच्या हेतूनं केलं गेलं होतं; पण ते हात मला पाहिजेत का, हेच माझं अजून नक्की नव्हतं. त्या संबंधीचा माझा अनुभव आणि मत फक्त काडी आणि अबोऊ या दोघांनाच माहिती होतं. त्यांनी मला पुन्हा एकदा कृत्रिम हात बसवून प्रयत्न करायला सांगितलं होतं.

अबोऊनं मला सविस्तर समजावून सांगितलं होतं की, काही कृत्रिम हात हे तुमच्या मज्जातंतूंशी जुळवलेले असतात. म्हणजे समजा मला पेन उचलायचं असेल, तर मी स्नायूंची तशी हालचाल करताच, माझ्या खऱ्या हाताप्रमाणे या कृत्रिम हातांची बोटंही ते समजून पेन उचलतात; पण इंग्लंडमध्ये मला जे कृत्रिम हात मिळाले होते, त्यात तर तशी सोय नव्हती.

''नको-नको बाबा, ते हात धातूचे केलेले असतात, जडच्या जड!''

अबोऊ मोठ्यानं हसला. ''नाही गं! अगदी खऱ्या हातांसारखे असतात. ये तुला दाखवतो.''

त्यानं इंटरनेटवर मला हातांचा फोटो दाखवला. खरोखर अगदी खऱ्यासारखेच दिसत होते; पण त्यांची किंमत होती, तीस हजार डॉलर्स!

त्याचं असं झालं की, एकदा काडीनं माझ्या सहायिकेचं काम करणाऱ्या ट्यूटरला विचारलं की, मला जर कृत्रिम हात बसवून घेतले, तर मी इतर मुलांप्रमाणे स्वत: लिहून भराभर प्रगती करू शकेन काय? तिचंही मत तसंच पडल्यामुळे तिनं ते प्रिन्सिपलांच्या कानावर घातलं. त्यांनी विद्यार्थी-मंडळाला यासाठी काहीतरी करायला सांगितलं. तेव्हा विद्यार्थी-मंडळानं कार्यक्रमाचं आयोजन केलं होतं.

अशा परिस्थितीत माझ्यावर बलात्कार झाल्याचं खोटं आहे, असं मी सांगितलं किंवा 'मला नकोत कृत्रिम हात.' असं म्हटलं, तर सगळ्यांच्याच उत्साहावर पाणी पडलं असतं. शिवाय सगळ्यांना माझ्याबद्दल जी सहानुभूती वाटत होती, त्यालाही तडा जाणार. इतक्या सगळ्यांना नाराज करावं, असं मला वाटलं नाही.

काही आठवड्यांपूर्वीच मी शेक्सपिअरचं *'रोमिओ अँड ज्युलिएट'* वाचून पूर्ण केलं होतं. आम्हाला अकरावीला इंग्लिशला होतं. पुस्तक पूर्ण वाचून खाली ठेवताना माझ्या

डोळ्यांत पाणी आलं. अखेर मी माझ्या वर्गमित्रांच्या बरोबरीला आले होते!

मी माझ्या नाटकाच्या वर्गातल्या मित्रांना, आमच्या कँपमधल्या थिएटर ग्रुपबद्दल सांगितलं. साहजिकच आम्ही कोणती नाटकं करत होतो, याबद्दल त्यांना उत्सुकता वाटली. ते मला त्याबद्दल विचारू लागले; पण आमची आपसातली बडबड अध्यापकांना मुळीच न खपल्यामुळे त्यांनी आम्हाला दटावून गप्प केलं; पण मग पडद्यामागे आम्ही असताना मी माझ्या मित्रमैत्रिणींना हलक्या आवाजात, आमच्या एच.आय.व्ही.एड्स वरच्या नाटुकल्याबद्दल सांगितलं. मी खेड्यातल्या रडणाऱ्या स्त्रीची भूमिका केली तेही सांगितलं.

"खरंच, आपल्यालाही आपल्या जगण्यावर असंच एखादं नाटक करता यायला हवं." एक मुलगा म्हणाला.

"करता येईल ना. डाएटिंग, मित्रमैत्रिणींच्या मारामाऱ्या नाहीतर फॅशनवरती." एक मुलगी बोलली.

"हॅ! याच्यावर नाटक केलं, तर फक्त आपले पालकच पाहतील!" असं एकानं म्हटल्यावर आम्ही सारेच हसू लागलो. तेवढ्यात आमचे सर ओरडले, "ए ऽऽ, तिकडे पडद्यामागे सायलेन्स!"

मी त्यांच्या शाळेत आल्याचा सगळ्यांनाच आनंद झाला होता; पण मला मनातून भीती वाटत होती की, कदाचित माझ्या तोंडून असे काही शब्द निघतील की, सारंच चित्र पालटून जाईल!

त्या दिवशी दुपारी लायब्ररी हॉलमध्ये एकाही पत्रकारानं बंडखोर लढाईबद्दल किंवा अब्दुलबद्दल प्रश्न विचारले नाहीत. तेवढ्यापुरतं मला सुटका झाल्यासारखं वाटलं; पण नंतर 'मी खरं काय ते सांगून टाकलं नाही,' याची रुखरुखही वाटत राहिली.

कार्यक्रम सुरू होण्यापूर्वी मला स्टेजवर जाऊन छोटंसं भाषण करावं लागणार होतं. त्याही वेळेला मी फारच नर्व्हस होते.

अखेर मायक्रोफोन हातात घेऊन मी म्हटलं, "हॅलो एव्हरीवन! तुम्ही सर्वांनी माझ्यासाठी एवढं केलंत, याबद्दल मी तुम्हा सर्वांचे मनापासून आभार मानते."

सभागृह प्रेक्षकांनी खचाखच भरलं होतं. फक्त उभे राहणाऱ्यांसाठी थोडी जागा शिल्लक होती. स्टेजवर माझ्यामागे सम-४१ बँडच्या ताफ्यातली तरुण पोरं उभी होती. मला भाषण करायची फारशी सवय नव्हती नाहीतर मी म्हणणार होते, 'मुलींनो, कार्यक्रम संपल्यानंतर या देखण्या तरुणांना तुम्ही जरूर येऊन भेटा." कारण पहिल्या लायनीतल्या पोरी त्यांच्यावर नजर खिळवून बसलेल्या मला प्रत्यक्ष दिसतच होत्या.

ते कॉन्सर्ट गमतीदार होतं. मला त्या दिवशी नाचावंसं वाटत नव्हतं. त्यामुळे मी बाजूला उभी राहून बघत होते. दोन गाण्यांच्या मध्ये वाद्यवृंदातले काही जण, लढाईमुळे लहान मुलांच्यावर कसे वाईट परिणाम होतात, हे सांगून जागतिक

नेत्यांना युद्धं आणि भांडणं थांबवण्यासाठी जोरकस प्रयत्न करण्याचं आवाहन करीत.

कॅनडाला येईपर्यंत मला कल्पनाही नव्हती की, जगात सगळीकडेच लढाया चाललेल्या आहेत आणि त्या आगीत सर्वांत जास्त होरपळ लहान मुलांची होते आहे. बंदुकांनी आणि बॉंबमुळे जायबंदी झालेली माझ्यासारखी लहान मुलं आज जगातल्या अनेक देशांत आढळून येतात.

मी स्टेजवरून खाली येऊ लागले, तेव्हा माझ्या ओळखीच्या एक शिक्षिका जवळ आल्या. ''बेटा, तू तुझ्या अनुभवांवरती एक पुस्तक लिही. माझ्या सर्व विद्यार्थ्यांना मी ते वाचायला देईन.''

त्या दिवशी संध्याकाळी घरी परतताना मी त्या शिक्षिकेच्या बोलण्याचा विचार करत होते. खरं म्हणजे अशी सूचना यापूर्वीही अनेकांनी मला केली होती. मी प्रयत्न करून असं पुस्तक लिहिलं, तरी इतक्या लोकांना ते वाचण्यात रस असेल याची मी कल्पनाच करू शकत नव्हते. (या विचारातच त्या रात्री मला झोप लागली.) असं पुस्तक छापलं गेलं, तर निदान माझ्याभोवती तयार झालेली सुरस आणि चमत्कारिक दंतकथा तरी विरून जाईल!

आणि २००७ सालच्या एप्रिल महिन्यातल्या उबदार संध्याकाळी पुस्तक लिहिण्याच्या कल्पनेला मूर्त स्वरूप मिळायला सुरुवात झाली.

थोड्या दिवसांपूर्वी काडीनं मला सांगितलं होतं की, मी कॅनडात आल्यावर जिनं प्रथम माझी मुलाखत घेतली होती, त्या पत्रकार स्त्रीला माझ्यावर एक 'स्टोरी' करायची आहे. तीच सुझन नावाची स्त्री आज काडीच्या आणि माझ्या समोर बसून मला शाळेबद्दल, इथल्या जीवनाबद्दल प्रश्न विचारत होती.

त्या दिवशीची भेट संपता-संपता तिनं विचारलं, ''तू इस्माईल बे यांना ओळखतेस का?''

''नाही.''

तिनं सांगितलं की, ईस्माईल बे हे पूर्वीचे सिएरा लिओनमधले बंडखोरसैनिक (child soldier). त्यांनी स्वतःच्या अनुभवांवर आधारलेलं पुस्तक लिहिलं, ते फार गाजलं होतं.

''हे पुस्तक गाजलं? Best Selling ठरलं? म्हणजे पाश्चिमात्य देशातल्या लोकांना सिएरा लिओनबद्दल वाचायला आवडतं की काय?'' मी विस्मयानं विचारलं.

सुझननं होकार दिला. ती म्हणाली की, ईस्माईल बे हे पुढच्या आठवड्यात टोरांटोला येणार आहेत. 'ग्लोब अँड मेल' नावाच्या देशभर वाचल्या जाणाऱ्या वृत्तपत्रात त्यांची आणि माझी कहाणी शेजारी-शेजारी छापून येणार आहे.

जाता-जाता माझ्याकडे वळून सुझन म्हणाली, ''मारिआतू, तुला ईस्माईलला

भेटायचं आहे का?''

अरे बाप रे! मला माझे हात कापून फेकणारे बंडखोर सैनिक आठवले. मी चाचरत म्हणाले, ''अं ऽऽऽ, मला जरा विचार करावा लागेल. नंतर सांगितलं तर चालेल?''

बंडखोर सैनिकांचे विचार तर माझ्या मनात नेहमी येत असत. काडी आणि अबोऊ यांनी मला सिएरा लिओनच्या राजकारणापासून दूर, सुरक्षित ठेवलेलं होतं; पण मी इंटरनेटवर वाचलं होतं की, फ्रीटाउनमध्ये एक विशेष कोर्ट स्थापन करण्यात आलं होतं आणि तिथे या बंडखोर सैनिकांची चौकशी करण्यात येत होती. त्यांच्या म्होरक्यांवरही तिथे खटले भरले गेले होते. या म्होरक्यांनीच सैनिक मुलांकडून बलात्कार, खून, जाळपोळ करवून घेतली होती. लोकांचे हात तोडून जन्माचं अपंग करून ठेवणंही त्यांच्याच आज्ञेनं झालं होतं.

मी जर त्या वेळी कोर्टात हजर असते, आणि मला साक्षीदाराच्या पिंजऱ्यात उभं केलं असतं, तर मी काय बोलले असते, अजूनही कधी माझे हात तोडणारी ती मुलं... त्यांच्यातला एखादा समोर आला. तर मी कशी वागेन? असे प्रश्न मी स्वत:लाच विचारत असे.

पहिल्यांदा तर माझा नुसता संताप होत असे. त्या चौघांचे मुडदे पाडले पाहिजेत असं वाटायचं. कोर्टानं त्यांना फाशीची शिक्षा द्यावी अशी मी इच्छा करायची.

पण संतापल्यामुळे मलाच खूप त्रास व्हायचा आणि पुढे-पुढे मला असं वाटायला लागलं की, कुणाचा जीव घेणं, हे कोणत्याही समस्येचं उत्तर असू शकत नाही. तसं पाहिलं, तर तीही माझ्यासारखी मुलंच होती. परिस्थितीवश अशा सापळ्यात सापडली की, मग त्यांच्या हातात काहीच उरलं नाही. जंगलात राहत असताना त्यांनाही आई-वडिलांच्या, बहिणींच्या आठवणी येत असतील. रात्री एकटं-एकटं वाटत असेल. मला झोप येत नव्हती तशी कदाचित त्यांनाही येत नसेल.

मला आणखी एक जाणीव झाली की, मी काहीही करू शकत नव्हते. माझी कितीही इच्छा असली, तरी ती मुलं समोर आल्यावर मी त्यांना इजा करू शकणार नव्हते. शब्दांनीही नाही आणि शारीरिकसुद्धा नाही. त्याऐवजी मी कल्पना करायची की, ते चारही जण माझ्यासमोर येऊन उभे राहिलेत आणि मी त्यांना म्हणते आहे, ''मला वाटतं, तुम्ही माझ्यावर जो जुलूम केलात, त्याबद्दल तुम्हाला आता वाईट वाटत असेल; पण मी तुम्हाला क्षमा केली आहे.''

सुझननं रविवारी तिनं माझ्यावर लिहिलेली स्टोरी, वृत्तपत्रात पाहिली की नाही, हे विचारण्यासाठी मला फोन केला. त्या दिवशी संध्याकाळी मी माझ्या बेडरूममध्ये एकटीच बसले होते, तेव्हा मी माझ्या सेलफोनवरचा सुझनचा नंबर दाबला. ती आता फोनवर भेटली तर ठीक नाहीतर मनात आलेला विचार झटकून टाकायचा, असं ठरवलं होतं.

सुझननं फोन उचलला.

"हाय! मी मारिआतू बोलतेय. कशी आहेस सुझन? कसा गेला वीकेंड?"

"छान गेला. तुझा?"

"माझापण चांगला गेला. मुली काय म्हणतायत?"

तिला दोन मुली असल्याचं तिनं नुकतंच मला सांगितलं होतं.

"त्या मजेत आहेत आणि तू काय म्हणतेस? सगळं ठीक आहे ना मारिआतू?"

मी काहीतरी सांगण्यासाठी फोन केला आहे, हे तिनं जाणलं असावं.

"हो. मला इस्माईलला भेटायचं आहे," मी पटकन सांगून टाकलं.

"बरं. मी करते तशी व्यवस्था," सुझननं सांगितलं. त्यानंतर तीन दिवसांनी टोरांटो शहरातल्या जुन्या मोठ्या चर्चजवळ मी, काडी, अबोऊ आणि सुझन; ईस्माईलला भेटण्यासाठी उभे होतो. पुस्तकाबद्दलच्या जाहीर कार्यक्रमापूर्वी आम्ही त्याला भेटू शकतो, असं त्याच्या प्रसिद्धिसचिवानं सांगितलं होतं.

ईस्माईलला पाहिलं, आणि मी सुटकेचा निःश्वास टाकला. तो अजिबात मानार्माच्या बंडखोर मुलांसारखा दिसत नव्हता. रुंद चेहरा, उंच कपाळ, कुरळे केस. मला एकदम एखाद्या मित्राला भेटल्यासारखं वाटलं. अर्थात लहानपणी बंडखोर सैनिक असणाऱ्या माणसाबद्दल असं वाटणं थोडं विचित्रच आहे.

अबोऊनं सिएरा लिओनी खाद्यपदार्थांविषयी बोलत ईस्माईलशी संभाषणाला सुरुवात केली.

"काय सांगू? आजही मला ती कसावाची पानं आणि तिखट मिरचीचे पदार्थ आठवतात." कॉफी शॉपमधील सँडविच खाता-खाता ईस्माईल हसून म्हणाला.

त्यानं मला विचारलं की, मला न्यूयॉर्कमधले कुणी सिएरा लिओनी माहिती आहेत का? कारण तो न्यूयॉर्कमध्ये राहत होता. मला माहिती होते. आमच्या कँपमधली काही मुलं तिथे गेलेली होती. आमचे दोघांचे काही मित्रही ओळखीचे निघाले. नंतर आम्ही संगीताबद्दल बोललो. त्याला रॅप आवडतं, तर मला 'हिप-हॉप'.

"मला एक पुस्तक लिहायचंय," मी त्याला सांगितलं. त्याच वेळी त्याच्या भाषणाची वेळ झाल्याचं सचिवानं सूचित केलं.

"नाव काय देणार पुस्तकाला?" त्यानं विचारलं.

"अं ऽ ऽ. Never Give up on your dreams कसं वाटतं?"

"व्वा! सुंदर शीर्षक आहे! फारच छान!" असं हसत-हसत म्हणत पुढे येऊन त्यानं मला निरोपादाखल मिठी मारली.

"तुला काय वाटतं? लोकांना माझं पुस्तक वाचावंसं वाटेल?"

"का नाही? नक्कीच वाचतील लोक तुझं पुस्तक."

बावीस

मी सुझनबरोबर सिएरा लिओनला आले होते. २००८ सालचा फेब्रुवारी महिना. आमच्याबरोबर काडी, कॅनडाच्या युनिसेफ संस्थेची एक महिला आणि एक चित्रपट निर्माता होता. त्याचं नाव सोरियस सामुरा. जानेवारी १९९९मध्ये बंडखोरांनी फ्रीटाउनवर क्रूर हल्ला केला. भीषण हत्याकांड करत फ्रीटाउन ताब्यात घेतलं. या सत्य घटनेवर सोरियस सामुरानं 'Cry Freetown' नावाचा माहितीपट बनवला होता.

माझं पुस्तक निघणार हे नक्की झालं. प्रकाशकांशी तसा करारही झाला होता. सुझन आणि मी माझ्या आठवणी गोळा करून सुसूत्रपणे मांडण्याचं काम करत होतो. काही तपशिलांची पडताळणी करण्यासाठी आम्ही प्रत्यक्ष सिएरा लिओनला आलेलो होतो.

आमच्या मुक्कामातल्या दुसऱ्या आठवड्यातली हकिकत. सिएरा लिओनमधली सुंदर सकाळ. वातावरणात तेच वास. एकमेकांत मिसळलेले. मला आठवत होते तसेच – उघड्यावर पेटवलेल्या विस्तवाचा वास, मसाल्यांचे वास, समुद्राचा वास आणि ट्युबलाइटसारखा स्वच्छ, सौम्य सूर्यप्रकाश! आम्ही फ्रीटाउनमध्ये होतो. मी नेहमीसारखी लोळण घेत बिछान्याच्या बाहेर आले. खिडकी उघडली आणि खिडकीच्या बाहेर वाकून फुप्फुसात ताजी हवा भरून घेतली. आता काडीला उठवणार, तेवढ्यात माझा सेल फोन वाजला.

मी घाईघाईनं माझ्या पर्समधून फोन शोधून कानाला लावला.

"हॅलो ऽऽऽ"

पलीकडे सोरियस सामुरा होते. ते म्हणाले,"हॅलो ऽऽऽ, उद्या तुला राष्ट्राध्यक्षांना भेटायला जायचंय."

फोनमध्ये खरखर होती. त्यांचं बोलणं मला नीट ऐकू येत नव्हतं. खातरी करून घेण्यासाठी मी विचारलं, "काय म्हणालात? इकडे नीट ऐकू येत नाहीये."

"मारिआतू, उद्या मी तुझी राष्ट्राध्यक्षांबरोबर भेट ठरवली आहे. सिएरा लिओनचे राष्ट्राध्यक्ष. प्रेसिडेंट! प्रेसिडेंट!"

मग सोरियसनी मला उद्याच्या भेटीचा सगळा तपशील सांगितला. प्रेसिडेंट अर्नेस्ट बाइ कोरोमा यांना कुठे भेटायचं, किती वाजता वगैरे. तुझ्या मायदेशाच्या

राष्ट्राध्यक्षांशी तू कसं बोलायला पाहिजेस हेही सांगितलं. मी ते सगळं ऐकत होते; पण मन मात्र थेट नऊ वर्षं मागे गेलं होतं. मी पहिल्यांदा 'प्रेसिडेंट' शब्द ऐकला होता, एका छळवादी बंडखोराच्या तोंडून... त्या क्षणाकडे.

"मारिआतू, ऐकते आहेस ना तू?" सोरियसनी विचारलं आणि माझी विचारशृंखला तुटली.

"हो, हो! ऐकतेय ना! पण मला हे कळत नाही की, मी प्रेसिडेंटशी काय बोलणार?"

"काही नाही. सरळ तुझी कहाणी सांगायची त्यांना," त्यांनी हळुवारपणे विचारलं, "जमेल ना तुला?"

बराच वेळ मध्ये जाऊ देऊन मी सांगितलं, "बघते आता. सगळं आठवायचा प्रयत्न करते."

सोरियसशी फोन झाल्यानंतर मला कुणाशी बोलावंसं वाटेना. मला फार चिंता वाटत होती. काय सांगणार मी त्या प्रसिडेंटना? आणि ते माझी सगळी बडबड कशासाठी ऐकून घेतील?

त्या दिवशी मी, सुझन आणि काडी यांना घेऊन यान्क्रोला जाणार होते. घरच्यांना भेटायला. मला पटकन अंघोळ करून कपडे घालून तयार व्हायचं होतं, नाहीतर तिथे पोहोचायलाच आम्हाला दुपार होऊन गेली असती. फोनचा आवाज ऐकून काडीला जाग आली. घाईघाईनं बाथरूमकडे जाताना तिनं विचारलं, "कुणाचा फोन गं?"

"सोरियसचा. ते सांगत होते. उद्या आपल्याला प्रेसिडेंटला भेटायचंय म्हणून."

"वा! छान!" बाथरूमचं दार बंद करता-करता काडी म्हणाली आणि पुढेही बोलतच राहिली. "अगं, हा प्रेसिडेंट अर्नेस्ट माझ्या भावाच्या वर्गात होता शाळेत असताना. आता इतक्या वर्षांनी त्याला भेटायला मजा येईल!" न राहवून ती बोलत राहिली आणि नंतर पाणी टाकल्याचा आवाज आला.

मला हसूच आलं. सिएरा लिओनमधला प्रत्येक जण या काडी-अबोऊ यांचा नातेवाईक तरी निघतो नाहीतर ओळखीचा तरी; पण त्या विचारावरून पुन्हा माझं मन राष्ट्राध्यक्षांच्या भेटीकडे आलं. ते काडीच्या भावाचे मित्र आहेत हे कळल्यावरही, माझी चिंता तसूभरसुद्धा कमी झाली नाही. यान्क्रोला जाताना, पूर्ण प्रवासात मी कुणाशी एक शब्दही बोलले नाही.

लुन्सरच्या बाहेर वसवलेल्या त्या छोट्या खेड्यात आम्ही पोहोचलो, तरीसुद्धा मी सोरियसनी फोनवर सांगितलेल्या निरोपाचाच विचार करत होते. आम्ही बसमधून उतरल्याबरोबर काही बायका आणि मुलं आमच्यासाठी स्वागतगीत गाऊ लागली.

"मारिआतू ऽऽऽ, मारिआतू ऽऽऽ बेटा तू आलीऽस?" आजीच्या कापऱ्या आवाजाच्या दिशेनं मी गर्रकन वळले. त्या धुळीच्या ओबडधोबड रस्त्यावरून आज्जी

अडखळत चाचपडत माझ्याकडे येत होती. अंगात आफ्रिकन स्कर्ट, डोक्याला फिकट निळा स्कार्फ बांधलेला.

मी तिला पाहिलं, त्याला बरीच वर्षं लोटली होती. आता आजी खूपच थकली होती. चेहरा सुरकुतला होता, डोळे खोल गेले होते, दात तर जवळजवळ सगळेच पडून गेले होते. तिच्या हातात लांब काठी होती. काठीचा उपयोग चालताना आधार म्हणून तर होताच, पण त्याच काठीनं वाटेत काही अडथळा नाही ना, हेही ती अजमावत होती.

''आजी ऽऽऽ! मी इथे आहे गं आजी!'' मी धावत जाऊन आजीच्या गळ्यात पडले. आम्ही एकमेकींना घट्ट मिठी मारली. आजीनं माझा चेहरा दोन्ही हातात घेतला.

''मला वाटलंच नव्हतं बायो ऽऽऽ तू पुन्हा भेटशील म्हणून. पण तू आलीस!'' आजी रडतच बोलत होती.

''हं! मला तुम्हांला सगळ्यांना चकित करायचं होतं आजी'' तिचे मूळचे करड्या रंगाचे डोळे आता मोतीबिंदूमुळे निळसर दिसत होते.

कॅनडामध्ये मोतीबिंदू काढून टाकणं सहज शक्य होतं; पण सिएरा लिओनच्या गरीब लोकांसाठी ते शक्य नव्हतं. माझ्या लक्षात आलं, आजी आंधळीच झालेली होती.

सिएरा लिओनला येत असल्याचं मी कुणालाच कळवलेलं नव्हतं. एक महिन्यापूर्वी मला पुस्तकाची आगाऊ रक्कम मिळाली. त्यातून कपडे, चपला-बूट, टूथपेस्ट, साबणवड्या, छत्र्या अशा वस्तू खरेदी करून एक क्रेटभरून मी सिएरा लिओनला पाठवल्या होत्या. त्यानंतर दोन-तीन वेळा मारी आणि अली यांच्याशी फोनवर बोलणं झालं; पण सहा वर्षांनंतर मी तुम्हाला भेटायला येणार आहे, याचा थांगपत्ताही मी लागू दिलेला नव्हता.

मी येणार हे कळलं असतं, तर जवळ असतील नसतील ते सगळे पैसे खर्च करून, मिनीबस ठरवून ते माझं स्वागत करायला फ्रीटाउनला आले असते, लोकांना बोलावून मोठी मेजवानी दिली असती. हे सगळं घडू नये, अशी माझी इच्छा होती.

आमच्यासाठी स्वागतगीत म्हणणाऱ्यांच्या गर्दीतून वाट काढत, आजीला मी माझ्या आईच्या झोपडीकडे नेलं. बाहेर एका लाकडी बाकावर आम्ही बसलो. लगेच चार कुत्र्याची पिल्लं येऊन आमच्या पायाशी लडिवाळपणा करू लागली.

मी आजीच्या मांडीवर डोकं टेकवलं. अगदी लहानपणी करायची तस्संच. माझ्या डोक्यावर थोपटत आजी मला कॅनडाबद्दल प्रश्न विचारू लागली. मी तिला काडी आणि अबोऊ यांच्याविषयी सांगितलं. त्यांनी माझ्यासाठी काय-काय केलं, तेही सांगितलं, त्यानंतर डोकं उचलून तिच्या काचा झालेल्या डोळ्यांत पाहिलं, आणि मला रडू आवरताच आलं नाही.

''आजी मला नं, फार वर्षांपासून तुला काहीतरी सांगायचं होतं गं! आठवतंय,

तू मला सांगायचीस, जर आपल्याला पामतेलाचं स्वप्न पडलं ना, तर दुसऱ्या दिवशी नक्की रक्त सांडलेलं पाहावं लागतं.''

''हो, असतं ना, तसंच असतं.'' आजी म्हणाली.

''ते बंडखोर आले ना, त्याच्या आदल्या रात्री मला पामतेलाचंच स्वप्न पडलं होतं गं आजी!''

''असं? सांग बरं काय-काय दिसलं तुला स्वप्नात?''

पुढच्या तासाभरात मी सगळ्या घटना आजीला सांगून टाकल्या. स्वप्नाबद्दल सांगितलं, बंडखोर सैनिकांबद्दल सांगितलं, त्या सैनिक मुलांचे चेहरे कसे होते ते सांगितलं. मग सालेऊनं केलेल्या अतिप्रसंगाबद्दल, अब्दुलबद्दलही सांगितलं. त्या दिवसापर्यंत मी स्वत:ला अब्दुलच्या मरणाबद्दल दोषी धरत होते. मग आमच्या ॲबरदीन कँपबद्दल, कशी भीक मागावी लागली त्याबद्दल सांगून झालं. सरतेशेवटी लंडन आणि कॅनडा यांच्याबद्दलही सांगितलं.

माझं सांगून संपलं. आम्ही दोघी तिथेच बसून होतो. पक्ष्यांचे आवाज ऐकत. पलीकडे काही पोरं लपंडाव खेळत होती. दोन मुलं सायकलच्या चाकांची 'चक्री' खेळत होती.

''काय गं आजी? त्या वेळेला तू माझ्याबरोबर असतीस, तर काय केलं असतंस?''

थोड्या वेळानं आजी म्हणाली, ''काय केलं असतं? तुला रात्री वाईट स्वप्न पडलं ना, मी सकाळीच मंत्र टाकून त्या दुष्टांना पळवून लावलं असतं. तशी पद्धतच आहे आपली!''

''कसला मंत्र टाकला असतास?''

''सांगू? तुला घेऊन तळ्यापाशी गेले असते. एक मोठ्ठा धोंडा घेऊन तळ्याच्या मधोमध खोल पाण्यात फेकला असता आणि आपल्या आसपासच्या आत्म्यांना सांगितलं असतं की, आमच्या डोक्यावर आलेल्या त्या दुष्टांना घेऊन जा. बंडखोरांचं रूप घेऊन त्यांना आमच्याकडे येऊ देऊ नका.''

''म्हणजे तू माझ्या सांगण्यावर विश्वास ठेवला असतास?''

''हो, तर! पण मारिआतू या लढाईमुळे बऱ्याच गोष्टी पार बदलून गेल्या बघ आणि जादूच्या मंत्रानं काही भूतकाळ बदलता येत नाही. मला मंत्रानं तुझ्यावरचा हल्ला टाळता आला असता तर बरं झालं असतं; पण एक फार चांगलं झालं. तुला झालेला त्रास आणि दु:ख यांच्याकडेही तू सकारात्मक दृष्टीनं पाहिलंस. जर पुन्हा कधी असं संकट आलं, तर ज्यांनी तुला देवदूतासारखी मदत केली, त्या सगळ्या सज्जनांचं स्मरण कर.''

सुलेमान असा एक देवदूत होता. त्यानंतर फातमता, काडी, आदमसी,

अबिबातू, मोहम्मद... कितीतरी परोपकारी माणसं मला भेटली होती.

मग मला कळलं की, कॅनडामध्ये ख्रिसमस होता, त्या वेळेला इकडे सुलेमानचं निधन झालं होतं. एक दिवस सकाळी उठला, तेव्हाच त्याला श्वास घ्यायला त्रास होऊ लागला. धाप लागली, खोकल्याची ढास लागली, बिछान्यातून उठताच येईना. त्या दिवशी तो त्याच्या फ्रीटाउनच्या दुकानात गेला नाही. फ्रीटाउनमध्ये त्याचं सुया, दोरे, बिस्किटं अशा वस्तूंचं दुकान होतं. त्याची बायको मारिआतू, त्याच्या कपाळावर ओल्या फडक्याच्या घड्या ठेवत बसून होती.

सुलेमानचा श्वासोच्छ्वास अधिकाधिक जड होत गेला. त्याच्या हातातून जोराची कळ गेली. सुया टोचल्यासारख्या वेदना झाल्या. मारिआतू त्याला जेवण भरवायचा प्रयत्न करत होती, पण ते न खाताच त्याला हृदय बंद पडल्यामुळे मरण आलं. ही बातमी ऐकून मला फार, फारच वाईट वाटलं. गेला तेव्हा पुरता तीस वर्षांचाही नव्हता तो. बंडखोरांनी आमचे हात तोडले, तेव्हा त्यानं होता नव्हता तेवढा सगळा पैसा माझ्या आणि माझ्या भावंडांच्या उपचारासाठी खर्च केला; पण त्याला स्वत:ला गरज होती, तेव्हा डॉक्टर आणि औषधं यांच्यासाठी त्याच्याकडे पैसेच शिल्लक नव्हते!

मी त्याच्या मृत्यूनंतर चाळिसाव्या दिवशीच्या कार्यक्रमाचा खर्च उचलण्याचं कबूल केलं. सिएरा लिओनमध्ये मृत व्यक्तीच्या सन्मानार्थ तीन वेळा जेवणावळी घालण्याची पद्धत आहे. त्याला दफन केलं जातं त्या दिवशी, नंतर चाळिसाव्या दिवशी आणि मग थेट एक वर्ष पूर्ण होतं त्या दिवशी. सुलेमानचं योन्क्रोमध्येच दफन करण्यात आलं. त्याच गावात सुलेमान, माझे वडील, मारी, अबिबातू हे सगळे लहानाचे मोठे झालेले होते. मी कॅनडात होते, तेव्हा वृद्धापकाळानं माझे वडील वारले होते. त्यांच्या शेजारी सुलेमानला दफन करण्यात आलं.

आजीला भेटून मी निघाले, ती दोन कुडाच्या झोपड्यांमधून वाट काढत मोकळ्या मैदानात आले. तिथे मोठमोठ्या चुली पेटवल्या होत्या. काही बायका भात आणि चिकनचा रस्सा शिजवत होत्या. तिथे सुलेमानची विधवा पत्नी मारिआतूसुद्धा होती. दु:खात असल्यामुळे तिनं नखशिखान्त काळा पोशाख घातला होता.

भातात साखर घालून केले जाणारे गोळे हे सिएरा लिओनमधलं नेहमी केलं जाणारं डेझर्ट. त्यातला एक गोळा मारिआतूला देत मी म्हटलं, "तुझ्यावर आलेल्या प्रसंगाबद्दल मला फार वाईट वाटतं." तिच्या नजरेला नजर देण्याचं धैर्य माझ्यात नव्हतं.

मारिआतू उत्तरादाखल शांतपणे उद्गारली, "तुला मदत केल्याबद्दल सुलेमानला कधीच वाईट वाटलं नाही. तो एकदाही तसं काही बोलला नाही." तिला जणू माझ्या मनातला अपराधी भाव समजला होता.

इतक्या वर्षांत माझ्या आईनं दहा मुलांना जन्म दिला होता. ती अजूनही तरुण

दिसत होती; पण बारीक, अतिशय बारीक. तिचा आफ्रिकन स्कर्ट मळकट होता. टी शर्ट खांद्यावर फाटला होता. मी मात्र कानात चांदीचे मोठाले इअरिंग्ज घातले होते. काडीनं सुलेमानच्या चाळिसाव्या दिवसासाठी घालायला नवा पांढरा-निळा-गुलाबी रंगाचा आफ्रिकन डॉकेट - लप्पा आणला होता, तो घातला होता. माझी मलाच लाज वाटली.

माझी धाकटी बहीण माबिंटी हिला मी आजवर कधीच भेटलेली नव्हते; पण कोणाही पाहणाऱ्याला आम्ही दोघी बहिणी असल्याचं चटकन समजावं एवढ्या आम्ही सारख्या दिसत होतो. आईनं माझी माबिंटीशी ओळख करून दिली, तेव्हा मी माझ्याच पिंग्या डोळ्यांकडे पाहतेय असं वाटलं आणि माझं हसणं जणू तिच्या आठ वर्षांच्या चेहऱ्यावर पसरलं! आम्ही एकमेकींना मिठी मारताना मनापासून हसलो; पण पुढच्याच क्षणी माबिंटी रडू लागली.

''मारिआतू, मी आजारी असते गं! सुलेमान चाचासारखा मलासुद्धा श्वासाचा त्रास होतो. कधी-कधी तर दिवसचे दिवस कसलीही हालचाल न करता मला झोपडीत पडून राहावं लागतं!'' माबिंटी मुसमुसून रडत होती.

मला वाटलं, हिला बहुतेक अस्थमाचा त्रास असेल, कॅनडात राहून मला थोडंफार माहिती झालं होतं. पोर्टलोको आणि लुन्सार या दोन गावांच्या मधे मुख्य रस्त्यापासून दूर असणाऱ्या वस्तीवर राहताना हिला कधीच कुणी डॉक्टरकडे नेलं नसणार याची मला खातरी होती. १९९९ सालापूर्वी मी जशी जगत होते, तशीच हीही जगत असणार.

माबिंटीनं डोळे पुसले आणि ती मला गाव दाखवू लागली. ती सांगत होती, ''माझ्या जन्मापूर्वी बंडखोरांनी योन्क्रोमधल्या सर्व झोपड्या जाळून नष्ट केल्या, पण गावकऱ्यांनी मातीच्या विटा तयार केल्या आणि एकेक करत सगळी घरं बांधून काढली.''

मग गावाच्या मध्यावर एका झोपडीत सारे लोक एकत्र जमा झाले. दुसऱ्या गावाहून एक इमाम आला होता. सुलेमानच्या मृत्यूप्रसंगी, तो कुराणातल्या काही भागाचं पठण करत होता. नंतर त्याच्याभोवती जमलेल्या दहा बारा लोकांना तो सांगत होता, ''मुलीला जन्म देण्यापेक्षा बकरी किंवा कोंबडी पैदा करणं बरं!''

मी तिथून उठून सगळ्या बायका बसल्या होत्या तिकडे गेले.

''आजी, तू म्हणतेस तशा बऱ्याच गोष्टी बदलल्या असल्या, तरी काही गोष्टीत मात्र अजिबात बदल नाही.''

जसजसे त्या दिवसाचे तास पुढे सरकत गेले, तसतशी मी शांत, उदास होत गेले. योन्क्रोमध्ये बघत असलेल्या प्रत्येक गोष्टीबद्दल मनात विचारांची घुसळण चालली होती. माझ्या घरच्या माणसांचे मळलेले, फाटके कपडे, त्यांच्या डोळ्यातले दुःखी भाव, त्यांची माना टाकलेली पिकं. पूर्वी इथे काही महिने पावसाळा असायचा.

आता 'ग्लोबल वॉर्मिंग'मुळे जेमतेम काही आठवडे पाऊस पडतो.

मी सिएरा लिओनमध्ये राहत असताना माझ्या हे सगळं लक्षात आलं नव्हतं; पण आता मी अशा एका देशात राहत होते, जिथे प्रत्येक कुटुंबाकडे किमान दोन मोटारी होत्या. प्रत्येक महिन्याला लोक नवे कपडे विकत घेत होते, आणि नेहमीच महागड्या हॉटेलात जेवायला जात होते.

आम्ही फ्रीटाउनला परत येत होतो. खिडकीतून बाहेर पाहताना मला उंच वाढलेलं हत्ती गवत आणि झुलणारी आंब्याची झाडं दिसू लागली. मनात आठवणींचं मोहोळ उठलं. इब्राहीमची आठवण आली. तो आता गिनीला गेला होता. कामाच्या शोधात होता, पण त्याला अजून काम मिळालेलं नव्हतं. नशिबाची साथ नव्हती. आदमसी मसायका गावाबाहेर वसलेल्या छोट्या वस्तीवर राहत होती. तिला पाच वर्षांची काडीजा नावाची मुलगी होती. आदमसी कधीच सिएरा लिओन सोडून कुठे गेली नाही, कारण कोणत्याही सेवाभावी संस्थेनं तिला दत्तक घेतलं नव्हतं. ती बिचारी शेतात येणारं धान्य मेन रोडच्या कडेला बसून विकायची आणि पोट भरायची. मुलीला शिकवायचं मनात होतं, पण फी, युनिफॉर्म, यासाठी पैसे नव्हते. तिनं एकदाही स्वत:च्या परिस्थितीबद्दल नाराजी व्यक्त केली नाही. आमची भेट झाल्यावर म्हणाली, ''मला तुझी खूप आठवण येते. मारीनं तुला सांगितलं होतं, 'नेहमी पुढचा विचार कर' तशीच वागते आहेस ना तू?''

पुढे-पुढे तो मेन रोड फारच गर्दीचा वाटू लागला. मुलं सारखी मोटारसायकलवरून फिरत होती. बायाबापड्या, पोरं सगळी काय-काय विकायला बसली होती. कुणीकुणी डोक्यावर मोठाल्या पाट्या घेऊन आंबे, नारळ, केळी विकत होती. मी त्या मिनीबसच्या ड्रायव्हरला सांगून वॉटर्लू गावापाशी गाडी थांबवली. हे फ्रीटाउनचं छोटं उपनगर आहे. तिथे मोहम्मद राहत होता.

मला पाहून सगळ्यांसारखा तोही आश्चर्यचकित झाला. खूशही झाला. पहिल्यांदा तर गोंधळल्यासारखाच माझ्याकडे पाहत होता. खरं म्हणजे माझ्यात एवढा बदल झाला नव्हता; पण आता माझे केस छान खांद्यावर रुळतील असे कापून वळवलेले होते. पूर्वीपेक्षा माझी तब्येतही सुधारली होती. अंगात फादर मौरीझिओनी दिलेल्या ढगळ कपड्यांऐवजी छान नवे कपडे होते. मी हसत-हसत म्हणाले, ''हो ऽऽ! मीच आहे. मारिआतू.'' त्यानं पुढे येऊन मला ओढून घेतलं, घट्ट मिठी मारली.

मोहम्मदचं शरीर इतकं पिळदार दिसत होतं की, तो उत्तर अमेरिकेत राहत असता, तर 'दररोज जिमला जातोस का?' म्हणत मी त्याची फिरकीच घेतली असती. त्याचं हसणं मात्र तसंच होतं. स्वच्छ पांढरे एकसारखे दात दाखवणारं प्रसन्न हसू.

मोहम्मद त्याच्या चार महिन्यांच्या मुलीला मांडीवर घेऊन खेळवत होता. त्याचे डोळे आनंदानं लकाकत होते. मुलीचं नाव 'साफिया' होतं. तिला छानसा सुती निळा

फ्रॉक घातला होता आणि तसाच निळा बो केसाला लावला होता.

''अगं मारिआतू, तुला खरं वाटणार नाही, पण मी चक्क प्रेमात पडलो!'' हे सांगताना त्याचा चेहरा नुसता लालेलाल झाला होता. माझा त्यावर खरंच विश्वास बसत नव्हता. माझ्या मनातली त्याची प्रतिमा म्हणजे थट्टेखोर मोठ्या भावाची. नेहमी माझे केस ओढणारा, माझ्या ताटातलं जेवण पळवणारा अशीच होती.

कुठल्याशा परदेशी सेवाभावी संस्थेनं बांधून दिलेल्या सिमेंटच्या छोट्या झोपडीत मोहम्मद राहत होता. त्यानं मला ती वॉटर्लूची वस्ती फिरून दाखवली. लढाईत ज्यांचे हात तोडले गेले, अशा अपंगांचं तिथे यापूर्वी पुनर्वसन केंद्र होतं. ॲबरदीनला आमचा कँप होता तसं. रस्त्यांवर जिकडेतिकडे कचऱ्याचे जणू जाड गालिचे पसरले होते. कचरा टाकायला केलेले खड्डे मेलेली कुत्रीमांजरं आणि पेयांचे रिकामे कॅन्स यांनी ओसंडून वाहत होते.

''मी अजूनही घड्याळाच्या टॉवरजवळ जाऊन भीक मागतो,'' मोहम्मद सांगत होता. ''पण आता पूर्वीइतके पैसे मिळत नाहीत. आमच्यासारखे भिकारी रस्त्यावर आता इतके झाले आहेत की, पैसेवाले लोक आम्हाला पाहिलं न पाहिल्यासारखं करून पुढे निघून जातात. शाळेतून घराकडे निघालेली युनिफॉर्मवाली पोरंपोरी आमच्या अंगावर रोज थुंकतात.''

तेवढ्यात तिथे आलेले सोरियस आमचं व्हिडीओ चित्रण करू लागले. तेव्हा मोहम्मद अचानक बिथरला. त्यानं कडवट बोलायला सुरुवात केली.

''त्यांनी आम्हाला वापरून घेतलं. परदेशी प्रसिद्धी आणि पैसा मिळवण्याकरता आमच्या सरकारनं ॲबरदीन कँपमधल्या अपंग मुला-मुलींना वापरलं; पण त्यापैकी आम्हाला काही एक दिसलंसुद्धा नाही. काय आहे आमच्याकडं आज? ह्या, ह्या... झोपड्या?'' आपल्या छाटलेल्या थोट्या हातांनी, विचित्र हातवारे करत मोहम्मद बोलत होता.

त्या एकेका खोलीच्या सिमेंटच्या झोपड्यांना आंब्याच्या झाडांमुळे प्रखर उन्हापासून संरक्षण मिळत होतं; पण वॉटर्लूच्या जवळपास कुठेही शेतजमीन नव्हती. फ्रीटाउनला भीक मागायला जायचं, तरी घड्याळाच्या टॉवरपाशी पोहोचायलाच अर्धा दिवस लागायचा.

चार वर्षांपूर्वी थिएटर ग्रुपच्या कार्यकर्त्यांनी मोर्चा काढला होता. फ्रीटाउनमधली सगळी दुकानं, एक दिवसभर बंद होती. मोर्चेकऱ्यांच्या हातात फलक होते. 'प्रेसिडेंट, आमच्या कहाण्या ऐकून घ्या!' 'आम्हाला जगायचं आहे.' 'आम्हाला शिक्षण पाहिजे.' मोहम्मदसारख्या युद्धबळी ठरलेल्या अनेक अपंगांनी मोर्चात भाग घेतला. मोहम्मद तर सगळ्यात पुढे आघाडीवर होता. आपल्यासारख्या अपंग झालेल्या निरपराधांच्या दंडात दंड घालून चालत होता. राष्ट्राध्यक्षांच्या निवासस्थानासमोर हजारोंचा जमाव घोषणा देत होता.

"परंतु काहीच घडलं नाही." मोहम्मद संतापून बोलत होता. "आमचा आवाज ऐकू जावा म्हणून आम्ही बेंबीच्या देठापासून ओरडत राहिलो आणि आमचं सरकार काहीही न करता ऐकत राहिलं."

मधे क्षणभर थांबून तो पुन्हा बोलायला लागला. "इथे मुलं लढाई-लढाई खेळत असतात. ज्यांनी त्यांच्या आई-बापांचे हात छाटले, त्या बंडखोरांना बंदुकीच्या गोळ्या मारून ठार करून हसतात."

"मारिआतू, जा बाई परत. कॅनडाला जाऊन सुखानं राहा. परत सिएरा लिओनचं नावसुद्धा घेऊ नकोस."

फ्रीटाउनमध्ये काडी, सुझन आणि मी 'बारमोई' नावाच्या एका नव्या कोऱ्या हॉटेलमध्ये उतरलो होतो. तिथे सगळ्या अत्याधुनिक सुखसोयी होत्या. अगदी लॉंड्री, टेलिव्हिजन, वातानुकूलन व्यवस्थेसहित. त्यात एक छान नवीन पद्धतीचं रेस्टॉरंट होतं. स्पॅगेटी, पिझ्झा, पास्ता मिळत होता. हॉटेलला कुंपणभिंत होती. प्रचंड उंच, सिमेंटनं बांधलेली. त्यावर काटेरी तारादेखील लावलेल्या होत्या. एक मोठं गेट होतं. तिथे चोवीस तास चार सिएरा लिओनी पुरुष उभे असत. सुरक्षारक्षकांचे गणवेश घालून.

आम्ही येण्यापूर्वी सॉकर सुपरस्टार डेव्हिड बेकहॅम त्या हॉटेलमध्ये राहिला होता. ही त्याची भेट युनिसेफतर्फेच होती. आम्ही असताना अनेक मध्यमवयीन ऑस्ट्रेलियन, अमेरिकन आणि ब्रिटिश नागरिकांनी हॉटेल भरलं होतं. फ्रीटाउनमध्ये चालणाऱ्या विविध समाजसेवी संस्थांच्या कामासाठी ते आलेले होते. कुणीकुणी सरकारला सल्ला देण्यासाठी आले होते. 'जनतेवर कराची आकारणी आणि वसुली कशी करावी?' वगैरे विषयासंबंधी.

या वेळी मी सिएरा लिओनमध्ये आले होते, तेव्हा पहिल्या आठवड्यात युनिसेफबरोबर मी देशाच्या पूर्व भागाचा दौरा केला. त्यांच्या त्या भागात सुरू असलेल्या प्रकल्पांची पाहणी करण्यासाठी हा दौरा होता. त्याच वेळेला मला हेही माहिती झालं की, युनोच्या 'मानवविकास निर्देशांक यादीत' माझ्या देशाचा क्रमांक सर्वांत शेवटी लागतो.

त्या वेळी मी अनेक गरीब देशवासियांना भेटले. त्यांच्या बाळांना उचलून घेतलं. त्यांच्याबरोबर हसले आणि रडलेही. जगातल्या सर्व देशांपेक्षा सिएरा लिओनमध्ये शाळेत जाणारी मुलं कमी आहेत, हे कळलं. माणसांची आयुर्मर्यादाही सिएरा लिओनमध्ये सगळ्यात कमी आहे. प्रौढ माणसं चाळीस वर्षांपर्यंत जगली, तर नशीबवान समजायची. तिकडे कॅनडात, नव्वदाव्या वर्षीसुद्धा माणसं निरोगी आयुष्य जगतात.

सिएरा लिओनमध्ये निर्यात करण्यासाखी उत्पादनं किंवा वस्तू फारच कमी आहेत; पण खनिजसंपत्ती मात्र भरपूर आहे. मागे याबोम सांगत होती त्याप्रमाणे बॉक्साइट, हिरे, लोखंड, मँगेनीज आणि होय – स्वच्छ पाणी, निरोगी मासे! अर्थात परदेशी लोकच याचा फायदा उठवतात आणि नफा कमावतात.

माझ्या मनात आलं, 'मी जर लक्षाधीश असते, तर एक मोठी बस भाड्यानं घेतली असती. मग माबिंटी, मोहम्मद, आदमसी, मेमूनातू, मारी, अली, इब्राहीम, माझी आजी सगळ्यांना त्यात बसवून विमानतळावर नेलं असतं आणि तिथून विमानानं टोरांटोला.'

...पण मी नाहीये लक्षाधीश. मग मला काय करता येईल? कशी मदत करू शकते मी माझ्या कुटुंबीयांना? माझ्या देशातल्या गरीब लोकांना?

'ईस्माईल बे'च्या पुस्तकानं मला माझी कहाणी लिहिण्यासाठी स्फूर्ती दिली होती. त्याच्या टोरांटोच्या भाषणात तो म्हणाला, ''आता लवकरच या लढ्याचा बळी ठरलेली मुलगी स्वत:चं आत्मकथन लिहीत आहे. ते पुस्तक प्रकाशित होईल. तेही आपण जरूर वाचा.'' ते शब्द ऐकल्यावर मला स्फुरण चढलं. मला वाटलं, काय करायचं आहे, ते मला सापडलेलं आहे. माझ्या कहाणीमधून मी जगाला सांगू शकते. लढाईबद्दल, आमच्या कुटुंबाबद्दल, देशाबद्दलही. सिएरा लिओनसारख्या देशात एक मुलगी म्हणून जन्माला येणं आणि जगणं काय असतं, हे पुस्तकातून मी दुनियेला सांगू शकते आणि देशाच्या कामातला माझा वाटा उचलू शकते.

मोहम्मदचं बोलणं ऐकल्यानंतर माझं एक मन म्हणायला लागलं, ''चल इथून. दूर-दूर निघून जा आणि परत कधीही इकडे फिरकू नकोस.'' माझी कहाणी काय वेगळी होती? सिएरा लिओनमधल्या हजारो लोकांना हेच सगळं भोगावं लागलंय. मग माझीच चित्तरकथा वेगळी कशी?

दुसरीकडे मला सिएरा लिओनमध्येच राहावंसं वाटत होतं. माझ्या कुटुंबाबरोबर. योन्क्रोमध्ये नाहीतर मसायकाजवळच्या लहानशा खेड्यात. जर बंडखोरांच्या हल्ल्यात मी सापडले नसते, तर आजही मी मग्बोरौमध्येच असते. मुसाची बायको म्हणून संसार करत असते.

माझ्या आजीला आणि मोहम्मदला भेटल्यापासून मी फार गोंधळल्यासारखी झाले होते. मन सैरभैर झालं होतं. त्याच अवस्थेत बाहेर येऊन, हॉटेलच्या 'चकाचक' स्विमिंग पूलजवळच्या आरामखुर्चीत स्वत:ला झोकून दिलं. क्षणभरानं तिथल्या पट्ट्यापट्ट्यांच्या जाळीदार कुंपणावर येऊन बसलेल्या चिमुकल्या पक्ष्यानं माझं लक्ष ओढून घेतलं. पूर्वी मग्बोरौमध्ये एकदा आभाळातून पडताना बघितला होता, तस्साच पिवळ्या करड्या रंगाचा पक्षी. न राहवून मी त्याला विचारलं, ''पाखरा, पाखरा, आता मी काय करू?''

पक्षी तीन वेळा ओरडला आणि उडून गेला.

बंडखोरांनी हात तोडून टाकल्यानंतरचा काळ चित्रपटासारखा माझ्या नजरेसमोर झरझर सजीव होत गेला. जंगलातून वेड्यासारखं वाट शोधत एकटीनं वणवण भटकणं, रानटी कुत्र्यांच्या बुभुक्षित नजरा, फणा काढून माझ्याकडे पाहणारा तो कोब्रा, मग धावून-धावून थकलेल्या त्या माणसाचा चेहरा. त्यानंच दाखवलेली पोर्टलोकोला जाणारी वाट आणि भुकेनं कासावीस झालेल्या माझ्यापुढे त्यानं थरथरत्या हातानं धरलेला तो पिकलेला आंबा. आजही तो नजरेसमोर जसाच्या तसा दिसतो!

पक्षी उडाला आणि काय करायचं ते माझ्या लख्खपणे लक्षात आलं. मला हात नसतील, पण माझा आवाज अजून शाबूत आहे! आणि माझं कॅनडातलं घर कितीही सुंदर असलं, तरी माझं पहिलं घर नेहमी सिएरा लिओनच राहणार. ज्या लोकांनी मला, स्वत:कडे युद्धबळी म्हणून न पाहता जगात काहीतरी करून दाखवणारी व्यक्ती म्हणून पाहायला शिकवलं, त्यांच्या हृदयातच माझ्या देशाचं हृदय सामावलेलं आहे.

मी उठले आणि तडक दुसऱ्या मजल्यावरच्या माझ्या खोलीत गेले. सूटकेस उघडली. काडीनं मला टोरांटोमध्ये घेतलेला लाल-सोनेरी आफ्रिकन ड्रेस काढला. त्याची सुरकुत्या काढून छान घडी घातली. मग सुटकेसमधून एक छोटी डबी काढली. त्यात माझे सोन्याचे लोंबते इअरिंग्ज होते.

खोलीत कुणीच नव्हतं. मी स्वत:शीच मोठ्यानं बोलले,

"होय. मी उद्या जाणार. प्रेसिडेंटना भेटणार. ज्यांचा आवाज कुणीच ऐकला नाही, त्या माझ्या सगळ्या देशवासीयांच्यावतीनं प्रेसिडेंटशी बोलणार. त्यांना काय वाटतं, हे प्रेसिडेंटपर्यंत पोहोचवणार. एवढं तर मी नक्कीच करू शकते."

माझ्यात निश्चितच काहीतरी बदल झाला होता. मला कळलं होतं की, कुठलाही पश्चात्ताप न करता आता मी एकाच वेळेला भूतकाळाकडे आणि भविष्यकाळाकडे पाहू शकत होते!

◆